TRẦN KỲ TRUNG

ĐÊM CỦA BIỂN

(Tuyển tập truyện ngắn)

Nhân Ảnh
2026

ĐÊM CỦA BIỂN
Tuyển tập truyện ngắn
Trần Kỳ Trung
Dàn trang: **Văn Sáng, Lê Hân**
Bìa: **Văn Sáng**
Nhân Ảnh xuất bản, 2026
ISBN: 979-8-2957-8234-3

5

CUỐI TRỜI MÂY TRẮNG VẪN BAY

Nhà văn T... chơi thân với tôi, gặp nhau chỉ có tiếng cười rổn rảng, nét mặt vui, ánh mắt nghịch. Thế mà, lần này gặp, tôi thấy nét mặt anh buồn, ánh mắt ưu tư nhìn xa xăm, ít nói hẳn. Đặc biệt, tiếng cười rổn rảng hầu như tôi không còn thấy, không còn nghe. Sao vậy?

-Thế này ông ạ! - Anh kể - Mà chuyện này đến giờ tôi vẫn ân hận, rất ân hận. Càng nghĩ, tôi càng đau, không biết bao giờ mới nguôi ngoai được.

Rồi anh kể tôi nghe:

... Tôi nhận được một cú điện thoại, bên kia là giọng một người phụ nữ:

- Có phải anh T... đó không?

- Đúng rồi, thưa chị, nhưng cho tôi xin lỗi, ai đang nói chuyện với tôi đây ạ!

Tiếng cười trong máy điện thoại vang lên, giọng người phụ nữ ấy vẫn không giấu được sự hồi hộp:

- Anh không nhận ra giọng em sao? Em, P... đây!

Tôi nghe, giật mình, chỉ một xíu nữa thì đánh rơi chiếc điện thoại. P... Hình ảnh của em dồn dập, ngọt ngào hiện về...

Hồi đó, tôi biết và làm quen với em cũng là sự ngẫu nhiên. Ban ngày đi làm, tối về tôi phụ vợ quản lý quán cà phê. Tối đó em đến xin việc. Quán đã đủ người, không thể nhận thêm. Tôi từ chối, nhưng nhìn dáng vẻ, nét mặt thật thà, thêm cách ăn mặc giản dị của em làm tôi cảm tình. Tôi mời em ngồi lại nói chuyện. Hoàn cảnh gia đình em quá ngặt nghèo. Mẹ mất khi em mới sáu tháng tuổi, bố phải bế em đi khắp làng để xin sữa. Khi em năm tuổi, bố gửi lại cho bà ngoại, đi biền biệt. Sau này em biết bố đã xây dựng gia đình mới ở trong Nam. Em ở bên cạnh bà ngoại như một cây đơn, gắng lớn giữa nắng, mưa, giông, bão. Khi bà ngoại mất, em chơi vơi, thiếu tình cảm một cách khủng khiếp. Thi vào được trường trung cấp tài chính, một thân một mình, tiền không có, em muốn đến quán của tôi làm thêm mong có tiền phụ thêm chi phí trong học tập cũng như sinh hoạt. Nghe em kể chuyện như vậy, tôi rất thương:

- Trong khả năng của chú, chú sẽ giúp cháu!

Em nhìn tôi. Qua ánh mắt của em, tôi hiểu, em nghĩ, không biết tôi sẽ giúp như thế nào? Có thật không?

Em không làm quán của tôi, nhưng tôi tìm việc làm cho em ở quán khác. Rồi nữa, tôi giúp em trong sinh hoạt, từ chuyện sắm sửa đồ dùng hàng ngày, đến cả tìm chỗ thuê trọ... Tuần nào, tôi với em cũng gặp nhau. Mỗi lần như vậy, chú, cháu đều tâm sự, hầu như không giấu nhau một chuyện gì. Em sống tình cảm, có lòng tự trọng, có nhiều sự việc tôi muốn giúp đỡ em, nhưng em từ chối, nhất là tiền bạc: "Cháu làm được, chú đến với cháu, những lúc cô đơn như thế này, cháu rất vui...".

Chuyện gì đến cũng đến, tôi nói thế là ông hiểu. Giữa tôi và em không còn quan hệ chú cháu nữa. Với em, tôi là mối tình đầu như em nói : " Đây là điều thiêng liêng, em phải giữ.". Nhưng lúc này, vật cản lớn nhất mà khó vượt qua là tôi đã có một gia đình, có một người vợ tuyệt vời... Làm sao tôi có thể đi đến tận cùng với em! Cái "hèn" này của thằng đàn ông, tôi nghĩ, không phải chỉ có riêng tôi. Có lần trong cái ôm siết chặt, em nói:

-Em chỉ muốn anh cho em một đứa con, rồi mẹ con em đi thật xa, không để cho ai biết. Em cũng sẽ không nói cho con biết bố của nó là ai? Thế là em thấy hạnh phúc lắm rồi.

Tôi biết em quá yêu tôi mới nói câu đó, nhưng với tôi lại không thể ...

Em hiểu điều đó, không muốn tôi mất gia đình...

Và thế là, sau tốt nghiệp, em đến chào tôi rồi đi. Đi đâu? Tôi không biết. Em không cho địa chỉ. Không một lời nhắn. Không một số điện thoại...

Chuyện cũng hơn hai chục năm rồi, có lúc tôi nhớ, nhưng nói thật, thời gian, công việc cuốn đi, tạo nên sự lãng quên, dù mình không cố ý. Nên vậy, khi nghe em nói trong điện thoại, tôi sững sờ. Có lúc quên em, nhưng hơn hai chục năm nay, em không quên, vẫn nhớ tôi.

Em nói trong điện thoại:

- Em cũng chỉ hỏi thăm anh, cho em thăm chị và các cháu, chắc hai cháu lớn lắm rồi anh nhỉ? Chúc anh vui, có một gia đình hạnh phúc. Trong điện thoại, tôi nghe thấy tiếng em cười...

- Còn em... Bây giờ công việc của em thế nào? Chuyện chồng con...- Tôi hỏi.

- Em làm ở công ty X... Mức lương cũng khá, chồng em là kỹ sư, em đã có hai cháu, một trai, một gái, nếp tẻ đủ cả. Bây giờ mà gặp em, anh không nhận ra đâu, béo trục, béo tròn... - Em lại cười - Lâu quá không liên lạc, giờ biết số điện thoại, em điện cho anh. Nghe lại giọng của anh là em mừng rồi. Thôi, bây giờ em có việc, hẹn anh lúc khác nghe... - Em buông máy.

Cả ngày hôm ấy tôi không làm gì được. Hình ảnh của em, những kỷ niệm xưa cứ hiện về chập chờn. Có một điều lạ, sau đó tôi gọi lại nhưng em không cầm máy, mấy lần như thế. Cuối cùng, không gọi bằng số điện thoại của tôi mà tôi nhờ số máy của người khác gọi cho em. Tôi quyết gọi lại để hiểu thêm hoàn cảnh, nhất là địa chỉ để vào thăm em. Cũng phải bấm chuông đến hai, ba bận mới có người cầm máy. Nhưng số máy ấy lại là giọng của một người phụ nữ khác. Người phụ nữ này cho tôi biết:

- Hóa ra là anh à? P... mượn điện thoại của em gọi cho anh. Lẽ ra em không trả lời anh đâu, vì P... yêu cầu như thế!

- Sao thế em?

- Em cũng không biết nữa?

- Cuộc sống của P... hiện nay ra sao? Em có thể cho tôi biết thêm được không?

- Thế anh không biết sao?

- Chuyện gì vậy?

Phải im lặng một lúc lâu không có sự trả lời, tôi nghe rõ tiếng lạo xạo... rọt ret... trong máy điện thoại, điều đó khiến cho tôi sốt ruột:

-Em có thể cho tôi biết được không? Đừng im lặng như thế!

Người phụ nữ chắc biết được sự nóng ruột của tôi, có lẽ cũng không nên giấu nữa. Giong ngập ngừng, người phụ nữ ấy cho tôi biết hoàn cảnh của P...

- P... đi tu gần hai chục năm nay, hiện bị ung thư đang ở giai đoạn cuối, không chồng, không con, nằm trong chùa, tội lắm. P... vẫn nhắc nhiều về anh với em ...

Tôi hoảng hốt:

- Trời ơi! Có đúng thế không? Em cho tôi ngay địa chỉ, cả số tài khoản của P... nữa, để tôi gửi gấp tiền vào cho P... Tôi sẽ vào thăm P... ngay !

Nhưng đầu bên kia chỉ nghe thấy tiếng... tút... tút... của chiếc điện thoại.

Tôi gọi cả mấy chục cuộc điện thoại nữa... Không có ai trả lời, chỉ nghe tiếng tút... tút... Nếu có tiếng nói thì: "Số máy này tạm thời không liên lạc được...".
Nhà văn T... khóc.
Những giọt nước mắt đặc quánh của người đàn ông ./.

Hội An 5/2019 - sửa lại, bổ sung 6/2024

HY SINH

Chị đón anh ở sân bay.

Nụ hôn chan chứa, ánh mắt đằm, nụ cười không khỏa lấp hai hàng nước mắt chảy dài vì nhớ nhung. Cũng đến năm năm vợ chồng không gặp nhau, nỗi nhớ quặn thắt, nhiều đêm chị không dám ngủ, sợ trong giấc ngủ vợ gặp chồng, chồng gặp vợ... mà tỉnh dậy thấy bên mình trống không. Niềm khao khát được đoàn tụ vợ chồng vời vợi đến vô cùng...

Chị đưa anh về khu chung cư, nơi chị ở với ba người bạn. Tất cả hồ hởi ríu rít, ai cũng thấy anh như không chỉ là người thân của riêng chị mà là của tất cả. Mọi người mua đồ ăn về liên hoan, hát hò, không khí trong phòng vui hơn tết.

Đêm, nằm cạnh anh, anh chị ôn lại bao nhiêu kỷ niệm. Thương bố chồng bị dị tật chiến tranh, ngồi một chỗ nhớ nhớ, quên quên. Thương mẹ của chị, hơn bảy mươi, vẫn một mình quày quả ra đồng, lúc vơ rạ, lúc gieo lúa, lúc lội bì bõm bắt con ốc, con hến, mừng một bữa no, sợ một bữa đói... khổ sấp mặt. Hai đứa con thơ, năm năm thèm hơi mẹ. Còn anh bị tai nạn, không thể lao động nặng, chỉ ở nhà trông con. Chị buộc phải vay tiền để đi " xuất khẩu lao động". Quá nhớ anh, chị dành dụm ít tiền đón anh sang đây chơi vài ngày. "Sao em không về với con mà lại dùng tiền ấy đón anh sang?" - Anh hỏi. Chị trả lời, giọng buồn buồn: "Em về cũng được, nhưng chỗ làm việc quen rồi. Lúc sang lại..." - Rồi chị ngập ngừng - " Sợ người khác lấy chỗ, mình dễ thất nghiệp. Dễ gì kiếm được chỗ làm tốt như thế". Nghe vậy, anh càng thương chị hơn...

Chị dẫn anh đi chơi, chủ yếu xem người xem cảnh, không có tiền, vợ chồng đâu dám mua sắm gì nhiều. Anh ước gì đất nước mình cũng được như đất nước họ, dân sống sung sướng, nhà nào cũng có ô tô, cứ đi làm không lo chuyện cơm áo gạo tiền, để vợ anh không phải đi xa, chồng gần vợ, mẹ ôm con. Chị như thấu hiểu suy nghĩ của anh: "Em cũng muốn về lắm. Nhưng về lấy đâu ra tiền trả nợ, nuôi ba anh, mẹ em, nuôi anh, nuôi con". Hai người lại mơ một tương lai xa xôi như chị nói: "Em quyết kiếm tiền trả xong nợ, tiết kiệm được ít tiền sẽ về với anh. Em nghĩ thời gian ấy không xa đâu. Được gần anh, gần con, em chết cũng thỏa. Chứ thế này, xa anh, xa con, nhớ ba, nhớ mẹ... Tội cho em lắm".

Chị lại ôm anh, khóc ngon lành.

Thăm chị ít ngày, anh về lại quê nhà. Đưa cho anh một nắm tiền, những đồng tiền xanh xanh, đỏ đỏ, in hình những ông, những bà, những cảnh lạ hoắc, chị dặn: "Anh mang những đồng tiền này ra ngân hàng để đổi. Trông thế này nhưng có giá trị lắm, hơn ba mươi triệu đấy!". Anh cầm những đồng tiền đẫm mồ hôi, nước mắt của chị mà không thể nói thành lời.

Anh lên máy bay.

Chị nhìn theo cho đến lúc chiếc máy bay mất hút, khuất lặn trong một đám mây màu xám đặc.

Chị trở lại công việc của mình với mấy người bạn.

Trong cuộc bố ráp của cảnh sát nước sở tại bắt những người phụ nữ nước ngoài cư trú bất hợp pháp ở phố đèn đỏ, chị là nạn nhân.

Trốn ở tầng ba, quá hoảng sợ, chị liều nhảy xuống, đầu đập vào tường...

Một cái chết đau đớn.

...Ôm bình đựng cốt tro của chị, anh khóc: "Lúc này em mới dám nói thật với anh ở bên ấy em làm nghề gì. Thế là em về rồi! Tiền của em vẫn còn nguyên đây, anh có dám đổi đâu!".

Những đồng tiền xanh xanh, đỏ đỏ in hình những ông, những bà, những cảnh lạ hoắc... rơi lả tả xuống đất ./.

CÔ ĐƠN

... Thấy lũ trẻ ríu rít, sư cô vui. Vây quanh sư cô, lũ trẻ hỏi đủ thứ chuyện, nhất là chúng muốn sư cô kể chuyện thời chiến tranh mà sư cô có tham gia. Nhìn vào một tủ kính nhỏ để trong góc phòng có trưng bày một số đồ vật đã cũ :

- Bộ quần áo kia, ngày xưa bà mặc à ?

- Đúng đấy, hồi còn thanh niên, bà hay mặc, nhưng nếu như bom mà ném trúng thì người đi đằng người, áo đi đằng áo - Sư cô cười.

- Mũ này bà cũng đội, hồi ấy...

Sư cô gật đầu:

- Ra đường san lấp hố bom, rồi ngồi trong hầm, bà toàn đội nó đấy. Nó đi với bà suốt dãy Trường Sơn...

Đó là những đồ vật hồi thanh niên xung phong làm đường Trường Sơn mà sư cô còn giữ cũng là nhớ, là thương một giai đoạn hào hùng đầy bi thương không thể nào quên.

Bọn trẻ thấy mấy bức thư, giấy úa vàng, nét chữ viết bằng mực, đôi chỗ hơi phai màu, để trang trọng trong góc tủ, một đứa hỏi:

- Bà ơi! Cho con đọc mấy lá thư đó được không?

Thấy ánh mắt tò mò, háo hức của bọn trẻ, phân vân một lúc, sư cô gật đầu:

- Ờ! Bà cho các con xem, nhưng phải cẩn thận, không được làm rách, vì đây là kỷ vật thiêng liêng mà bà giữ suốt mấy chục năm qua.

Lũ trẻ rất vui, chúng phân công một đứa lớn tuổi nhất trong nhóm, trông có vẻ đàn chị, lấy những bức thư đó, đọc cho cả bọn cùng nghe.

"... anh nhớ thủy lắm. Một mình trông kho đạn giữa mùa lũ, xung quanh nước suối réo ầm ầm, đêm về mưa rả rích, quần áo không khô, đã vậy lại không có lương thực, ăn rau rừng gần mười lăm ngày rồi. Thế mà anh vẫn nhớ thủy...".

Một đứa trẻ reo lên:

- Hồi ấy, đánh nhau như thế mà bà cũng có người yêu!

Sư cô cười buồn, nhìn lũ trẻ đang nhìn mình, lại gật đầu.

Một đứa giục:

- Đọc tiếp đi mày!

Cô bé ấy đọc tiếp:

- ***"Vui thủy nhỉ! Lúc anh đưa cho thủy hơn một mét vải xô xin được ở trạm, nhớ lúc ấy thủy cười, nói: "Chỉ thế này thôi, đến chết thủy cũng không quên anh".***

Một đứa hỏi:

- Vải xô để làm gì hả bà!

Sư cô lại phải giải thích:

- Để làm băng vệ sinh khi phụ nữ đến tháng... đấy con! Hồi ấy khổ lắm, không như các con bây giờ.

Lũ trẻ cười rúc rích:

- Hồi ấy ông bà yêu nhau tâm lý nhỉ. Giờ chúng con chẳng thế đâu...

Một bức thư chữ viết lạ, to, sẫm màu, chỉ có mấy chữ:

"... Bom phạt... anh mất hai chân... máu ra nhiều... một mình không báo cho trạm được... Nhớ thủy... nói với mẹ...".

Một đứa trẻ hỏi:

- Thư này là thế nào, bà?

- Một mình giữ kho lương thực trên đường giao liên, bom ném trúng, anh mất hai chân, trước khi mất, anh lấy máu viết bức thư này cho bà... - Hai giọt nước mắt chảy dài trên nét mặt buồn của sư cô.

Nghe vậy, tất cả lũ trẻ lặng im, nhìn sư cô. Chúng lờ mờ đoán bà mất người yêu, quá buồn. Sau năm bảy lăm, đất nước yên hàn, trước nỗi mất mát quá lớn, bà không lấy chồng nữa, vào chùa đi tu.

... Lũ trẻ về rồi, trả lại khung cảnh ngôi chùa cô quạnh trong buổi chiều hoàng hôn, sư cô ngồi đấy một mình, một bóng.

Lũ trẻ đâu có biết, người viết thư cũng là đồng đội cũ của sư cô, họ, tên đầy đủ của một người con gái: **"Lê Thị Anh"** ./.

Hội An chiều muộn 2/ 2018

BÓNG ĐỔ THỀM

- Chuyện gia đình, một điều nhịn, chín điều lành anh ạ!

- Tôi cũng biết thế. Nhưng khổ, ở cơ quan có không biết bao nhiêu điều bực bội, rồi công việc, vợ tôi biết cả chứ. Thế mà về nhà, vợ không thông cảm, lại còn cằn nhằn đủ thứ chuyện. Về muộn một chút, có tí mùi bia rượu, hay thậm chí... áo quần hơi nhăn nhúm... cũng nói.

- Không, anh đừng để ý chuyện đó, chị yêu anh, mới trách cứ. Mình nên im lặng, tự sửa!

- Chắc anh rất rộng lượng, mới nói vậy!

- Không phải anh ạ! Chính vợ tôi mới là người rộng lượng. Nếu tôi có sai, vợ tôi nhẹ nhàng chờ lúc chỉnh sửa. Bà ấy thương tôi ghê lắm. Bao giờ cũng chờ tôi về mới ăn cơm. Tôi có ra phố hoặc đến với bạn bè, bà bắt tôi phải chỉnh chu áo quần, sửa đến từng cái nếp áo. Sau bữa cơm bao giờ cũng lo cho tôi cây tăm, ly nước...

- Nói về tình thương, vợ tôi cũng không thua vợ anh nhưng không hiểu sao, thương chồng quá thành chi li, chi li đến khó chịu y như tôi còn trẻ con...

- Phải hiểu vợ, thương vợ anh ạ! Không có gì đánh đổi được vợ mình đâu anh ơi!

... Anh giận vợ, chỉ một điều đơn giản, vợ dặn về sớm, để hai vợ chồng đến thăm một người bạn thân của vợ đang ốm nặng. Anh hứa, nhưng, gặp lại người bạn gái cũ thời phổ thông, quá vui, hai người kéo vào một quán cà phê, nói chuyện quên trời đất. Đến lúc giật mình, xem đồng hồ, biết muộn anh vội tạm biệt bạn đứng dậy, vội về nhà...

Vợ không chịu được tính vô tâm của anh, thế là giữa hai người có một cuộc cãi vã. Tức mình, anh bỏ đi...

Lang thang trong công viên ở buổi chiều muộn, sắp chuyển mùa, trời se se lạnh, những chiếc lá vàng rơi nhẹ xuống mặt hồ, anh gặp người đàn ông này. Người đàn ông ấy ngồi tư lự trên ghế đá, ánh mắt buồn nhìn xa xăm. Anh xin phép ngồi cạnh và qua thăm hỏi, thật bất ngờ khi nói chuyện về vợ, cả hai người hình như tìm ra sự đồng điệu, cùng muốn trút bầu tâm sự.

- Theo tôi, anh nên về lại gia đình, nếu mình sai, xin lỗi vợ, làm hòa. Trời sắp lạnh thế này, không khí ấm cúng của gia đình cần cho mình lắm! - Người đàn ông mới quen biết nhẫn nại khuyên anh.

- Xin lỗi mình trở thành người yếu thế! Không đời nào... Một chuyện nhỏ như vậy, vợ tôi cũng xé ra to, không chịu nghe tôi giải thích... - Anh nói.

- Chuyện anh kể, không có gì là lớn, nguyên nhân chính, nghĩ kỹ đi, cũng là do anh. Mình biết lỗi, xin lỗi vợ, là xong. Chị ấy thương anh, chắc sẽ cho qua. Nghe tôi, anh nên về, không nên đi thế này... Ở nhà vợ con lại lo...

- Tôi đi thế này có khi bà ấy sướng ấy chứ! Lo gì - Anh nói, giọng bất cần.

Anh không phải chờ lâu. Vợ anh đi tìm, dáng hớt hải, trên tay cầm thêm chiếc khăn len và cái áo dạ. Thấy anh, vợ anh mừng:

- Khổ quá, em nói thế, nếu không phải cho em xin lỗi. Trời sắp chuyển lạnh, anh lại mặc phong phanh thế này. Anh định đi đâu? Về nhà đi anh! Khăn đây, anh choàng vào cổ, mặc thêm chiếc áo này, kẻo lạnh...

Vợ kéo tay anh đứng dậy.

Anh nhìn người đàn ông mới quen biết, có vẻ ngượng nghịu. Vợ anh vẫn không để ý người bạn mới của chồng, có lẽ nỗi mừng lấn át, kéo bằng được chồng ra chiếc xe ô tô phía xa...

Người đàn ông nhìn theo, hai hàng nước mắt của ông rơi.

Vợ ông mất đã lâu.

Chiếc ghế công viên này, hồi vợ còn sống, chiều nào vợ chồng cũng ra đây cũng ngồi tâm sự.

Bây giờ ông một mình, một bóng... ./.

MẸ

... Công việc nhiều, hay về khuya, nhưng cứ mở cửa lại thấy mẹ ngồi đấy đợi anh:

- Giờ này sao mẹ chưa đi ngủ? - Bực mình, anh hỏi xẵng.

- Không thấy anh về, mẹ không thể chợp mắt được!

- Mẹ biết bây giờ là mấy giờ không? Con đã mệt, mà cứ đêm nào mẹ cũng thế này, làm cho con mệt hơn!

- Sao anh lại nói với mẹ như vậy?

- Vợ con điện, mẹ chưa ngủ, rồi con của con cũng điện cho biết: "Nội vẫn thức ba ạ. Con nói nhưng nội không chịu nghe, cứ nói đợi ba". Đấy mẹ xem, có việc gì đâu. Mẹ cứ đi ngủ trước đi, mẹ thức làm con lo lắng, ảnh hưởng đến công việc của con, của công ty...

- Tôi lo, anh về đến nhà mới yên tâm.

... Anh làm giám đốc một Công ty lớn, nhưng với mẹ, anh vẫn là đứa trẻ. Anh ăn cơm, trong phòng có điều hòa, mẹ vẫn ngồi cạnh phe phẩy quạt để anh mát rồi xem anh ăn thế nào, thỉnh thoảng lại gắp thức ăn cho anh. Những việc mẹ làm khiến anh bực mình:

- Khổ quá! Con ngần này tuổi rồi mà mẹ cứ coi như con nít.

Cách lo chi li của mẹ nhiều lúc làm anh ngượng. Bạn đến chơi với anh, nói chuyện, ăn uống hơi ồn ã, cũng không sao, nhưng thấy mọi người ép anh uống rượu:

"dô... dô...", mẹ chạy ra can ngăn một cách vội vã, bất chấp:

- Nó không uống được rượu đâu. Các anh ép thế là chết con tôi! - Mẹ giằng ly rượu ra khỏi tay anh - Con không được uống nữa!

Mấy người bạn của anh thấy vậy thì ngượng ngập, vì thế cuộc vui chóng tàn, kém vui hẳn. Anh bực lắm:

- Con yêu cầu mẹ, giờ mọi việc của con, mẹ không được can thiệp. Mẹ cứ làm như thế ai còn dám đến nhà mình nữa.

Mẹ có vẻ hờn:

- Ừ thì việc của anh, tôi không thèm dính vào.

Mẹ nói thế, nhưng không sửa.

Tối ấy, anh đi ngủ sớm, giấc say. Ai dè ông Tổng giám đốc đến thăm, mẹ ra đón. Thương anh, mẹ nói dối:

- Em nó không có nhà, ông ạ!

- Sao con thấy xe cậu ấy vẫn để ga - ra?

Ông Tổng hỏi. Mẹ trả lời rất tỉnh:

-Nó đi chung xe với bạn nên xe để ở nhà.

Ông Tổng cười ý nhị, xin phép mẹ về.

Sáng sau, ông Tổng điện cho anh, khen: "Tối qua tôi đến thăm vì biết ông có nhà nhưng mẹ của ông lại nói, ông không có nhà! Tôi đoán, chắc lúc đó ông đang "vui" với vợ!!! Nên bà nói "trớ" đi. Ông có bà mẹ thật tuyệt vời, thương con đến thế là cùng! ". Không biết Sếp khen thật hay khen... "nhắc khéo"??? Anh rất bực chuyện này. Cũng vì chuyện đó anh với mẹ không nói chuyện hai, ba ngày trời. Vợ biết chuyện, khuyên giải:

- Cũng vì mẹ quá thương anh mới vây, anh nên làm lành với mẹ đi!

Anh xin lỗi mẹ, mẹ im lặng không nói gì.

... Mải nghĩ, vào phòng tắm mới sực nhớ là chưa lấy áo quần, nồng nỗng từ trên xuống dưới, ngại mặc lại quần áo, anh nói vọng ra:

- Mẹ ơi! Lấy hộ con cái quần đùi.

Mẹ lập cập vào tủ quần áo.

Rồi lập cập quay ra.

- Ối giời ơi! Sao mẹ lại lấy cái quần đùi của thằng con con? - Anh gắt lên - Áo quần của con để ở ngăn trên ấy!

- Ôi! Mẹ xin lỗi anh, cũng vì vội - Mẹ lại lập cập...

Bỗng ... Anh nghe thấy một tiếng "huỵch" nặng, như người ngã.

Giật mình, anh bung cửa buồng tắm chạy vội ra.

Mẹ ngã sõng soài, chân trái như lệch sang một bên. Mẹ ngất...

Nằm trên cáng, để đưa đến bệnh viện, mắt mẹ nhắm nghiền, tóc bạc bết vào vầng trán lấm tấm mồ hôi, hơi thở mệt nhọc. Anh nhìn mẹ thương lắm, ân hận về lời nói và cả việc làm của mình. Mẹ có mệnh hệ nào, chắc anh không sống được. Anh nắm tay mẹ thật chặt. Đang như vậy, mẹ anh mở mắt, muốn nói điều gì. Anh vội ngăn:

- Mẹ muốn nói điều gì phải không ? Con xin lỗi mẹ, lỗi tại con.

Mẹ hơi lắc đầu, nói ngắt quãng:

- Cũng tại mẹ... cẩn thận một chút... đã không làm khổ con... Mà này, dặn vợ con, đến trước phòng tắm, đi đứng cẩn thận. Chỗ ấy trơn... Nó đang có thai đấy... ./.

Hội An 3/2020

CHIẾC ÁO DÀI MÀU MỠ GÀ

... Hình hài ông bán vé số ngày hôm nay thay đổi.

Ông không mặc bộ quần áo lam lũ hàng ngày, tóc chải gọn gàng, cằm được cạo nhẵn nhụi không còn đám râu mọc lún phún, lưa thưa, xơ xác. Điều tôi ngạc nhiên hơn hơn, bên ngoài ông khoác một bộ comple lịch sự, chân đi giày đen. Ông đến gần tôi, nói tự tin:

- Anh cho tôi mua chiếc áo dài màu mỡ gà kia. - Tay ông chỉ chiếc áo dài màu mỡ gà treo trong tủ kính, ngoài đường nhìn vào rất rõ.

Tôi ngạc nhiên, nói với ông:

- Chiếc áo đó đắt lắm đấy. Ông nhìn bảng giá chưa?

Ông gật đầu:

- Tôi biết. Tôi đủ tiền!

Ông rút trong ví một tập tiền đặt ngay ngắn trước mặt tôi:

- Anh đếm đi!

Tôi vừa đếm tiền, vừa nghĩ. Ông già này thật kỳ lạ. Vợ ông trước đây cũng đi bán vé số, nghe đâu chết rồi. Thế ông mua chiếc áo dài này để làm gì? Giá chiếc áo dài có rẻ đâu? Không lẽ vợ chết, giờ ông mua chiếc áo dài này tặng bồ? Dám lắm, hôm nay ông ta ăn mặc diện đến thế kia cơ mà...

Cầm chiếc áo dài được gói cẩn thận, ông rụt rè nói một lời đề nghị:

- Anh có thể cho tôi tham quan ngôi nhà này một lúc được không?

Thấy yêu cầu của ông cũng có vẻ hơi kỳ quặc, tôi vội khước từ:

- Không được ông ạ. Ông chủ biết được, cháu sẽ mất việc...

- Thế anh cho tôi gặp ông chủ của anh được không?

- Hiện ông chủ cùng gia đình đi nghỉ mát rồi.

Nét mặt ông buồn hẳn, ông nói lẩm bẩm:

- Trời ơi. Không lẽ tôi thất hứa với bà sao...

Nhìn nét mặt của ông già bán vé số lúc đó, tự nhiên tôi thấy ái ngại, muốn biết vì sao ông xin vào thăm ngôi nhà?

Ông già bán vé số chậm rãi kể:

- ... Bố vợ tôi, trước năm 1975 là doanh nhân, chủ ngôi nhà này. Cả tuổi thơ vợ tôi ở đây và tình yêu đôi lứa, nên vợ nên chồng giữa tôi và bà ấy cũng bắt đầu từ ngôi nhà này. Sau năm 1975, chắc lúc ấy anh chưa sinh, hoặc còn nhỏ, thành phố có đợt cải tạo tư sản, ngôi nhà bị nhà nước trưng thu rồi bán hóa giá cho một ông "to". Gia đình bố vợ tôi phải lên khu kinh tế mới. Giấu được ít vàng, cả nhà quyết định vượt biên. Nhưng cuộc vượt biên không thành, mọi người bỏ xác trên biển. May cho vợ chồng tôi đi thuyền khác, cũng không đi được nhưng mạng còn. Vợ chồng tôi dắt díu về lại thành phố. Mất nhà, mất người thân, không hộ khẩu, không có chỗ nương tựa...

- Ông và bà cứ sống như vậy, suốt mấy chục năm? - Tôi hỏi mà trong lòng thán phục.

Ông già bán vé số gật đầu:

- Khổ kể ra không hết, nhưng vợ tôi một người phụ nữ lạ kỳ. Bà thương tôi, không muốn tôi buồn. Từ một nữ sinh sống trong nhung lụa, thế mà vì chồng, bà làm tất cả. Từ làm bánh, bán nước trà dọc bến xe, đến làm thuê rửa chén trong quán ăn. Nghề cuối cùng là bán vé số đó anh.

Nghe ông kể, tôi ân hận, vì có lần tôi cùng mấy người nữa đuổi ông bà không cho đứng dưới hàng hiên tránh nắng, tránh mưa vì sợ ảnh hưởng đến khách mua hàng.

Ông già kể tiếp:

- Bà ấy giấu tôi, tiết kiệm tiền. Đến đúng sinh nhật của tôi, anh biết không, bà ấy mua tặng bộ comple này, nói: "Ông mặc vào đi, cho tôi ngắm, để nhớ ngày chúng mình cưới nhau. Rồi tôi cũng cố gắng tiết kiệm tiền mua một chiếc áo dài màu mỡ gà cho xứng với ông". Nhưng... trời không thương vợ chồng tôi! Bà ấy bị bạo bệnh, mà anh biết, bán vé số, làm gì có tiền chữa. Thế là bà "đi"... - Giọng ông già bán vé số nghẹn ngào - Trước lúc mất bà ấy chỉ có một ao ước được thăm lại ngôi nhà cũ, nơi ghi dấu bao nhiêu kỷ niệm của gia đình, của chúng tôi. Mấy lần, tôi với bà ấy định xin vào...

Nghe ông già kể, tôi muốn sửa lỗi lầm:

- Thôi được ông ạ! Cháu sẽ dẫn ông đi thăm lại ngôi nhà cũ. Nhưng còn chiếc áo dài kia, ông mua...

- Bà ấy mất, nhưng tôi vẫn quyết tâm tiết kiệm tiền mua cho bà ấy chiếc áo dài màu mỡ gà. Tôi sẽ mang chiếc áo dài này ra mộ của bà, hóa vàng để bà ấy mặc ở dưới đó, như ước nguyện...

Đi theo tôi lên từng bậc thang, tay ông già bán vé số vẫn cầm chiếc áo dài rồi ông buông hai vạt áo dài xuống, chiếc áo dài màu mỡ gà đó như đi song song với ông:

- Đấy, bà xem! Có phải chỗ này hồi ấy tôi với bà đứng nói chuyện không? Còn chỗ kia nữa, tôi định hôn bà, bà không cho. Còn chỗ này nữa, bà đưa cho tôi cái ô dặn trời sắp mưa, đi phải nhớ mang theo... Hôm nay tôi mặc bộ comple bà mua cho tôi, còn chiếc áo dài màu mỡ gà mà bà thích, tôi mua cho bà, bà thấy có đẹp không?

Ông già nói thầm thì một cách say sưa với chiếc áo dài y nhưng đang nói với người bạn đời thân thiết, mà quên mất tôi vẫn đang đi bên cạnh… ./.

Chiều Hội An 5/2016

MUỘN RỒI

Chị không ngờ lại có hoàn cảnh éo le này.

Chị là chủ toạ phiên tòa xử anh, chồng cũ của chị.

Anh ngồi sau vành móng ngựa, giữa hai người công an, dáng rúm ró, mái tóc bạc quá nửa xõa bết xuống trán, cặp kính trễ sống mũi, cũng không muốn đẩy lên, đầu cúi gằm, không dám nhìn thẳng, mất hẳn sự đường bệ hàng ngày.

... Chuyện xảy ra cũng đã lâu, gần hai mươi năm rồi, mà nghĩ lại cứ như vừa xảy ra hôm qua.

Hồi đó chị là sinh viên, còn anh là một giám đốc trẻ của một doanh nghiệp nhà nước, nơi chị về thực tập. Tình yêu đến nhanh giữa hai người, một giám đốc năng động, giỏi ăn nói, vóc dáng cao ráo đi cạnh cô sinh viên hoa khôi của trường. Một cặp đôi hoàn hảo, ai cũng khen. Khi chị tốt nghiệp anh, chị quyết định làm đám cưới. Một đám cưới gần như lớn nhất vùng, ai cũng trầm trồ.

Nhưng khi thành vợ, thành chồng chị mới phát hiện ra rằng chồng của chị không phải là hình mẫu của một người đàn ông đàng hoàng mà khi mới yêu chị đã tưởng. Điều đầu tiên là sự gia trưởng, độc đoán không muốn chị tiếp tục con đường học vấn mà ở nhà, lúc chỉ còn hai người, anh thường đay nghiến :

- Sự nghiệp của em không phải là tòa án, nơi xét xử. Một nơi không còn tình cảm, không còn nhân bản, chỉ có sự khô cứng, răn đe, quát nạt... Liệu một người phụ nữ như em có phù hợp không?

Anh đã chạm vào tự ái của chị. Chị theo đuổi ngành này với sự đam mê, muốn xã hội hoàn thiện, con người sống tử tế hơn, luật pháp được thực thi. Không lẽ những điều đó lại không hợp với người phụ nữ? Chị không chấp nhận. Thế là vợ chồng có mâu thuẫn...

- Không nghe anh, có lúc em sẽ ân hận- Anh cảnh báo.

- Em không ân hận còn đường em đã chọn- Chị cương quyết.

Rồi chị phát hiện ở anh những điều khuất tất trong chuyện làm ăn. Nắm vững luật pháp. chị khẽ khàng khuyên, khi chỉ còn riêng hai người:

- Lĩnh vực quản lý của anh, em không can thiệp, nhưng anh cần cảnh giác với nhóm bạn anh đang kết thân. Khi anh làm dự án, là bạn thân, họ phải hỗ trợ anh vốn, kỹ thuật... Đằng này, em toàn thấy họ bàn với anh đi đến ông này, ông kia phải chi bao nhiêu tiền? Rồi tổ chức cho gia đình ông này, ông kia ra nước ngoài tham quan như thế nào...Thậm chí cả chuyện đưa gái, tổ chức ăn nhậu... Tiền làm việc đó có nguồn ở đâu? Chắc chắn không phải tiền túi của anh và của những người bạn kia. Không phải riêng em biết mà em tin, rất nhiều người biết, có điều họ chưa nói ra. Sẽ có lúc ... mà đến lúc đó em e, anh ân hận thì đã muộn!

Anh quát chị:

- Cô không phải dạy khôn tôi, cũng không được xúc phạm đến những người bạn của tôi... Làm kinh tế, không như thế thì ăn cám à?

Có lần anh còn nổi khùng, tát chị.

Dấu hằn của cái tát đó, còn in đậm trong tim chị, đến giờ vẫn rỉ máu. Khi anh có bồ, giả dối với chị thì "giọt nước tràn ly". Ở vị trí chủ tọa nhiều phiên tòa xét xử những vụ án kinh tế, chị nhận ra rằng, tội lỗi của người đàn ông, bao giờ cũng dính, không ít thì nhiều, có bàn tay đàn bà. Chị cảnh báo anh, trước khi ly hôn:

- Anh không nghe tôi, đường quang không muốn, cứ muốn chui vào bụi rậm, sẽ có ngày... Tôi không ghen, cũng không giận anh mà tôi giận bản thân mình, tại sao phải mất mấy năm mới nhận ra con người thật của anh.

Anh nhìn chị với ánh mắt dương dương, tự đắc:

- Con người thật của tôi, tiếc là cô nhận ra hơi muộn. Nhưng tôi tự hào về tôi, nếu không có cái "thật" đó, làm sao có cơ ngơi này!

Nghe anh nói như vậy, chị khinh ra mặt. Ly hôn, chị không cần chia của cải, nhà cửa, ra khỏi ngôi nhà đó, với hai bàn tay trắng.

Chị làm lại từ đầu bằng nghị lực, bằng lòng tự trọng. Giờ thì chị là chủ tọa xử một vụ án tham nhũng mà kẻ cầm đầu là anh.

Chị nhìn anh bằng con mắt giận hờn, khinh ghét pha lẫn thương hại.

Với bản án mười hai năm, anh phải lĩnh vì tội lỗi của mình, không oan. Tòa cho anh nói lời cuối cùng:

- Thưa tòa! Tòa xử đúng người, đúng tội. Tôi chỉ tiếc... Giá như ngày trước. - Anh ngước nhìn chị, nghẹn ngào. - Nhưng thôi, mọi chuyện đã muộn rồi.

Anh không nói gì nữa. Người công an tra còng số tám vào tay anh, dẫn đi.

Trong đầu chị vang lên câu nói của anh: "Muộn rồi".

Nước mắt chị lại chảy./.

Hội An 4/2020

CHIẾC ÁO LEN MÀU HUYẾT DỤ

Thấy chị đi ra, người lái xe trẻ ngỡ ngàng:

- Hôm nay chị ăn mặc như vậy, em ngạc nhiên thật đấy. Mà hôm nay chị sẽ ký hợp đồng với một đối tác nước ngoài.

Chị xem đồng hồ, cười nhẹ:

Buổi chiều mới chính thức vào lễ ký, thời gian còn nhiều. Bây giờ nhờ em đưa chị đến số nhà... đường...

Người lái xe trẻ ngạc nhiên thêm một lần nữa:

- Chỗ đó em biết, toàn nhà người giàu ở. Nhưng không lẽ đến đó chị ăn mặc như... như... người cách đây gần ba mươi năm...

Chị gật đầu:

- Em nhận xét chính xác. Nhưng thôi, đừng tò mò, cứ đưa chị đến đó đi.

Người lái xe không hỏi nữa, mở cửa xe mời chị lên, rồi đánh xe đi. Cậu ta làm sao biết được suy nghĩ của chị lúc này.

... Anh và chị có một tình yêu đẹp, nhiều kỷ niệm. Lẽ ra hai người sẽ đi điểm cuối của cuộc tình, một đám cưới trọn vẹn, nhưng chỉ vì một câu nói của anh, mà đến bây giờ chị nghĩ, không biết mình xử lý như vậy đã đúng chưa? Hay mình đã quá khe khắt, đã cố chấp?

... Chị dẫn anh về thăm gia đình. Nhìn đàn em lút chút đang chơi đùa ở sân, bố cũng vừa đi bừa về, quần nâu, xắn ống thấp, ống cao, cả ngôi nhà lợp ngói ba gian chật hẹp, sân lầm đất... Anh nói giọng có vẻ chán nản:

- Em với anh lấy nhau chắc sẽ khổ. Nuôi cả gia đình em thế này, không biết anh có lo được không?

Chỉ một câu nói đó thôi, chị quyết định...

Anh cố giải thích, chị không chấp nhận. Tính chị như vậy, một là một, hai là hai, dù lúc ấy, thâm tâm, chị vẫn yêu anh rất nhiều. Nhưng cũng phải nói lại, cũng chính câu nói của anh làm động lực cho chị hành động. Chị quyết không an phận nghèo khổ, an phận cho các em thất học, bố mẹ không có chỗ ở đàng hoàng. Chị đi lên từ hai bàn tay trắng, từ nghị lực và cả sự tự ái. Bây giờ chị là chủ một trang trại lớn trồng hoa phong lan để xuất khẩu, là đối tác làm ăn với một số công ty nước ngoài.

Mọi ước nguyện chị thực hiện gần như vẹn toàn. Nhưng về chuyện riêng tư thì đến giờ chị vẫn chưa lấy chồng. Mối tình đầu đẹp nhưng không thành khiến chị cứ giằn vặt suốt mấy chục năm. Có lẽ do chị. Vị tha, độ lượng rất cần cho tình yêu. Hình như lúc đó, chị đã thiếu.

Biết anh giờ đã thành một người giàu có, thành đạt, một gia đình hạnh phúc, như một lần chị thấy anh trả lời phỏng vấn trên ti vi, chị mừng và hơi luyến tiếc. Giá độ lượng một chút... Cũng phải một lần đến thăm anh ấy, chị sẽ ăn mặc y như hồi hai người yêu nhau, một chiếc quần láng đen, sơ mi trắng dài tay, khoác bên ngoài là chiếc áo len màu huyết dụ mà hồi ấy anh tặng chị. Chị nâng niu, giữ gìn hết sức cẩn thận chiếc áo này gần ba mươi năm. Cái màu huyết dụ vẫn tươi nguyên, như tình cảm của chị dành cho anh. Dẫu bây giờ không phải là vợ chồng, nhưng nhìn cách ăn mặc của chị, anh chắc sẽ hiểu chị trân trọng tình yêu một thời của hai người như thế nào?

Anh đón chị, với dáng vẻ đúng như chị thấy trên ti vi, chỉ có thái độ sởi lởi là khác:

- Nhận được điện của em anh rất mừng. Anh ở nhà đón em. Thế em vào thành phố này bằng phương tiện gì?

Nghe anh hỏi vậy, chị hơi giật mình rồi nói dối một cách tự nhiên :

- Em đi tàu hỏa!

- Ờ ! ờ... Đi tàu hỏa cực lắm, em nên đi bằng máy bay. Giờ em làm gì ?

Chị cười, cố gợi cho anh chú ý:

- Nhìn em ăn mặc thế này, chắc anh biết công việc của em rồi. Em làm việc ở nhà, cán bộ xã...

- Ờ! ờ... Tiền lương cán bộ xã làm sao nuôi đủ gia đình. Khổ. - Anh chặc lưỡi - Cán bộ xã đâu cũng thế thôi, lương không đủ sống, chắc em vất vả lắm.

Chị không trả lời câu hỏi của anh mà hỏi lại:

- Thế còn gia đình, vợ con anh ?

Anh hớn hở giới thiệu, còn hơn cả "khoe" về vợ và con. Nhưng chị lúc này dường như không nghe anh nói gì. Mọi suy nghĩ trôi đi trong vô định. Lẽ ra không nên đến thăm anh ấy. Quá khứ đã ngủ yên gần ba mươi năm, mình lại muốn khơi ra. Không đến thì hay hơn. Anh có để ý đâu mà mình... Mình quá tin vào một sự "thánh thiện" của tình yêu. Hóa ra niềm tin ấy gửi không đúng chỗ. Hồi đó mình quyết định như vậy là đúng vô cùng, không việc gì phải ân hận. May mà...

Anh dẫn chị đi, khoe căn biệt thự gia đình đang ở. Này đây phòng khách, đây phòng ăn, đây phòng riêng hai vợ chồng, phòng của các con cùng các tiện nghi đắt tiền.

Tự nhiên chị thấy màu huyết dụ của chiếc áo len lạc lõng một cách lạ kỳ giữa căn phòng này. Cái màu mà chị nâng niu, gìn giữ suốt gần ba chục năm.

... Tiễn chị ra cổng, anh nói:

- Để anh gọi tắc xi. Từ đây đến chỗ em, giá rẻ lắm.

- Cảm ơn anh, em quen đi bộ rồi. Anh đừng gọi!

Chị bươn bả đi, đi mà như chạy, thầm nhủ: "Lạy giời, anh ấy đừng đi theo". Đi được một quãng xa, chị mới dám quay đầu lại. Cánh cửa biệt thự đóng từ lúc nào!

Thở phào, nhẹ nhõm, chị gọi điện cho người lái xe trẻ đến đón. Về lại khách sạn, chị thay quần áo. Ở khách sạn bước ra, trước khi lên xe đi đến chỗ ký hợp đồng, chị đưa cho anh lái xe trẻ một gói đồ:

- Em xem, có chỗ nào cần áo ấm, em giúp chị cho họ gói đồ này.

Đưa chị đến chỗ ký hợp đồng xong, quay ra xe, anh lái xe trẻ giở gói đồ ra xem.

Trong gói đồ đó có chiếc áo len màu huyết dụ./.

MỘT LẦN VÀ MÃI MÃI

Mối tình đầu có nhiều điều buộc để người ta phải nhớ, nhớ rất lâu. Đó là tình yêu đầu tiên, rất thánh thiện, nhưng thường dễ đổ vỡ bởi những lý do không đâu. Cuối cùng, sau này suy nghĩ lại, rất lạ, hình như ai cũng thấy khuyết điểm của mình, muốn tha thứ cho người kia. Chuyện của Tuấn và Mai là như vậy. Sau khi chia tay Mai, Tuấn mất bao nhiêu đêm không ngủ, trằn trọc, suy nghĩ: "Vì sao mình lại chia tay?". Mai tốt với Tuấn đến thế kia mà! Gần như với Tuấn, Mai dám hy sinh tất cả. Hồi tưởng lại những kỷ niệm, Tuấn thấy mình có lỗi nhiều hơn...

Khi Tuấn hiểu điều đó thì mọi chuyện đã muộn. Tuấn muốn gặp lại Mai, cũng là một lời xin lỗi. Tuấn đi tìm Mai. Hơn hai mươi năm qua Tuấn vẫn cố công âm thầm đi tìm.

Nhưng gần như "Mò kim đáy biển". Mai công tác ở đâu? Có hoàn cảnh gia đình như thế nào? Tất cả rất mơ hồ, không rõ ràng...

Tuấn thở dài, thất vọng.

Nhưng... giữa lúc tưởng "mò kim đáy bể", thì tình cờ Tuấn biết được địa chỉ của Mai. Tuấn được ông Tổng biên tập phân công về một bệnh viện của một thành phố lớn viết phóng sự. Khi đi qua bản tin của bệnh viện ghi trên bảng đen, Tiến dừng lại đọc một thông báo: " *Ban Giám đốc bệnh viện quyết định thưởng hai trăm ngàn đồng cho các y, bác sỹ có tên dưới đây vì thành tích trong tháng vừa qua...".* Trong tên của những người được nhận thưởng, Tuấn thấy họ ghi tên "Nữ bác sỹ: Thái Thị Mai". Tuấn giật mình, như có một luồng điện chạy dọc sống lưng. Có đúng là Mai đấy không? Ông bác sỹ, Trưởng Khoa, khi nghe Tuấn hỏi, đã gật đầu:

- Đúng rồi, chị Mai quê ở Quảng Xuân. Đó là một bác sỹ giỏi của khoa chúng tôi. Chị ấy được cả tập thể yêu quý. Chỉ tiếc một điều - Người bác sỹ Trưởng khoa thở dài - Chị ấy lập gia đình muộn. Chị lấy một người chồng, không may anh ấy bị nhiễm chất độc màu da cam. Bệnh anh ấy nặng lắm Bây giờ chồng của chị Mai chỉ nằm một chỗ. Có bao nhiêu tiền chị Mai đổ hết vào chữa bệnh và chăm sóc anh ấy. Kinh tế gia đình rất khó khăn, nhưng chị ấy cam chịu không một lời trách móc. Cả bệnh viện chúng tôi ai cũng thương và cảm phục chị ấy.

- Vì sao chị ấy lại lấy chồng muộn thế ạ? - Tuấn làm như vô tình hỏi.

- Nghe đâu trước đây chị ấy cũng có một mối tình đầu, chắc là rất đẹp! Nên bao nhiều người đến đặt vấn đề, chị ấy cứ lần lữa. Ấy thế đến khi gặp người lính kia vào điều trị, khi biết anh ấy không có gia đình, anh em, chị quyết định yêu và lấy anh đó.

Nghe ông bác sỹ Trưởng khoa nói vậy, càng thôi thúc Tuấn muốn đến gặp Mai.

Tuấn cũng muốn cuộc gặp này hoàn toàn bất ngờ. Tuấn tưởng tượng ra, khi Mai gặp lại Tuấn chắc chắn sẽ ngạc nhiên, sẽ có những giọt nước mắt lăn dài, sẽ có những tiếng nói thổn thức: "Mai đã chờ Tuấn bao nhiêu năm trời. Tuấn đi những đâu để cho Mai tìm mãi. Giá như Tuấn chưa có gia đình, đến với Mai sớm hơn

...". Nếu Mai không nói với Tuấn điều đó, thì Mai sẽ nói những câu tương tự. Tuấn tin như thế !

Ngôi nhà của Mai nằm sâu trong một kiệt nhỏ, gọn gàng khang trang. Trước cổng có một bụi hoa dâm bụt, mấy bông hoa đang nở, đỏ hồng. Nhìn thấy hoa dâm bụt, Tuấn lại nhớ kỷ niệm xưa kia, hồi hai đứa mới yêu nhau, hay tâm sự dưới một bụi hoa dâm bụt sau một ngôi chùa. Chính dưới bụi hoa dâm bụt ấy, Tuấn đã đặt những nụ hôn cháy bỏng lên đôi môi của Mai. Nghe tiếng người hỏi, từ phía nhà trong Mai bước ra. Khi nhìn thấy Tuấn, Mai sững lại, ánh mắt thoáng ngạc nhiên, hơi bối rối:

- Ôi! Tuấn! Làm sao Tuấn lại tìm thấy nhà của Mai? Tuấn vào nhà đi.

Tuấn bước vào nhà, nhìn Mai. Hơn hai mươi năm, nét mặt của Mai không thay đổi mấy. Vẫn đôi mắt đăm đắm, phảng phất đượm buồn. Cả khuôn mặt trái xoan kia nữa, hơn hai mươi năm thời gian đâu có xoá đi được. Tuấn nhìn mà nhớ!

Thấy Tuấn cứ đứng sững nhìn mình, Mai kéo chiếc ghế ra, mời Tuấn ngồi:

- Sao cứ nhìn Mai vậy? Mai thay đổi nhiều lắm phải không? Tuấn ngồi xuống đi.

Rồi Mai lăng xăng rót nước, dáng rất tất bật, làm cái gì cũng lúng túng. Tuấn nhìn Mai bao nhiêu kỷ niệm ngày xưa, vụt dậy, sống động. Tuấn đảo mắt nhìn quanh ngôi nhà Mai đang sống. Cách bài trí của căn phòng thực giản dị. Một bộ bàn ghế gỗ để tiếp khách. Chỗ khám bệnh của Mai ở góc phòng cũng đơn giản chỉ để vài lọ thuốc, trên tường mắc một ống nghe... Đối diện để một cái ti vi nhỏ, có lẽ lúc rãnh rỗi để Mai xem. Mai ngồi đối diện rồi đưa cho Tuấn cốc nước vừa rót, nói thân mật:

-Tuấn uống nước đi. Hơn hai mươi năm giờ mới gặp lại nhau, Mai thấy Tuấn chẳng thay đổi chút nào. Thế làm sao Tuấn lại tìm được nhà của Mai?

Tuấn không trả lời câu hỏi của Mai, mà hỏi lại:

- Dạo này Mai sống ra sao ?

- Tuấn hỏi như vậy để làm gì?

- Nếu Mai có khó khăn... - Tuấn định nói tiếp, nhưng chợt thấy nói vậy là không nên nhưng Tuấn tin, chỉ nói vậy Mai cũng hiểu.

Mai cười, tiếng cười hồn nhiên trong trẻo y như dạo nào khi hai đứa mới yêu nhau, đi dọc con mương sóng sánh ánh trăng:

- Cảm ơn sự quan tâm của Tuấn. Nhưng cuộc sống gia đình của Mai có lẽ... không cần sự quan tâm đó. Mọi người sống thế nào thì mình sống thế nấy. Thế còn gia đình Tuấn?

Mai hỏi lại. Chuyện này Tuấn không giấu, Tuấn đã có gia đình, kinh tế khá giả. Vợ chồng Tuấn có hai con, đứa đầu chuẩn bị tốt nghiệp đại học, một gia đình hạnh phúc. Dẫu thế Tuấn vẫn không quên được Mai. Mai lại cười:

-Thế thì ... Mai chúc mừng cho Tuấn. Mai cũng báo tin cho Tuấn biết, Mai cũng có một gia đình hạnh phúc. Anh ấy rất thương Mai...

Tuấn định nói, không phải, Mai giấu Tuấn. Mai đang sống với người chồng bị nhiễm chất độc màu da cam, cuộc sống rất vất vả. Nhưng Tuấn lại kìm lại, không nên nói điều đó! nhất là lúc này, dẫu là hơn hai mươi năm mới gặp lại nhau, hãy nhắc lại những kỷ niệm xưa, những kỷ niệm cháy bỏng của mối tình đầu, thật trong sáng, thật đẹp. Tuấn cũng muốn giãi bày với Mai, tuy là muộn, những suy nghĩ, những ân hận thực của mình. Để Mai hiểu Tuấn, thông cảm mà xoá đi những hiểu lầm không đáng có. Để bây giờ, tuy không thể đến được với nhau, vẫn giữ một tình bạn đẹp. Nhưng điều mà Tuấn ngạc nhiên, Tuấn nhắc lại những kỷ niệm cháy bỏng có lẽ đến chết mới quên được của hai đứa thậm chí Tuấn có nhớ là viết cho Mai bao nhiêu bức thư? Mai vẫn cười, lắc đầu một cách một cách bình thản:

- Làm gì có những chuyện như vậy giữa hai đứa chúng mình. Tuấn chỉ giỏi hư cấu, tưởng tượng. Biết thế này, hồi đó mà Tuấn thi vào ngành văn học có khi bây giờ đã trở thành nhà văn. Chỉ có một, hai lá thư khi Tuấn vào đại học gửi cho Mai thôi, "ông tướng" ạ! Nhớ lại đi! - Giọng Mai như đùa cợt.

Đến lúc này thật sự Tuấn buồn cho Mai, cho cả cuộc gặp gỡ rất "vô duyên" này. Tưởng cuộc gặp gỡ này sẽ là một kỷ niệm đẹp nữa để cho hai đứa nhớ, Mai sẽ rất vui, không ngờ... Mai đón tiếp Tuấn gần như một người dưng, rồi những kỷ niệm gần như Tuấn coi đó là thiêng liêng, chắc Mai cũng nghĩ như thế. Gợi lại những kỷ niệm đó thế nào Mai cũng cảm động. Tuấn nhớ, nhớ đến từng chi tiết của từng kỷ niệm thì Mai quên tất cả... Một con người quá vô tư! Coi mối tình đầu thật nhợt nhạt! Sống không sâu sắc. Một con người như vậy có gì để cho Tuấn phải nhớ, phải quan tâm...

Tiễn Tuấn ra về, Mai nói :

- Có điều kiện, Tuấn đưa cả gia đình đến đây chơi! Cho Mai gửi lời thăm vợ của Tuấn cùng các cháu...

Tuấn gật đầu một cách miễn cưỡng, chán nản, nghĩ thầm: "Mai ơi! Không có điều đó đâu! Có lẽ đây là lần thăm cuối cùng của Tuấn. Cuộc chia tay của hai mình dạo ấy, Tuấn tưởng là vô lý, hơn hai mươi năm sau Tuấn thấy có lý ...".

Tuấn đi rất xa, quay lại vẫn thấy cạnh bụi hoa dâm bụt, mấy bông hoa nở đỏ một màu hồng, Mai đứng nhìn theo...

Tuấn nhìn Mai, lắc đầu nhẹ rồi quay lại, bước đi những bước dứt khoát. Tuấn như muốn quên hình ảnh đó.

Lúc này làm sao Tuấn biết, bây giờ Mai mới để những giọt nước mắt lăn dài trên má.

Nhận được điện thoại của ông bác sỹ Trưởng khoa, báo cho Mai biết có một nhà báo tên Tuấn hỏi thăm. Suốt từ hôm đó đến giờ trong dạ của Mai luôn bồn chồn, mong có cuộc gặp gỡ này. Chỉ một lần nhìn thấy Tuấn là Mai mãn nguyện. Bao nhiêu kỷ niệm của hai đứa, Mai nhớ hết, thậm chí còn nhớ kỹ hơn Tuấn. Bao nhiêu lá thư Tuấn gửi cho Mai, Mai vẫn giữ cẩn thận. Nghe Tuấn nói đã có một gia đình hạnh phúc, Mai không mong gì hơn. Mai biết, giờ này Tuấn đến thăm Mai, nghĩa là Tuấn còn thương Mai. Bụi dâm bụt kia, Mai trồng để nhắc lại một kỷ niệm không thể nào quên...

Nhưng lúc này không thể và không nên khi giữa Tuấn và Mai đã có gia đình.

...Cũng vừa lúc đó từ phía trong, có tiếng người đàn ông nói vọng ra:

- Mai ơi, em vào đỡ anh ngồi dậy. Anh đau lưng quá!

Mai lấy khăn lau sạch nước mắt rồi quay vào.

Mai đến bên giường đỡ chồng ngồi dậy. Chồng của Mai vừa cố ngồi dậy, vừa hỏi:

- Lúc nãy em có khách à?

- Vâng, có một người đến khám bệnh! Anh ấy về rồi.

Thấy mắt của Mai còn rơm rớm nước mắt, hơi đỏ, chồng của Mai lấy tay chùi nhẹ, hỏi ân cần:

- Mắt em làm sao thế?

- Có hạt bụi rơi vào mắt, không sao đâu anh!

Mai lấy tay đấm nhẹ lưng chồng cho anh ấy bớt mỏi. Chồng của Mai cảm động, nói nghẹn ngào :

- Anh biết, anh làm khổ em nhiều. Nhưng những lúc anh đau thế này, có em bên cạnh, anh thấy hạnh phúc vô cùng. Anh biết ơn em nhiều lắm! ./.

THOÁNG HƯƠNG GIÓ ĐỒNG

Quả là những ngày tôi về công tác ở xã Tân Việt, một cái xã nằm heo hút sát vùng biên giới mà không gặp em thì chắc buồn đến cỡ nào. Đợt đi công tác của tôi lần này, nói cụ thể hơn là sự chạy trốn. Tôi với Bích có một tình yêu đến lạ, cứ gần nhau là y như rằng có chuyện, có những chuyện vì nguyên nhân không đâu thế là giận nhau đến cả tuần, không ai chịu nói với ai một câu nào. Ấy vậy xa nhau mới có một ngày là nhớ, rồi tôi lại phải làm lành trước, lại điện thoại, lại xin lỗi... rồi đến lúc gần nhau, chỉ ngồi với nhau được một lúc lại có chuyện... Phải nói tôi cũng mỏi mệt về chuyện này. Mới yêu nhau còn thế, sau này thành vợ, thành chồng thì sao? Tôi rất bực mình cái tính đỏng đảnh của Bích, rồi nhiều lúc bực mình cho chính mình, tại sao mình yếu đuối, không thể dứt khoát với Bích. Hễ đi làm việc thì thôi, còn đêm về khi gác tay lên trán, giận đấy, mà vẫn nhớ Bích, có đêm không ngủ được... Có lẽ tôi phải xa Bích một thời gian để tĩnh tại, để tự cân đối tình cảm của mình. Vì thế khi cơ quan phân công về xã Tân Việt, một xã thuộc vùng sâu, vùng xa làm công tác điều tra dân số trong vòng một tháng, tôi đồng ý liền không một chút thắc mắc. Chuyến công tác này tôi không báo cho Bích biết. Hôm sau, tôi đi ngay với một thái độ sốt sắng làm cho chính ông giám đốc của cơ quan tôi cũng ngạc nhiên.

Xã Tân Việt là một xã rất nghèo, người dân ở đây chủ yếu đi làm thuê, cuốc mướn, thanh niên trong xã bói không ra một người học hết lớp mười hai. Đến ngay Uỷ ban nhân dân xã cũng không có nhà khách. Ông chủ tịch xã tiếp tôi trong một cái trụ sở xã sơ sài tỏ ra áy náy: "... Anh thông cảm, ngân sách ở trên cấp về chủ yếu là xóa đói, giảm nghèo chứ để xây dựng thì chưa có. Còn ngân sách của xã, đấy anh cứ nhìn sinh hoạt của dân ở đây thì hiểu, tiền đâu xây dựng nhà khách...". Để giải quyết chỗ ở trong thời gian lưu lại, ông chủ tịch xã đưa tôi về nhà của em: "... Nhà ấy nghèo, nhưng giàu cái tình. Cả nhà có truyền thống nuôi giấu cán bộ từ hồi kháng chiến chống Mỹ. Hiện nhà có năm người, đôi vợ chồng và ba người con. Người chồng bị cụt cả hai chân do dẫm phải mìn còn sót lại từ hồi Mỹ đóng. Bà mẹ làm nghề mót lúa, còn con bé Mai, lớn nhất. Con bé ngoan đến lạ, học hết lớp chín thì nghỉ học ở nhà giúp mẹ, giúp ba. Không có nó, nhà ấy chắc khổ..." Ông chủ tịch xã vừa đi, vừa kể với tôi. Ông chủ tịch xã nói điều ấy có thể để tôi khỏi lạ lẫm và cũng có thể cho tôi thông cảm với hoàn cảnh nghèo khó của xã. Tôi vẫn lặng im đi bên ông nghĩ vẩn vơ, có khi về đây lại hoá hay hiểu mình hơn và hiểu Bích hơn. Tôi hỏi ông ấy một câu chẳng đâu vào với đâu: "... Xã mình nghèo thì cũng phải tính làm cách nào đó, cụ thể hơn để xoá nghèo đi chứ !". Ông chủ tịch xã nhăn mặt: "... khó lắm anh ơi! Bao nhiêu ông Trung ương về đây bàn nát nước rồi mà chưa gỡ ra được. Cái chính là trình độ thanh niên ở đây thấp quá. Như con bé Mai, ở cái nhà tôi với anh sắp đến đó. Nó học thông minh lắm, cũng vì nghèo đành bỏ học giữa chừng. Nó thôi học cũng đến bốn, năm năm nay rồi... Bây giờ nhà nào có con gái lại hoá hay, dễ xóa đói giảm nghèo...". Thấy cái nhìn thắc mắc của tôi, ông chủ tịch xã giải thích: " ... Hiện tại con gái trong xã toàn lấy chồng Đài Loan, đó là cách xóa đói giảm nghèo tích cực nhất, nhiều nhà thoát nghèo nhờ việc đó...". Giọng ông buồn buồn: "...Nói là nói thế thôi, chứ hay ho gì... cứ như là bán con ấy. Cũng có đứa nhất quyết không lấy chồng Đài Loan, như con bé Mai. Nhiều đám mai mối muốn nó lấy chồng người nước ngoài, hứa cho nhiều tiền xây nhà, nó nhất quyết không đồng ý vì muốn ở nhà với mẹ, với ba. Con bé xinh người, đẹp nết thấy tiền không lóa mắt, ở đây ai cũng mến...".

Khi tôi và ông chủ tịch xã đến nhà em, may lúc đó có em ở nhà chăm sóc ba, ba em bị đau. Mai tiếp tôi mới đầu thoáng ngỡ ngàng. Còn tôi, không nói ra nhưng cũng thầm nhận xét, em xinh thật, làm nông nhưng làn da em rất trắng cứ như thể làn da ấy được phớt một lớp phấn mỏng. Đôi mắt em mở to, ngạc nhiên, thái độ hơi bối rối khi biết tôi sẽ được xã bố trí ở nhà này. Căn nhà tuềnh toàng, chẳng có cái gì đáng giá, có căn buồng bỏ không, tôi sẽ ở trong đó. Cũng từ hôm đó, coi như tôi trở thành một thành viên trong gia đình này. Cũng khỏe, tiêu chuẩn đi công tác, từ tiền trọ, tiền ăn... tôi đưa tất cho Mai để em lo. Còn tôi mỗi một việc, ban ngày đi hết mọi gia đình trong xã này ghi chép, tối về thống kê số liệu. Tôi muốn làm việc nhiều, cũng không phải là người tích cực mà cốt xoá đi hình ảnh Bích trong đầu, không muốn có giây phút nghỉ ngơi. Vì cứ ngơi nghỉ là hình ảnh Bích lại hiện về dằn vặt tôi. Ban ngày trên chiếc xe máy, tôi dong ruổi đi hết nhà này đến nhà kia, buổi tối giở sổ ra nghi chép... Cũng vì làm việc với tốc độ như vậy công việc nhanh hết. Có ngày dự kiến mười giờ tối việc mới xong, thì tám giờ tối việc đã đâu vào đấy. Thời gian còn lại, chẳng lẽ ngồi không, tôi kiếm việc để làm. Tôi bắt mấy đứa em của Mai mang vở ra tôi kiểm tra bài. Tôi bày cho chúng nó làm toán, đọc chính tả cho chúng nó chép. Bọn trẻ con có vẻ thích tôi, căn nhà đơn sơ, một ánh đèn dầu không soi tỏ tất cả nhưng tiếng cười của bọn trẻ nhỏ khi ngồi nghe tôi kể chuyện cổ tích đã làm căn nhà như sáng thêm trong đêm.

Mai hay đứng cạnh bàn học để xem tôi dạy các em học. Đôi khi em cũng ngồi cạnh nghe những câu chuyện tôi kể, những chi tiết ngộ nghĩnh của câu chuyện do tôi bịa ra cũng làm em cười: "...Anh Thu kể chuyện vui thật đấy, anh cứ ở đây kể mãi cho chúng nó nghe đi, đừng về nữa". Tôi hỏi lại, nửa đùa, nửa thật: "... Anh ở lại, em có đủ gạo nuôi anh không? Anh ăn khoẻ lắm!". Mai nói nghiêm túc với tôi: "Anh cứ ở lại xem, em sẽ kiếm đủ gạo cho anh ăn. Còn không á! Em sẽ nhịn cho anh ăn! Được không?". Nghe Mai nói thế, tôi lại nghĩ đến Bích, Bích của tôi chưa bao giờ nói được một câu như thế .Thấy tôi thở dài, Mai nói với tôi: "Anh không tin à! Em nuôi được cả nhà thì thêm anh chẳng đáng là bao, em cũng nuôi được mà...". Lời của em rất thật, làm tôi cảm động. Tôi nói với em: "Anh mà ở lại thì có tiêu chuẩn nhà nước chứ, em lo gì..." Mai tưởng tôi nói thật, em có vẻ vui. Rồi... đêm ấy, một đêm trăng sáng, trong ánh trăng vằng vặc, mênh mang trải rộng khắp cánh đồng. Xong mọi việc tôi chợt thấy trống trải vô cùng, mấy đứa em của Mai cũng đã lên giường đi ngủ, Mai đi đâu đó chưa về, căn nhà trở lại sự im ắng vốn có. Tôi nhớ Bích vô hạn, chắc giờ này em cũng chưa ngủ, có thể em đang nghĩ đến tôi... Không ngủ được, tôi lặng lẽ đi ra ngoài. Chân bước những bước như vô định dọc bờ kinh, trong đầu toàn những suy nghĩ vẩn vơ, rồi lại ao ước công việc mau xong để trở về gặp lại Bích. Nếu gặp lại Bích tôi sẽ nói cho Bích hiểu, xin lỗi Bích. Phải cố bỏ đi những tính tự ái vớ vẩn, kể cả hai người, cùng nhìn về một hướng, cùng đi trên một con đường, tôn trọng lẫn nhau... Đó mới là tình yêu đích thực. Chợt... tôi nghe

có bước chân đằng sau, giật mình quay lại. Tôi nhận ra Mai.
Em cười, đi lại gần tôi: "Em về gần đến nhà thấy anh đi ra đây, em đi theo. Em đi theo anh một đoạn xa mà anh không biết đấy. Tối thế này anh định đi đâu?". Có định đi đâu? Tôi không muốn nói ra sự thật suy nghĩ của mình, tôi tìm cách nói khác đi: "... Đêm nay trăng đẹp quá anh muốn đi dạo..." . Tôi đề nghị với Mai: "... Em đi với anh được không?" Em đồng ý liền. Tôi hỏi Mai đi đâu về? Em kể chuyện mình đi dự đám cưới của một người bạn lấy ông chồng người Đài Loan ở ấp bên, giọng không vui. Em nói: "Đám cưới mà buồn lắm, anh ạ! Chồng con nhỏ hơn nó đến ba chục tuổi, nhìn cứ như ba với con. Về làm dâu bên ấy chắc khổ anh nhỉ? Ở quê mình có khổ mấy cũng vẫn sướng hơn bên ấy đúng không anh? Vì ở bên này có ba, có mẹ, có các em và bây giờ... lại có anh.". Em nói câu này mạnh bạo, đúng chất miền Tây. Có Mai đi bên cạnh, tự nhiên tôi thấy vui, hình ảnh của Bích mờ đi trong chốc lát. Mai đi cạnh tôi, gió hương đồng trong đêm trăng thổi vờn từ mái tóc của Mai đưa đến tôi một hương thơm mùi sả thoang thoảng, dìu dịu. Tôi cố hít thật sâu cái hương thoảng đó nhưng... cũng cố không để Mai biết. Tôi hiểu, ở nhà Mai gần hai tuần, Mai dành nhiều tình cảm cho tôi, em lo cho tôi từng bữa ăn, thậm chí, đến bộ áo quần tôi thay ra chưa kịp giặt, Mai đã giặt hộ, cả gia đình Mai đều mến tôi... Ánh mắt em nhìn tôi, như muốn nói với tôi nhiều điều.Nhưng không thể khác được Mai ơi!Vì tôi đã có Bích! Bích làm cho tôi giận đấy, dẫu sao tôi vẫn yêu Bích, hình ảnh Bích đối với tôi là tất cả không dễ gì có ai thay thế được. Giá như tối nay, không phải là em mà là Bích bên tôi, chắc sẽ là một tối rất hạnh phúc. Mai vẫn đi bên cạnh tôi, nhẫn nại, chịu đựng, câu hỏi của em làm tôi bừng tỉnh: "... Anh Thu nghĩ gì mà

im lặng thế? Anh nghĩ về người yêu phải không?". Tôi vội chống chế: "... Anh nói với em rồi, người như anh, ai người ta yêu". " Vì sao thế?". " Cán bộ nhà nước mà em, lương của anh chỉ đủ sống. Nghề của anh lại không làm gì được để kiếm thêm tiền. Con gái bây giờ chỉ thích người giàu có, mà anh lại nghèo". Không hiểu sao tôi lại nói lưu loát với em những câu như vậy. Em cười nho nhỏ khi nghe tôi nói như thế. Em hỏi lại: "Vậy anh Thu cho Mai hỏi nhé, tiêu chuẩn chọn người yêu của anh là thế nào?". Tối nay có Mai bên cạnh, em đã giúp tôi giải thoát một nỗi buồn, bên em, tối nay làm cho tôi vợi bớt đi nỗi cô đơn. Tôi trả lời cứ y như mọi việc được sắp đặt đâu vào đấy: "Tiêu chuẩn chọn người yêu của anh thật ra rất bình thường. Chẳng cần giầu, nghèo, cũng không cần trình độ... Chỉ cần một điều thật sự thương nhau, tôn trọng nhau... Đấy, tiêu chuẩn chọn người yêu của anh đấy". Tôi nói với Mai như vậy cũng có phần giả tạo, chứ thực ra tình yêu bây giờ làm sao không có sự tính toán. Tôi đã phải chọn lựa bao nhiêu đối tượng mới đến với Bích. Bích của tôi là con một, nhà khá giả, có việc làm ổn định. Nghĩa là, với điều kiện ổn định kinh tế, yêu Bích, tôi chẳng phải lo lắng một điều gì cả. Chỉ phải vì Bích là con một, được nuông chiều từ bé nên tính tình có phần bướng, luôn cho là mình đúng, bắt mọi người phải nghe theo... Tôi với Bích hay bất đồng những chuyện như vậy. Trở lại với thực tại, ánh mắt của Mai dưới ánh trăng lấp lánh, hình như không hiểu, tôi... hay em, sau câu nói của tôi, đã đi gần nhau thêm một chút. Làn áo mỏng của em đã động đến gần cánh tay của tôi. Mùi hương sả, không phải... cả cái mùi hương của người phụ nữ đã choáng ngợp trong tôi tất cả. Xung quanh vắng lặng người, chỉ có ánh trăng, có gió đồng thổi, và đây nữa, một bãi cỏ mền mát lạnh hơi sương bên dòng kênh, nước như nhuộm ánh trăng vàng lấp loá... Tôi và em cùng đứng lại, sát nhau hơn nữa. Tôi đặt vào môi em một nụ hôn thật đậm, cháy bỏng. Em gần như lả người trong vòng tay ôm của tôi...

Sau tối đó Mai gần như không giấu diếm tình cảm của em dành cho tôi. Còn tôi, tôi lại ân hận, hình như mình đã đi hơi quá đà trong chuyện này. Tôi có cảm giác rằng tôi có lỗi với em và cả với Bích nữa. Không giấu, tôi là thằng đàn ông nghiêm túc. Việc tôi hôn em giữa đồng trong đêm trăng tối ấy, tự dằn vặt, lẽ ra không nên có thì hơn. Tôi không nên để Mai hy vọng, tội cho em vô cùng. Nhưng... để nói ra sự thật đó với em tôi lại thấy khó, vì từ hôm về ở nhà em đến nay, tôi nói mình chưa có người yêu và em cũng tin tôi, với niềm tin tưởng tuyệt đối.

Cũng từ tối hôm đó, tôi tự dặn mình, không nên đi sâu nữa chuyện tình cảm với Mai mà nên có một khoảng cách. Sẽ lựa một lúc nào đó thật thích hợp tôi nói với em sự thật, tôi không thể đến với em. Trước mắt, không nên kéo dài thời gian ở đây, thế là tôi làm việc cật lực. Tôi nói dối với Mai, lẽ ra công việc phải gần hai tuần nữa mới xong, hiện tại cơ quan yêu cầu tôi nên kết thúc công việc càng sớm, càng tốt để về vì ở cơ quan đang triển khai công việc khác rất cần tôi. Em nghe tôi nói như vậy, buồn ra nét mặt, nhất là ánh mắt, chưa chia tay mà ánh mắt của em nhìn tôi lúc nào cũng như khóc, tôi không thể chịu được khi nhìn vào ánh mắt ấy.

Không! Có lẽ tôi phải nói ra sự thật, dù sự thật ấy có đau lòng. Trước khi tạm biệt, tôi đã viết cho em một bức thư:

" Mai !

Anh không dám đùa với tình cảm của em đã dành cho anh. Ngàn lần em hãy cho anh xin lỗi để anh nói

thật, anh đã có người yêu. Người yêu của anh cũng chạc tuổi em, đang đợi anh về. Rất cảm ơn em và gia đình đã dành cho anh những tình cảm vô cùng sâu đậm trong những ngày anh về đây công tác, không bao giờ anh có thể quên em và nơi này. Hẹn em một ngày rất gần anh sẽ về lại thăm em và gia đình.

Anh mong em sẽ có hạnh phúc.

Rất nhớ em!

Anh..."

Tất nhiên tôi không đưa bức thư này ngay cho Mai, vì tôi không muốn chứng kiến cảnh em đau khổ khi niềm tin của em bị tổn thương. Tôi để bức thư trong quyển sổ nhỏ rồi gói lại thật cẩn thận. Trước khi tạm biệt về lại cơ quan, tôi sẽ trao lại món quà này cho em.

Cuối cùng ngày chia tay cũng đã đến, cái phút bịn rịn khó cất thành lời. Tôi đưa cho Mai gói quà nhỏ trong đó có bức thư của tôi gửi cho em: "Để anh về, em hãy giở gói quà này ra, trong đó có bức thư của anh, em đọc kỹ nhé. Dù ở đâu, xa như thế nào anh cũng rất nhớ em và gia đình. Rồi có một ngày rất gần anh sẽ về lại thăm em. Trong hoàn cảnh nào, chúng ta vẫn nghĩ tốt về nhau chứ". Hình như em cũng chưa đoán được hết câu nói của tôi mà gật đầu rồi Mai nói với tôi trong nước mắt: "Em cũng mong thế, mong có ngày anh về lại đây thăm em và gia đình. Lúc nào em cũng chờ anh". Mai tặng tôi một gói quà, về đến nhà tôi giở ra, một chiếc áo sơ mi màu xanh, tôi mặc vừa như in. Không biết em may chiếc áo này từ lúc nào?

Tôi đi rất xa, quay lại nhìn. Mai vẫn đứng đó nhìn tôi...

Tôi gặp lại Bích gần một tháng xa nhau. Tôi mong gặp Bích bao nhiêu thì lần này Bích lại có vẻ hờ hững với tôi bấy nhiêu, tôi cũng không hiểu vì nguyên nhân gì. Cái chuyện gần một tháng Bích không viết thư cho tôi với lý do: "... Em bận, mà anh cũng có viết thư cho em đâu, một cuộc điện thoại cũng không có". Tôi buộc phải nói: "Việc anh làm nhanh công việc để về sớm với em có thể thay mọi lời giải thích ..." Bích vẫn chưa chịu: "Anh nói thế là nguỵ biện, nếu nói anh nhớ em, thì không phải gần một tháng mà một tuần anh đã phải về thăm em rồi...".

Thế là một bên cố giải thích, còn bên kia cố không nghe. Tôi với Bích về gặp nhau mới có mấy ngày là lại giận nhau. Nhưng lần giận này, khác với những lần giận trước, tôi không, nhất định không là người làm lành trước. Tôi không hề đau khổ như những lần trứơc mà bình thản đi làm, đi chơi thể thao. Tôi biết Bích rất ngạc nhiên với thái độ của tôi lần này. Vì sao ư? chỉ có tôi là hiểu, không thể giải thích cho Bích được. Lúc ngồi một mình, thật kỳ lạ hình ảnh của Mai lại hiện lên, em nhìn tôi với ánh mắt trách móc. Hình như... việc tôi yêu Bích theo kiểu tính toán" đong con tép, đếm con tôm" có điều gì đó không ổn, nên Bích có quyền lên mặt, đòi hỏi những điều vô lối mà cho đến bây giờ tôi mới nhận ra. Tôi lại so sánh tính cách của Bích và Mai, thấy ở Mai hơn Bích bao nhiêu điều. Nếu Bích cứ giữ tính cách đó, có thể tôi với Bích chia tay. "Cuộc chiến tranh lạnh" của tôi và Bích kéo dài đến hơn tháng, không ai chịu nhường ai. Cuối cùng Bích phải đến gặp tôi nói chuyện. Nhưng thực tình, lúc này tôi không còn hứng thú nữa... Lẽ ra cuộc chia tay này xảy ra trước khi tôi đi xuống công tác ở xã Tân Việt thì tốt bao nhiêu.

Ngày chủ nhật tôi quyết định về lại Tân Việt để thăm em. Tôi nghĩ ra bao nhiêu điều nói với em. Có thể tôi nói cho em biết cuộc chia tay của tôi với Bích, một cuộc chia tay nhẹ nhàng hợp lý khi hai người không hiểu nhau, cùng chấp nhận. Còn giữa tôi với em lại khác, gần một tháng ở nhà em, em mới là người đích thực tôi đang tìm kiếm. Trong đầu tôi còn vạch ra bao nhiêu dự định... Con đường về nhà em như rộng ra, chiếc xe phóng nhanh mà vẫn thấy chậm...

Vẫn căn nhà đấy, vô cùng thân thương đối với tôi. Ba của em ngồi trên tấm ván đan lưới, thấy tôi, ông mừng mừng, tủi tủi. Nhà vắng bóng em, đặt gói quà cạnh ông, tôi hỏi thăm tình hình gia đình, nhất là em. Giọng ông chùng xuống buồn đến lạ:

- Hôm chú về rồi, giở gói quà chú tặng rồi đọc cái gì đó, nó khóc hết nước mắt. Ai hỏi, nó cũng không nói. Cách đây gần hai chục hôm có một đám làm mối lấy một ông Đài Loan, khác với những lần trước, lần này nó ưng liền. Tôi cản nó, nó đâu có nghe. Nó nói, muốn có tiền giúp tôi và các em. Hôm làm đám cưới, tôi nói với nó báo cho chú biết, nó cương quyết lắc đầu. Nó nói với tôi: "... Con quên anh ấy rồi, ba ạ!". Mà sao lại thế hả chú? Chú làm gì mà để bé Mai quên!

Biết nói với ông thế nào? Lỗi tại tôi. Giọng của em văng vẳng bên tai tôi hôm nào khi em đi dự đám cưới của người bạn trở về: "... Đám cưới mà buồn lắm anh ạ! Chồng con nhỏ hơn con nhỏ đến ba chục tuổi, nhìn cứ như ba với con.Về làm dâu bên ấy chắc khổ anh nhỉ? Ở quê mình có khổ mấy cũng vẫn sướng hơn bên ấy, đúng không anh? Vì ở bên này em có ba, có mẹ, có các em và bây giờ... lại có anh".

Em quên tôi thật không? Tôi không tin. Còn tôi...

Ngoài kia hương gió đồng vẫn thổi .

Xào xạc.

Mênh mông ./.

An Giang 3/2000

CHUNG THUỶ

... Buổi chiều ấy, đi du lịch, tránh mọi ồn ào, chị dạo một mình trên bãi biển.

Sóng biển vờn dưới chân, một, hai con thuyền nhỏ, trể nải buồn bã dập dềnh trên mặt sóng, xa hơn nữa những cánh chim hải âu chấp chới chao liệng cùng tiếng kêu đến não lòng...

Cô đơn, buồn choáng ngợp chị trong khung cảnh ấy.

Chợt, chị đứng sững lại.Tiếng hát của một người hành khất, từ trên vỉa hè của con đường chạy dọc theo bãi biển vọng xuống... nhất là tiếng đàn ghita, tiếng đàn quá quen thuộc với chị.

Không thể nhầm, tiếng hát ấy, tiếng đàn ấy chỉ có ở anh...

Chị vội chạy đến...

Quả đất tròn, nhưng không lớn như người ta tưởng...

...Tình yêu của chị và anh thời sinh viên đẹp lắm, nhưng cái thời đó vô cùng đói khổ. Tem phiếu theo tiêu chuẩn mỗi người, một tháng chỉ có vài lạng thịt, hơn chục cân gạo còn độn đủ thứ, chia nhau từng xô nước, không có tiền có khi về quê phải nhảy tàu trốn vé... Ấy vậy vẫn không thể ngăn được tiếng cười, nụ hôn, những đêm tâm sự, gió đồng thổi, hai bờ vai tựa vào nhau ngồi chờ trăng lên. Anh giỏi đàn, hát hay, giọng hát của anh làm cho chị mê đi, xa là nhớ. Yêu chị kinh khủng, nhưng anh có tính bướng, bất chấp, nói là làm, không ai cản được. Thấy chị có vẻ xanh xao, anh rất thương, nói:

- Dạo này anh thấy em gầy đấy. Chủ nhật tới, nghỉ học, anh sẽ nhảy tàu lên Thái Nguyên lấy chè về bán, kiếm ít tiền mua thêm thức ăn bồi dưỡng cho em.

Chị ngăn anh, anh nhất mực không nghe, quyết tâm thực hiện ý định của mình. Thời bao cấp, chè khô mang từ Thái Nguyên về đây bán được giá.

Rồi chủ nhật ấy anh đi, rồi đi mãi... đi mãi... với hai từ "mất tích".

Hơn ba mươi năm, chị đi tìm anh, tìm khắp nơi, tìm trong mong mỏi, tưởng đã vô vọng.

Có ai ngờ bây giờ lại gặp.

- Anh đi đâu từ bấy cho đến giờ? - Chị khóc, hỏi anh.

- Cái hôm chủ nhật ấy, lúc về mua được mười ký chè, đi trên tàu anh giấu rất kỹ trong ba lô, ai ngờ thằng thuế vụ biết, nó định trấn lột rất trắng trợn. Anh dồn nó vào cuối toa, tẩn cho một trận. Thằng thuế vụ chịu không nổi, đổ vật xuống sàn toa, chết. Anh nhảy tàu, phải trốn ngay. Về trường không được rồi, anh sợ bị bắt lại, em sẽ bị vạ lây. Còn liên lạc với em, công an sẽ tìm thấy tung tích anh. Anh lên bãi đào vàng, thay tên, đổi họ... sống chui, sống nhủi... Nhớ em lắm... đành chịu...rồi... một lần... lấy mìn nổ làm bãi... - Anh tháo cặp kính đen ra, khuôn mặt biến dạng, đôi mắt mờ đục...- Anh nghĩ, thân phận, khuôn mặt anh như thế này, đến với em chỉ làm khổ em thôi... Thế những lần tiền anh gửi, gia đình em có nhận được không?

Chị khóc nức nở rồi nói nghẹn ngào:

- Trước lúc mất, bố em cứ dặn đi, dặn lại: " Cố tìm người gửi tiền mà cám ơn! Không có số tiền đó, bố không sống được đến ngày hôm nay đâu." Mà anh không đề địa chỉ... biết đâu mà cảm ơn...

Anh hỏi ngập ngừng:

- Em... lập gia đình... mấy cháu...

-Em đợi anh, vẫn chưa lập gia đình vì không tin anh mất... - Chị nhìn bé gái đi cạnh, hỏi anh - Bé gái này... là con anh...

Anh khẽ lắc đầu:

- Hồi anh lành lặn, nhiều người muốn đến với anh, nhưng không!... Đã yêu em, anh không muốn yêu ai... Còn cháu gái này là cháu nội của người bạn, anh ấy chết ở bãi đào vàng, anh nhận làm con nuôi... giờ thì...

Anh chỉ nói đến đó rồi dừng lại...

Chị hiểu, anh là người tàn tật, chỉ còn giọng hát và tiếng đàn từ thời sinh viên, anh và bé gái dùng tiếng đàn, tiếng hát kiếm ăn qua ngày...

Mắt vẫn đẫm lệ, chị nhìn anh, nói ghìm trong tiếng nấc:

- Thôi, anh và bé không đi nữa. Về với em...

Anh ôm cây đàn tróc sơn, loang lổ, tay sờ sẫm mấy dây đàn như vô định mặc cho hai giọt nước mắt đặc quánh chảy thành vệt trên hai gò má. Chị giục, như hối thúc:

- Về với em! Về với em! Em không cho anh đi nữa...

Rồi chị ôm anh thật chặt, như sợ mất.

Tất cả những điều thân thuộc của anh, hơn ba mươi năm chị chỉ tưởng tượng để nhớ, để thương bây giờ là hiển hiện có thật, ùa về...

Còn anh, trong vòng tay của chị, im lặng.

Bé gái nhìn chị rồi nhìn anh:

- Thế là ba đã tìm thấy mẹ rồi phải không?

Anh vẫn im lặng.

Ngoài kia, những con sóng rì rầm, mơn man, vỗ về...

./.

ĐÁM CƯỚI LẠ

Tôi ở Hà Nội, tuy về hưu, nhưng vẫn bận, đủ thứ việc, không có thời gian về quê trừ ngày giỗ, tết...Thế mà lần này nhận được cuộc điện thoại của một người trong "họ" buộc tôi phải về :

-Ông trẻ nên thu xếp, về càng sớm càng tốt, chứ cứ thế này, chúng con ở quê không biết phải giải quyết như thế nào ? Khuyên mãi mà cô ấy không chịu nghe.

Chuyện này quả thật, làm cho mọi người trong dòng họ, ai cũng phản đối. Với tôi, tư cách Trưởng tộc, có chút ăn học, hiểu biết... cũng thấy thế nào ấy.

Chẳng là, cô Tâm, năm nay cũng ngoài sáu mươi, gọi tôi bằng Cậu, có một đời chồng. Chồng mất khá lâu, ở với hai người con trai, bây giờ cô Tâm lại lấy chồng. Chuyện sẽ rất đơn giản, nếu như cô Tâm lấy chồng, người đó hơn hoặc bằng tuổi của cô. Đằng này cô Tâm lại lấy một cậu thanh niên ít hơn cô gần ba chục tuổi. Cả dòng họ, không ai bằng lòng. Nhất là mấy cô em ruột của chồng trước, chống và chửi cô Tâm ra mặt.

Thực ra, trong dòng họ, không ai hiểu cô Tâm bằng tôi. Trong dòng họ, nói về vai vế, cô Tâm phải gọi tôi bằng "cậu" nhưng tuổi tác, thì tôi và cô Tâm lại bằng nhau. Phải nói cô Tâm là một người phụ nữ cực kỳ tốt. Hồi có chiến tranh biên giới phía Bắc chống quân Trung Quốc xâm lược, đang học trung cấp kinh tế, cô Tâm xung phong nhập ngũ, thật tình cờ, cậu cháu lại cùng đơn vị. Chiến tranh biên giới ác liệt, chúng tôi đề nghị cô Tâm lùi về phía sau, nhưng cô vẫn quyết ở lại cùng tham gia chiến đấu,cứu thương... Nhiều người trước lúc hy sinh, vẫn nắm chặt tay cô Tâm, hình ảnh đó làm chúng tôi cảm động. Hết chiến tranh, cô Tâm xuất ngũ về học tiếp, giờ trở thành bà chủ một cửa hàng lớn... Chồng trước của cô Tâm cũng là một bộ đội, anh ấy bị bạo bệnh, mất sớm. Một mình cô ở vậy, nuôi hai đứa con trai. Hai người con trai của cô rất trưởng thành, ở cả nước ngoài, kinh tế ổn định...

Mọi việc vẫn diễn ra bình thường, cho đến bây giờ...

Một lần cô Tâm xuống Hà Nội khám bệnh và thăm tôi. Tôi lựa lời khuyên răn:

-Cậu nghe con chuẩn bị lấy chồng, nhưng ... giá như con lấy một người đàn ông đứng tuổi, ít ra bằng tuổi của con, mọi chuyện sẽ dễ dàng hơn nhiều. Đằng này, con dự định lấy một cậu thanh niên tuổi đời quá trẻ, ít hơn con gần ba chục tuổi. Cậu thấy khó nghĩ quá! Về nhà chồng, con xưng hô với mẹ của cậu ấy như thế nào ? Rồi sinh hoạt vợ chồng hằng ngày sẽ ra sao? Cả con của con nữa, chúng nó có thể coi cậu thanh niên kia là " dượng" hay không? Khi tuổi thằng cả hơn cả tuổi "dượng"? Còn bao nhiêu chuyện khác...

Cô Tâm trả lời dứt khoát:

-Chuyện này cậu không nên khuyên con. Hai con trai tôn trọng quyết định của con. Mọi chuyện con suy nghĩ đã kỹ. Con cũng biết hết những chuyện như cậu vừa nói và có cách giải quyết...

-Nhưng tại sao, với con có thể lấy được một người đàn ông đàng hoàng, mà không sợ có lời dị nghị, cả dòng họ ủng hộ, đằng này...

-Chuyện tình cảm, nhất là trong chuyện này, chỉ có người trong cuộc mới hiểu, cậu ạ! Không ai ủng hộ con, nhưng hai con trai lại nhất trí. Với con, thế là đủ!

Thấy khó thuyết phục, nhưng thâm tâm, tôi mong cô Tâm nghĩ lại, thật cân nhắc, đừng làm liều...

Lời của tôi đúng như "nước đổ lá môn", quyết định của cô Tâm vẫn không suy xuyển. Cô và cậu thanh niên kia ra ủy ban nhân dân Phường... làm đăng ký kết hôn, rồi định ngày tổ chức đám cưới.

Chuyện thế này là "to" rồi!

Tôi bỏ hết mọi công việc, thu xếp về quê ít ngày, phải giải quyết xong, chứ trong dòng họ, chỉ vì chuyện cô Tâm đi lấy chồng, mà như có "bão".

Người đầu tiên tôi gặp là mấy cô em bên chồng trước, ở sát liền kề cửa hàng lớn của cô Tâm. Những người này chắc hiểu mọi chuyện, tôi sẽ rõ ngọn ngành. Không ngờ, mọi chuyện còn hơn thế. Một người nói với tôi giọng gay gắt:

-Ông trẻ xem có ai ngược đời như thế không? Thà như ông nhạc sỹ gì trong Nam, bỏ vợ, lấy một cô gái trẻ ít hơn ông ấy cả bốn chục tuổi, không ai thắc mắc. Đằng này, một bà già, rửng mỡ, lấy một thằng con trai, ít tuổi hơn con trai cả bà ta, thiên hạ xem có được không? Lấy thằng ấy về, đẻ đái thế nào? Ra đường tha hồ cho thiên hạ chỉ trỏ, bàn tán. Chào hỏi mọi người rất khó, không lẽ một bên chào" bà" một bên chào "em" hay "con"!!! Lấy ngữ ấy về, nó sẽ khoét hết tiền cho gái...

Người đứng bên cạnh cũng "đế" vào:

-Ông trẻ ạ! Thằng mà bà Tâm định lấy làm chồng không có nghề ngỗng gì cả, chỉ chuyên đi với bọn trẻ ranh làm những việc trời ơi, đất hỡi. Đã vậy gia đình thằng này có bà mẹ nằm liệt một chỗ, chờ chết... Không biết bà Tâm rước "của nợ" ấy về làm gì! Chứ bà ấy thích lấy chồng, nói với bọn con, bọn con thiếu gì mối...

Tôi còn gặp một số người có vai vế trong dòng họ, không ai tán thành đám cưới này của cô Tâm, thậm chí có người còn nói: " Cô Tâm có mời, chúng tôi cũng không thèm dự!".

Tiếc là tôi không gặp trực tiếp hai người con trai của cô Tâm, để nghe họ "tán thành" việc này như thế nào? Nhưng thu thập ý kiến như thế là vừa đủ, tôi có thể nói chuyện với cô Tâm, để cô suy nghĩ lại...

...Cô Tâm nghe hết lời những lời mọi người nói, thông qua tôi truyền lại, rồi cả ý kiến riêng của tôi. Nói chung không tán thành, dừng lại vẫn chưa muộn.

Nghe tôi nói xong, cô Tâm nói lại, giọng bình tĩnh, chủ động:

-Cậu nghe con nói nhé!

-Con nói đi, cậu nghe đây !

- Cậu có nhớ cuộc chiến tranh chống quân Trung Quốc xâm lược ở mấy tỉnh biên giới phía Bắc không?

-Cậu nhớ! Nhưng chuyện đó có liên quan gì đến chuyện này ? - Tôi hỏi lại.

-Có cậu ạ! Chồng sắp cưới của con là con của một người hy sinh trong trận chiến đấu đó, trước khi chết, anh ấy nắm chặt tay con, chắc cậu nhớ. Con nhớ mãi ánh mắt của anh ấy và lời trăn trối: " Mong em... lo cho ... con của anh!".

-Cậu nhớ rồi! Nhưng cậu cũng phải nhắc lại với con, chuyện đó có liên quan đến chuyện này đâu?

-Cậu nghe con nói tiếp. Lời nói của anh ấy ám ảnh con, nhất là sau này, con biết hoàn cảnh gia đình anh ấy rất khó khăn. - Cô Tâm dừng một lúc để lấy lại tinh thần, rồi nói tiếp - Cậu cho phép con từ giờ phút này gọi anh ấy là "bố chồng". Mẹ chồng tương lai của con, bị tai nạn, nằm liệt một chỗ. Vì thế chồng tương lai của con không thể đi xa, ở nhà làm đủ việc, nhưng việc quan trọng nhất là có bao nhiêu tiền ngoài lo cho mẹ, anh ấy lại giúp trẻ em cơ nhỡ, có hoàn cảnh khó khăn...

-Cậu nhắc lại với con, đừng lạc đề, nên đi vào chủ đề chính, là chuyện đám cưới, nhiều người không tán thành. Chắc con đã nghe cậu truyền đạt lại những lời của mấy cô em là em ruột chồng trước của con?- Tôi nhắc.

-Con nói vậy, không lạc đề đâu, cậu ạ! - Cô Tâm vẫn bình tĩnh - nhiều người không tán thành, mấy cô em gái chồng trước không tán thành, quyết tâm phá. Nhưng dẫu thế con vẫn quyết tâm lấy anh ấy làm chồng, bởi ...- Cô Tâm hít một hơi sâu, như chuẩn bị tư thế vượt qua một ngọn đèo cao, rồi nói tiếp - Con lấy anh ấy, có nghĩa gia tài của con, con sẽ cùng anh ấy đứng tên, không chia cho ai. Mấy cô em gái chồng trước sợ điều đó, nên phá... Với gia tài của con, chồng của con sẽ đủ tiền lo cho mẹ, và đủ tiền để làm việc thiện...

-Tại sao con nghĩ như vậy? – Tôi ngạc nhiên.

Ánh mắt cô Tâm nhìn tôi lạ lắm, giọng nói nhỏ lại nhưng vẫn cương quyết:

- Con bị ung thư, đợt con về Hà Nội khám, bác sỹ cho biết. Chắc không còn sống bao lâu nữa...Những năm cuối đời... con muốn... sống lại những giây phút hạnh phúc của riêng con, quan trọng hơn là trả ơn những người đã hy sinh... hãy làm một việc có ích… Con nhất định sẽ làm đám cưới với anh ấy... Cậu đừng cản con... ./.

THẾ À !

Để cho Thảo chuẩn bị bữa ăn trưa, tôi kéo Thu ra quán cà phê gần nhà nói chuyện.

Hơn ba mươi năm, bây giờ mới gặp lại, hai thằng có bao nhiêu kỷ niệm cùng ôn lại...

Thực ra, hồi sinh viên, nếu không có Thu, tôi đã không lấy Thảo.

Cái hồi ấy, tuổi sinh viên mơ mộng, thả tâm hồn với gió, với mây... Tôi lại là một thằng đàn sáo giỏi, hát hay, viết được... xung quanh nhiều em "xin chết". Trong những em đó tôi để ý đến Khanh.

Một mái tóc xoăn tự nhiên, làn da trắng, khuôn mặt đầy đặn, dáng đẹp hiện rõ cái eo thon gọn trong chiếc áo màu trắng chiết ly và những bước chân cùng tiếng nói nhẹ như gió thoảng của Khanh. Ai cũng nói Khanh đẹp. Nhưng điều đó chưa phải để Khanh cuốn hút mà tôi "cảm" đến "yêu" Khanh vì nhiều chuyện khác. Ví như trong chuyện học, bao nhiêu môn, đủ những kiến thức nặng, mỗi lần thi cử hết học kỳ hay cuối năm, là một lần khổ như "đánh vật". Có Khanh tôi học đỡ vất vả hẳn vì Khanh biết trước những bài sẽ ra đề. Khanh bí mật chỉ cho tôi biết. Tôi ngạc nhiên, Khanh giải thích: "Chuyện này em chỉ nói riêng với anh... Em tìm cách "moi" được ở Thầy đấy! ". "Em "moi" như thế nào?". Tôi thoáng nghi ngờ. Khanh lấy ngón tay dí vào trán tôi, nói nhỏ:"Chuyện đó không nói được với anh!

Nhưng anh yên tâm... em không làm anh buồn đâu!". Khanh hôn nhẹ vào má tôi. Khanh biết cách làm cho tôi không giận. Rồi thời ấy, tôi yêu Khanh, có nhiều điều lợi. Thời bao cấp, phải chi li đến từng xu, đến từng lạng gạo, Khanh làm lớp phó, phụ trách đời sống của lớp. Không biết Khanh làm thế nào, mà tôi và Khanh vẫn có thể kiếm trong phiếu, tem lương thực, thực phẩm của lớp dư ra được một, hai ký gạo, vài ba lạng thịt, để chủ nhật tôi và Khanh cải thiện riêng. Có lúc tôi thấy việc này thế nào ấy, ảnh hưởng đến tiêu chuẩn ăn của lớp, có ý ngăn Khanh. Khanh trấn an tôi: " Sao anh lo chuyện đó nhỉ, lớp không ai thắc mắc là được rồi! Em có cách làm cho mọi người trong lớp, không ai phát hiện được...". Nói xong, Khanh lại hôn nhẹ vào má tôi...

Nếu cứ như vậy cũng không sao, tôi với Khanh, biết đâu nên vợ, nên chồng sau khi tốt nghiệp đại học. Nhưng như nói ở trên, hồi ấy tôi là thằng sinh viên mơ mộng. Cứ chiều thứ bảy, chuẩn bị cho hội diễn văn nghệ của Khoa, trên sân thượng khu ký túc xá, tôi ôm cây đàn ghi ta, cất tiếng hát cùng tiếng đàn trầm bổng: *" Màn chiều buông xuống, gió ngàn vi vu, lấp ló đầu hiên, ngôi sao ban chiều. Gợi lòng ta xao xuyến nhớ tới người yêu ở phương trời xa. Em thân yêu nơi nao, có nhớ tới chăng, đôi ta năm xưa, chung lời hẹn ước...".* Trong mấy người bạn gái đang ngồi xung quanh, người say tiếng hát của tôi, không phải Khanh mà là Thảo. Cứ mỗi lần như vậy, bao giờ Thảo cùng mấy bạn gái cũng cất chung tiếng hát hoà với tiếng hát của tôi. Khanh biết cả, nhưng không bao giờ ghen, vì Khanh rất tin, trong lớp, so sánh không ai có thể hơn Khanh, tôi không bao giờ có thể bỏ Khanh. Nhưng quả thực, tôi đã nghĩ, yêu Khanh, nhưng với tính cách Khanh, tôi có ngại. Ở Khanh có điều gì đó, tính toán quá, từ chuyện nhỏ đến chuyện lớn. Còn một điều nữa, thấy tôi hay làm thơ, tham gia văn nghệ trường, lớp... Khanh khuyên: " Em không ngăn anh đâu, nhưng em nói với anh, bớt bớt đi những chuyện ấy, đừng hoang tưởng mình "tài", chẳng lợi lộc gì. Nghĩ xa một tý, giả như gần năm cuối rồi, nên tính ngày ra trường làm ở chỗ nào? Nhờ ai giúp? Anh cứ thơ thẩn, hát hò rồi nước đến chân, chạy không kịp. Em cảnh báo đấy!". Đã mấy lần như vậy, tôi và Khanh có đôi chút giận hờn, nhưng đến lần này nghe Khanh nói thế tôi giận thực sự, cả tuần tôi và Khanh không nói chuyện với nhau. Tôi cũng tưởng Khanh sẽ đến làm hoà, xin lỗi tôi. Nhưng không có điều đó, cũng lúc ấy Thu, bạn thân của tôi, đến gặp nói riêng:

-Tính mày không hợp với Khanh đâu. Tao thấy cứ như " nước với lửa". Một bên quá tính toán, một bên phóng khoáng, một bên thì ào ạt, vô tư như sóng, còn bên kia chắt bóp, chi ly, sống không thật với bạn bè...

-Ý mày là thế nào ?

-Tao thấy Thảo hợp với mày hơn. Thảo có thể không đẹp bằng Khanh, nhưng nó lại hợp tính mày. Nó cũng biết nhạc họa, làm thơ, dịu dàng, thương mày đằm hơn...

Thu nói vậy, tôi cũng thầm so sánh và thấy Thu nói đúng. Có nhiều nguyên nhân tôi xa Khanh để đến với Thảo, nhưng có lẽ nguyên nhân chính là vậy.

Hôm chia tay, sau lễ tốt nghiệp, Khanh gặp riêng, nói với tôi:

-Em mong anh với Thảo hạnh phúc. Mong lắm... Riêng em, không đến được với anh, em rất tiếc, nhưng nghĩ lại, em không có lỗi trong chuyện này, thì không có điều gì phải ân hận, tiếc nuối. Biết đâu, những điều ấy, có khi là ... anh!

Sau này nên vợ, nên chồng với Thảo, tôi nhớ mãi câu nói này của Khanh.

Tốt nghiệp, tôi được phân công về công tác tại một Hội Văn học - Nghệ thuật tỉnh... còn Thảo được phân công về dạy văn ở một trường phổ thông trung học, cách chỗ tôi làm việc cũng khá xa. Thứ bảy, chủ nhật, ngày lễ, tết... vợ chồng mới có điều kiện gặp nhau.

Một anh viết văn, làm thơ quèn, đàn, hát cũng nhì nhằng, một công chức thường, về cơ quan này đúng như một thằng "thiên lôi", lãnh đạo chỉ đâu đánh đấy. Phận đã "hèn" bây giờ tôi thấy còn "hèn" hơn. " Hèn" hơn là tôi không biết kinh doanh, không làm ra tiền, khi xung quanh chúng bạn buôn đất, "chỉ trỏ" tiền vào như nước, còn mình vẫn dựa vào đồng lương chết đói, vào những đồng nhuận bút còm cõi. Nên khi được doanh nghiệp mời đi viết bài, dự tọa đàm, trại sáng tác... đồng tiền bồi dưỡng có đáng là bao, thế mà tôi cũng mừng, tìm mọi cách "chen lấn" để được "phần". Thảo, so với tôi, lúc ấy cũng không hơn, đồng lương giáo viên, "bán cháo phổi", phải hết sức tần tiện mới đủ... Chỉ có điều, Thảo không bao giờ ca thán. Nhớ một lần, hồi mới ra trường, chiều thứ bảy, đạp xe từ trường về thành phố, trên mặt vẫn ròng ròng mồ hôi, nhưng ánh mắt nhìn tôi vui, Thảo khoe: " Em mua được mấy con cá sẽ nấu nồi canh chua cho anh. Cá tươi lắm.". Quay lại đằng sau, cá cùng mấy bó rau rơi lúc nào, Thảo không biết. Tôi thấy vậy nhăn nhó: "Tiền đã không có, lại còn mua ... bây giờ ăn cái gì mà chẳng được!". Thảo nghe tôi nói vậy có vẻ buồn. Còn tôi, trong đầu lại thầm so sánh, có vẻ hơi ... nhẫn tâm: "Giá như hồi đó tôi vẫn yêu và lấy Khanh, chắc sẽ không có cảnh này? ".

Sau này, tìm mọi cách "chạy", Thảo được về dạy ở một trường trong thành phố, gần cơ quan tôi, tình cảnh vợ chồng đỡ vất vả, nhưng không có nghĩa là thoát cảnh: "khổ, thòm thèm...". Gia đình thêm hai đứa con, tôi và Thảo căng sức làm hơn trước, tìm đủ mọi "nguồn" để có tiền. Tôi " chạy" quảng cáo, căng sức viết thuê cho một số tạp chí, báo... Còn Thảo mở lớp dạy thêm cùng làm thêm hàng thủ công. Thế mà tiền vợ chồng kiếm được cũng chỉ đủ ăn, đủ mấy việc nhỏ như quà cho bố mẹ, ông bà, sắm thêm cho con mấy bộ đồ chơi, quần áo mới... Với điều kiện kinh tế như thế tôi thấy bức bách thì Thảo lại vừa lòng:

-Em với anh chịu khổ một chút, ăn tiêu tần tiện thật khoa học, là được. Lúc này chủ yếu là lo cho con cái thôi. Em thấy sướng nhất là không nợ nần ai. Bố, mẹ, họ hàng, không ai trách cứ mình...

- Thôi đi - Tôi bực mình - Em thấy vợ chồng mình sống thế này mà sướng à! Nhìn kìa, họ cũng như mình sắm được cái này, cái kia, đi du lịch nước ngoài còn mình... cứ ru rú, cắm đầu xuống đất kiếm từng đồng một...

Tôi nói thế mà Thảo không giận, lại còn nói, như "trêu" tôi:

-Sao anh lại nóng với em! Hồi yêu em, cứ chiều thế này là anh lại hát: " Màn chiều buông xuống..." em ngồi nghe cơ mà...

Thảo nói thế, tôi không thể giận em nhưng trong suy nghĩ, hình ảnh Khanh hiện lên chập chờn. Tôi cứ yêu rồi lấy Khanh, giờ thì đâu phải nói những lời kia. Có khi... với Khanh, tôi chỉ cần ngồi một chỗ làm thơ, sáng tác truyện ngắn, viết báo... không phải lo cơm, áo, gạo, tiền... Biết đâu, tôi với Khanh sẽ đi du lịch nước ngoài như mấy người có điều kiện, cùng đắm chìm trong tiếng trống, tiếng nhạc man dại của thổ dân bên đống lửa bập bùng... trên một hòn đảo trong khu du lịch sinh thái nổi tiếng nào đó ở nước ngoài...

Chứ đâu như bây giờ!

...Thấy tôi đắm chìm trong suy nghĩ, không nói, Thu ngạc nhiên:

-Mày gọi tao ra đây, sao lại im lặng như vậy! Mà hình như... mày với Thảo có chuyện?

-Không, không có chuyện gì ,Thảo rất tốt, lo cho tao và hai đứa con chu đáo lắm.

-Thế thì nhất mày! Tao mừng, chứ hồi ấy mà mày cứ yêu rồi lấy Khanh thì khổ?

-Khanh làm sao ? - Tôi hỏi vội.

-Ơ, thế mày không biết chuyện của Khanh thật à? - Thu ngạc nhiên rồi kể - Khanh ra trường, bỏ nghề, đi xuất khẩu lao động, lấy chồng bên đó. Hai vợ chồng ôm tiền về nước tính đánh “quả” mong “ trúng” đậm. Chơi gian lận trong chuyện đa cấp, buôn đất rồi quan hệ với những thành phần phức tạp, vợ chồng Khanh tính lừa “ chúng nó ”, “ chúng nó” lừa lại, bị vỡ nợ. Vợ chồng ly dị, còn Khanh bị bắt... Công an đang điều tra, nghe đâu vụ này tội của Khanh lớn lắm, án sẽ rất nặng. Cái tính tham lam, gian xảo của Khanh có từ thời sinh viên, đến giờ vẫn không đổi.

Tôi giật mình, thốt lên:

-Thế à! ./.

Houston 4/2021

MẸ CHỒNG, NÀNG DÂU

Anh làm công tác đặc biệt, phải xa nhà. Cứ gần hơn hai tháng anh mới được nghỉ mấy ngày, về thăm. Vợ chồng anh mới cưới nhau, những ngày tháng anh xa nhà, sợ vợ vò võ một mình trong khi tiền tích góp để mua một căn hộ khu chung cư chưa đủ, hơn nữa để Mẹ ở một mình, thấy không đành lòng, anh đưa vợ về ở chung. Vợ chồng chưa có con, trong nhà có hai người, bớt cô đơn, rủ rỉ nói chuyện lúc anh đi vắng, cũng là điều hay.

Ở một nghề đặc biệt, thần kinh luôn căng thẳng, hơn hai tháng mới về nhà một lần, anh chỉ muốn khi về, được sống trong không khí ấm cúng gia đình, xóa đi nỗi vất vả, cô đơn những tháng ngày biền biệt như bị nhốt trong bốn bức tường ...

Nhưng sự đời không đơn giản như anh nghĩ.

Lần đầu tiên anh về nhà, nhân lúc vợ đi vắng, Mẹ nói chuyện với anh, giọng rất giận như kìm nén, bây giờ mới bộc phát:

-Nói cho con biết, ở nhà vợ của con có việc làm và lời nói Mẹ rất không vừa lòng. Nhiều lần, thấy vợ con quan hệ bạn bè hơi rộng, hay về khuya, có việc làm sai, Mẹ góp ý, nhưng nhất định vợ con không nghe, chỉ thích làm theo ý của mình đã vậy lại còn nói hỗn, cãi tay đôi với Mẹ. Nếu cứ như vậy Mẹ sợ, vợ con sẽ sinh hư lúc nào không hay!

Nghe Mẹ nói thế anh rất bực mình nhưng biết đâu Mẹ quá lo, nói cho "to" chuyện chứ anh rất rành rẽ tính của vợ. Yêu nhau ba năm, lấy nhau thành vợ, thành chồng gần hai năm, hai người dường như tỏ tường từng bước chân, từng ánh mắt. Anh nghĩ, vợ chồng chưa có con, vợ anh tuổi còn trẻ, anh tạm đi xa, không lẽ cứ hết việc cơ quan, cô ấy lại về nhà, phải có bạn bè hàn huyên chứ! Mẹ không thông cảm lại trách cứ. Còn Mẹ, tuổi gần bảy mươi, tính người già lúc nào cũng muốn nhất nhất, đã nói gì con cái phải nghe, phải thực hiện. Hai tính cách đó ở gần nhau, tất yếu sẽ có lúc dẫn đến xung khắc, dẫu thế cũng không đến độ như Mẹ nói. Anh nói với Mẹ nhẹ nhàng như bảo vệ vợ:

-Tính của vợ con, con biết chứ, Mẹ cũng không nên chấp cô ấy. Là con dâu, tuổi còn trẻ, mới ở chung với Mẹ, thời gian còn ít có thể Mẹ và vợ con chưa hiểu nhau. Có điều gì còn khúc mắc thì giữa mẹ và cô ấy cùng bình tĩnh trao đổi. Con nghĩ, chắc cô ấy cũng nhận ra...

Mẹ anh lắc đầu ngay, nói như chắc chắn:

-Không đâu! Mẹ không nói được với vợ của con. Mẹ góp ý, mới đầu nhẹ nhàng thôi, nhưng nó cãi lại ngay, rồi giận dỗi, thậm chí có lúc bỏ đi ra ngoài, không thèm nói với Mẹ một tiếng cho đàng hoàng, chưa kể sống bừa bộn, không gọn gàng. Bây giờ vợ chồng chưa có con, còn như thế, nếu sau này có con, cứ bừa bộn như vậy, cuộc sống trong gia đình sẽ như thế nào?

Mẹ nói thế là anh không đồng ý. Anh về nhà thấy cửa sạch sẽ, trong phòng ngủ của vợ chồng chăn màn, quần áo ... xếp rất gọn gàng. Đi đâu vợ anh cũng thưa gửi với Mẹ rất tử tế, đúng ngôi thứ con và Mẹ. Anh lại nghĩ, khi ghét dân gian đã có câu " quả bồ hòn cũng méo" chắc

Mẹ cũng vậy, Khi Mẹ đã không ưa bực mình thì nói với anh những điều không đúng, thậm chí, có khi là "bịa đặt" về vợ. Anh phải góp ý ngay:

- Mẹ đã nói điều gì thì nên cân nhắc, nói cho đúng, chứ con về nhà có thấy vợ con hành xử hay nói như Mẹ nói đâu! Mẹ đánh giá như thế, vô hình dung để con nghĩ xấu về vợ của con. Con muốn " ba mặt một lời" xem có đúng như Mẹ nói không?

Khi vợ anh về, sau bữa cơm chiều, đủ ba người trong gia đình, anh muốn rõ mọi chuyện, vợ anh khóc tấm tức:

-Đúng là trong cách cư xử và lời nói với Mẹ, em có lỗi, nhưng đó là lỗi nhỏ không đến độ như Mẹ nói. Hôm nay có Mẹ, có anh đây, cho em xin lỗi Mẹ và anh, em sẽ không mắc những sai lầm như vừa rồi để Mẹ buồn, anh lo. Nhưng con cũng phải nói với Mẹ - Vợ anh quay sang cầm tay Mẹ, rất ân cần - Nếu như con có lỗi, Mẹ cứ nói luôn với con ngay lúc đó, để con biết mà sửa chữa, chứ Mẹ không nói rồi lại mang chuyện đó về nói với chồng của con. Anh ấy bực mình, mà con cũng khó thanh minh vì có khi lỗi đó... con không nhớ...

Nghe con dâu nói vậy, Mẹ vội giụt ngay tay lại, nói như giận dỗi:

- Vâng! Lỗi của cô toàn là "lỗi nhỏ", cô không để ý, còn tôi để ý. Cô không phải dạy tôi, tôi hiểu rồi... Lỗi của cô cũng một phần do tôi...

Nghe Mẹ nói vậy, anh rất bực, nhưng cố nói bình tĩnh :

-Con thấy Mẹ khó tính quá! Mẹ không góp ý, cứ để bụng những chi tiết nhỏ nhặt về khuyết điểm của vợ con, lâu dần, chuyện "nhỏ" thành chuyện "to". Con về, Mẹ mới nói, thành ra không khí trong gia đình từ chuyện không đáng trở nên căng thẳng. Mà mẹ biết rồi, nghề của con là một nghề cực kỳ nguy hiểm, chỉ lơ là một chút, không tập trung một chút, nghĩ về chuyện khác, không đúng với chuyên môn là có thể gây họa không riêng cho con mà cả tập thể. Nếu gia đình mình cứ như thế này con còn đâu tâm trí để làm việc. Mẹ phải thương con chứ!

Nghe anh nói vậy, Mẹ im lặng, nét mặt có vẻ dịu lại. Suy nghĩ một lúc rồi Mẹ nói:

-Con cho Mẹ xin lỗi, Mẹ hiểu việc của con. Kể từ hôm nay, giữa Mẹ và vợ của con không bao giờ có những chuyện như con vừa chứng kiến. Mẹ hứa!

Mẹ nói và Mẹ làm.

... Những lần sau anh về, đúng như Mẹ nói, không khí gia đình bớt nặng nề, nhẹ nhàng hơn, vợ anh thưa, gửi với Mẹ anh đàng hoàng, đúng phép, chăm quét dọn nhà cửa, ở với anh cả ngày, chẳng đi đâu... Anh bằng lòng, nhưng vẫn có cảm giác lấn cấn điều gì đó, khi thấy nét mặt của Mẹ không vui, ít nói hẳn. Anh hỏi:

-Hình như Mẹ vẫn muốn giấu con chuyện gì?

-Không có đâu! Nếu con muốn biết việc ở nhà cứ hỏi vợ của con! - Mẹ trả lời có vẻ nhẫn nhịn.

Anh hỏi vợ, vợ anh trả lời:

-Em đối xử với Mẹ bình thường, mà Mẹ cũng vậy, giữa hai Mẹ con không có chuyện gì cả. Em biết cách cư xử với Mẹ thế nào cho phải đạo của con dâu với Mẹ chồng .

Nói xong vợ hôn anh.

Vợ có thái độ và những lời nói như thế, anh yên tâm. Yên tâm hơn, khi anh hỏi mấy người hàng xóm, sống liền kề gia đình, họ đều nói, những lúc anh vắng nhà, không thấy vợ anh và Mẹ to tiếng. Chỉ có điều Mẹ của anh cũng không như những lần trước, bây giờ có hỏi Mẹ thường lắc đầu, im lặng, ít tâm sự với họ về chuyện gia đình.

...Thế rồi!

Sau hơn ba năm biệt phái với công tác đặc biệt anh được về ở với vợ và Mẹ. Chỉ một thời gian anh phát hiện vợ có những dấu hiệu "lạ"!!! Hình như... những điều Mẹ nói trước kia với anh, là có thật. Như giờ giấc của vợ rất bất thường, nhiều hôm về muộn. Anh có hỏi, thì vợ trả lời một cách trơn tuột, toàn những "lý do chính đáng" anh không thể bắt bẻ. Ngay như việc cô ấy đối xử với Mẹ, dù cố kìm, nhưng sự bực tức qua nét mặt, sự không bằng lòng qua ánh mắt mà vợ thể hiện, không qua được sự để ý của anh.

Tuy bỏ qua, nhưng anh rất giận.

Nhưng đến chuyện vợ, có người báo là có dấu hiệu ngoại tình, anh im lặng theo dõi, hóa ra chuyện đó là có thật. Chuyện này không phải có từ bây giờ mà có từ khi anh đi làm xa. Còn đau nữa, Mẹ biết, nhưng Mẹ lại không nói. Anh rất trách Mẹ:

-Tại sao những việc như thế này, Mẹ không nói cho con biết?

Mẹ nói với anh, nét mặt Mẹ rất buồn:

-Mẹ nghi ngờ chuyện này cũng từ hồi con đi làm xa kia. Nhưng... lúc ấy Mẹ có nói ra, chắc gì con tin, vì vợ của con đóng kịch " giỏi " quá. " Giỏi " đến mức độ, Mẹ rất phục. Trước mặt Mẹ, khi có con, sự hiền thục, đoan trang của vợ con đến chính Mẹ cũng nghi ngờ về suy nghĩ của mình, hay là mình nhìn "lầm" huống hồ là con trai. Nhưng điều đó chưa quan trọng, điều quan trọng, nếu như Mẹ nói với con về điều đó, con nhất mực không tin, tình cảm Mẹ con sẽ sứt mẻ. Con suy nghĩ, dằn vặt ảnh hưởng rất nặng đến công việc của con, của tập thể, từ đó dẫn đến những hậu quả xấu, khó lường. Nghĩ như vậy, Mẹ đành im lặng, chấp nhận sống cùng với tính xấu của vợ con. Lỗi vợ con "hư", cũng một phần do Mẹ, Mẹ nhu nhược, chấp nhận. Nhưng điều chính, con có niềm tin tuyệt đối vào vợ, không muốn nghe ai góp ý... ./.

SỰ NGHIỆP

... Về lại chỗ cũ, trong chị trào lên bao kỷ niệm. Nơi đây, với tuổi thanh niên, buổi bình minh tình yêu thật đẹp, trong vắt.

Đi bên anh, một chiến sỹ công an trẻ, dáng phong độ, ăn nói hoạt bát, nhất là nụ cười và ánh mắt cứ như hút hồn người đối diện. Chị và anh bao lần ngồi sát bên nhau nói nhiều về tương lai, về sự nghiệp, cả hai rất tin sẽ đi được đến cuối con đường, chỉ cần giữ được lòng chung thuỷ, tin nhau.

Vậy mà chị đâu có ngờ...

Anh được cử đi học đào tạo thành sỹ quan công an chuyên nghiệp. Anh báo tin này cho chị, chị rất mừng. Ngược lại với chị, chị thấy ánh mắt anh đăm chiêu, có vẻ rất suy nghĩ, gặp chị không còn thái độ vui như những lần trước. Mấy lần chị muốn gặp anh hỏi cho ra ngọn nguồn, anh từ chối.

Rất lạ!

Một lần, đánh bạo chị đến gặp bố mẹ của anh ấy muốn dò hỏi căn nguyên. Bố của anh vẫn tiếp chị lịch sự như mọi lần, tuy vậy trong lời nói như ngầm báo cho chị biết:

-Con trai của chú còn sự nghiệp, nên có chuyện, kể cả chuyện quan trọng nhất giữa con của chú và cháu,

cháu cũng phải thông cảm mà cùng nó giải quyết cho hợp lý cả hai bên để cho nó phát triển sự nghiệp.

Tối đó anh hẹn chị: "Dù có bận mấy em cũng phải đến, anh muốn gặp em, để nói một quyết định quan trọng!". Chị nhớ mãi đêm hôm ấy, dưới một mái hiên nhỏ, bên ngoài ánh đèn đường vàng vọt đưa đẩy theo con gió, mưa rắc nhẹ như rây bột. Mọi lần anh vẫn ôm chị, nhưng lần này anh đứng cách chị một quãng, bàn tay anh ấy buông xuôi hờ hững, giọng bình thản đến lạ lùng:

- Sau bao nhiêu ngày, anh nghĩ kỹ rồi, dù rất yêu em, nhưng không thể cùng em đi hết cuộc đời. Em biết đấy, trước khi anh đi học, tổ chức có thẩm tra lý lịch bên em. Biết ba em từng là một sỹ quan trong chế độ cũ, họ yêu cầu anh phải chấm dứt tình yêu với em. Còn không, sẽ không được đi học, thậm chí nếu nhất định lấy em, họ sẽ buộc anh ra khỏi ngành. Mà anh thì - Anh có vẻ lúng túng cố tìm từ diễn tả cho chị hiểu - Còn sự nghiệp, nhất là tương lai của anh đang tốt đẹp, không lẽ vì tình yêu của anh và em mà dừng lại, sự nghiêp dang dở. Nên anh xin lỗi em... em đừng giận anh vì chuyện này. Có thể em và anh không đi hết con đường mà chúng mình định chọn nhưng mãi mãi, anh với em sẽ là bạn tốt của nhau, không quên nhau...

Anh định nắm tay chị, chị vội giụt lại, đứng cách một quãng xa.

- Em nói đi chứ, sao im lặng thế? – Anh giục chị

- Anh nói như vậy, đã nghĩ kỹ chưa ? - Chị hỏi.

Anh hít một hơi dài rồi thở ra như lấy sức rồi gật đầu:

-Anh đã nghĩ kỹ rồi!

- Thế thì ... chào anh, em về. Chúc sự nghiệp của anh thành công.

...Chị bỏ anh đứng đấy, bóng chị mất hút trong con đường chỉ có vài bóng đèn vàng đưa đẩy, vắng tịch bóng người...

...Chị cùng gia đình đi định cư ở nước ngoài. "Sự nghiệp", không biết vì sao hai từ đó cứ ám ảnh trong suy nghĩ, hành động của chị. Chị phải có sự nghiệp, sự nghiệp đó nhất định phải thành công. Ở nước chị và gia đình định cư, buổi ban đầu chị lao vào học tiếng, làm việc, bươn chải ... như điên, không nề hà bất cứ việc gì, có ngày chỉ ngủ bốn tiếng. Công việc chị làm có thất bại, có vất vả, thậm chí đổ cả máu nữa... Nhưng, kể cả lúc đau khổ nhất, như khi nghe người yêu cũ nói vì "sự nghiệp" mà bỏ chị, chị không khóc. Bây giờ tận cùng sự vất vả, về khuya cô đơn trên con đường tuyết phủ trắng xoá chị ghìm nước mắt, bật nghị lực, quyết thực hiện hoài bão mà mình theo đuổi.

Bây giờ, sau gần ba mươi năm định cư ở nước ngoài, chị thành công, là một doanh nghiệp có tiếng, làm ăn với những hợp đồng dự án lớn...

... Về lại Việt Nam, thăm quê hương, thăm lại chốn cũ nơi lưu giữ không biết bao nhiêu kỷ niệm, nhất là kỷ niệm của mối tình đầu tiên. Dẫu không thành vợ, thành chồng nhưng ít nhất trong chị vẫn còn in đậm, rất khó quên hình ảnh một người thanh niên" dáng phong độ, ăn nói hoạt bát, nhất là nụ cười và ánh mắt cứ như hút hồn người đối diện." Mà có lẽ nhớ nhất là lời chia tay cuối cùng của anh với chị trong đêm hôm ấy khi nói về "sự nghiệp". Đó là sự thách thức, là một nguyên nhân đổ vỡ, không lẽ đơn giản chỉ thế thôi sao! Chị muốn tìm hiểu sự nghiệp của anh thăng tiến đến đâu? Chắc bây giờ anh ấy đã là một sỹ quan công an cố chức lớn, nhà cao cửa rộng, gia đình con cái đề huề, phương trưởng, nếu anh được như thế thì cũng nên mừng. Vì biết đâu ngày ấy anh quyết tâm lấy chị, đường sự nghiệp tắt nửa chừng, chị khổ mà chắc chắn anh ấy sẽ khổ hơn...

Chị về lại ngôi nhà cũ mà cách đây gần ba mươi năm gia đình anh đã ở. Ngôi nhà sang tay hai, ba chủ. Mấy người ở đây cho chị biết, bố mẹ anh ấy đã mất, chôn ở nghĩa trang... Còn không biết gia đình anh đã chuyển về đâu? Chị hỏi địa chỉ nghĩa trang, nơi bố mẹ anh ấy nằm, cũng muốn thắp một nén nhang, "nghĩa tử, nghĩa tận", hồi đó mấy lần chị đến thăm gia đình anh, bố mẹ anh ấy đón tiếp chị tử tế.

Hai ngôi mộ xây bằng xi măng đơn sơ, bia đã mờ chữ, cỏ dại mọc phủ xung quanh có lẽ đã lâu không người quét dọn. Chị nhìn hơi ngạc nhiên, bố mẹ anh ấy hồi ấy cũng là một cán bộ có "cỡ" thế mà bây giờ hai ngôi mộ lại như thế này có lẽ rất ít người đến viếng. Sự "bào mòn "thời gian thật khủng khiếp, có làm "vương" làm "tướng" cũng chỉ một thời, thế mà hồi đó họ cứ trọng "lý lịch", trong "sự nghiệp" như bố của anh ấy từng nói với chị. Nghĩ lại, chị tự cười thầm một mình.

Cũng vì ra nghĩa trang thắp hương mà chị biết được địa chỉ nhà ở của anh do người quản trang ở đây chỉ giúp :

- Hình như đến ngày giỗ của hai ông bà nằm đây thì ông ấy mới ra thắp hương. Địa chỉ nhà ông ấy thì tôi biết. Ông ấy nhà ở số... đường...

-Ông ấy vẫn làm công an, đúng không ông ? - Chị hỏi.

-Chị nói cái gì! Công an há? Có lẽ không phải, vì trông ông ấy ăn mặc tuềnh toàng, có lúc bẩn lắm. Chắc chắn ông ấy không phải công an - Người quản trang khẳng định - Công an gì lại ăn mặc như thế, nhưng chị cứ thử đến đó hỏi xem sao. Đã lâu không thấy ông ấy ra viếng mộ hai người này!

Cứ hết ngạc nhiên này đến ngạc nhiên khác, đặt trong chị bao nhiêu câu hỏi càng thúc đẩy buộc phải tìm ra anh, trước mắt hãy đến nhà anh ấy đã.

Chị tìm thấy ngôi nhà của anh năm ở đường... Đập vào mắt một hình ảnh mà khiến chị phải dụi mắt mấy lần để nhìn cho kỹ, chứ không tin đó là sự thật, không đúng hoàn toàn với suy nghĩ ban đầu. Một ngôi nhà cấp bốn trông hơi xập xệ, tường nhà loang lổ vết vôi cũ ẩm mốc, cửa khóa kín mít, phía trước vương vãi rác, giấy vụn, bao nilon... chứng tỏ lâu không có ai quét dọn. Người hàng xóm nhà liền cạnh gặp chị, kể:

- Lão ấy bỏ nhà đi đâu hơn hai tuần nay rồi. Bây giờ lão ấy sống không hơn con chó. Hồi làm công an, cậy có chức, ăn hối lộ, rồi đánh chết người, bị người ta kiện, không giấu được, ra toà xử, đi tù sáu năm, ở nhà có thằng con thì nghiện, lên cơn ngáo đá, ngã xuống sông, chết. Con vợ lấy hết của cải rồi bỏ lão... Ra tù lão ấy phải đi làm nghề xe thồ ngoài bến xe, thảm lắm. Hơn hai tuần nay không biết đi đâu? - Người hàng xóm thở dài - Cũng chẳng hiểu vì sao lão lại đổ đốn như thế! Mới đầu trông cũng có vẻ tử tế lắm, còn bây giờ sự nghiệp của lão ta như thế đấy. Nhục!

Nghe người hàng xóm nói vậy, chị nhớ lại cái đêm, khi anh ấy nói đến "sự nghiệp" là nguyên nhân chính để chia tay với chị... ./.

Hội An 3/2018

NHỚ QUÊ

Vợ chồng anh sang đây, sau mấy năm đã có quốc tịch. Thương Mẹ, vợ chồng anh quyết định bảo lãnh cho Mẹ sang ở cùng. Mới đầu Mẹ của anh không chịu, như Mẹ nói:

- Hơn nửa đời người Mẹ sống ở đây, gần bà con chòm xóm, gần mồ mả, ông bà tổ tiên... đi xa Mẹ nhớ lắm.

Anh cố thuyết phục Mẹ, vì ở đây anh thấy thời tiết tốt, khí hậu trong lành, hệ thống an sinh hoàn hảo, nhất là đối với người già, khi mình đóng bảo hiểm đầy đủ, đặc biệt có một hệ thống bệnh viện, thuốc men tốt không chê vào đâu được. Nếu Mẹ mắc bệnh nặng, có điều kiện cứu chữa kịp thời. Nhưng đây mới là điều quan trọng, anh muốn Mẹ con luôn gần nhau, bà thương cháu nội, cháu nội có bà. Anh cũng biết, Mẹ rất thương anh, thương cháu nội, không muốn xa. Anh nói với Mẹ điều này, sau mấy ngày suy nghĩ, Mẹ đồng ý sang đây với anh.

Nhưng hoá ra đó là một quyết định hết sức sai lầm!

Mẹ sang ở với vợ chồng anh cùng cháu nội có hơn một năm thì vợ chồng anh ly dị. Vợ anh được toà án giải quyết chuyên nuôi con, dọn đi ở chỗ khác. Căn nhà vắng tiếng cười, tiếng bi bô trẻ con chống chếnh hẳn, đã thế xung quanh không có bạn bè tâm sự, nói chuyện, còn anh đi làm cả ngày, chỉ có một mình Mẹ ở nhà. Hết ra lại vào trong phòng, im lặng như một cái bóng, nét mặt Mẹ rất buồn.

Rất thương Mẹ, thường tranh thủ những ngày nghỉ, để Mẹ khuây khỏa, anh hay đưa Mẹ đi chơi, thăm thú những cảnh đẹp. Nhưng điều đó cũng chẳng giải toả nỗi buồn cho Mẹ được bao nhiêu . Đến công viên, mẹ nói:

-Ở đây ồn ào quá lại toàn những trò chơi cảm giác mạnh, Mẹ thấy không hợp. Giá như lúc này con cho Mẹ đi dạo ở đường làng, có lũy tre, có tiếng gà...

Ánh mắt Mẹ như nhìn vào cõi mông lung.

Anh lại cho Mẹ đi dạo trên bờ biển. Buồn một nỗi, biển bên này nước lúc nào cũng có màu xám, gió thổi lộng, sóng cao, những cánh chim hải âu bay chấp chới, thỉnh thoảng cất lên tiếng kêu não nùng, xung quanh không có một bóng cây xanh. Tất cả, phía trước là mênh mông của nước biển, còn phía sau trải tít tắp là cát, là thảm cỏ khô cháy. Cảnh đó như làm cho Mẹ thấy như buồn thêm. Mẹ thở dài:

-Ở đây cũng là biển, mà Mẹ thấy không thể đẹp bằng biển bên mình. Biển bên mình nước xanh, trên bờ còn có cây dừa, cây phi lao, cát mịn, trưa nắng tưởng vắng, ấy vẫn nghe thấy tiếng người, tiếng chào hỏi . Còn ở đây, trời lạnh quá, vắng quá, chỉ có Mẹ với con. Giá như lúc này Mẹ ở Việt Nam...

Anh cũng không biết giải thích, động viên như thế nào để Mẹ vui? Anh hiểu, người già bản tính khó thay đổi, Mẹ ở Việt Nam, ký ức quê hương đã thấm vào máu, vào hơi thở, vào cả giấc ngủ làm sao Mẹ quên được.

Lại một ngày nghỉ nữa, lần này anh không đưa Mẹ đến công viên hay dạo biển mà đưa Mẹ đi dạo chơi trong rừng.Dạo chơi trong rừng với không gian yên tĩnh, anh muốn Mẹ thật gần gũi với thiên nhiên, với màu xanh tinh khiết giống như màu xanh nông thôn

Việt Nam chắc Mẹ vợt bớt nỗi nhớ. Rừng bên này ngay sát thành phố, họ giữ cây xanh rất cẩn thận, những thân cây to, mấy người ôm không hết gốc vẫn nguyên vẹn bao đời, thảm cỏ xanh, mềm cứ như chưa ai giẫm lên, thú như sóc, thỏ... dạn dĩ không sợ người. Thấy lại màu xanh của cây cỏ, của mấy con thú chạy nhảy ngay trước mặt, nét mặt Mẹ có vẻ vui, dáng đi nhanh nhẹn thêm một chút, anh mừng.

Mẹ vừa đi dạo vừa nhặt nhạnh một đống lá khô nói với anh mang về . "Chắc Mẹ mang về để làm kỷ niệm"- Anh nghĩ vậy. Nếu như mọi lần anh cản, vì ở bên này, làm như vậy là vi phạm vào luật bảo tồn thiên nhiên, dễ bị phạt, nhưng lúc này anh lại nghĩ: " Nếu họ phạt cũng được miễn Mẹ vui là tốt rồi!".

...Anh đang làm việc ở Hãng, nhận được cú điện thoại khẩn: " Anh về ngay, Mẹ của anh đang cấp cứu trong bệnh viện...". Anh xin phép người quản lý, vội lên xe, phóng về nhà, dạ như lửa đốt. Lúc sáng tạm biệt Mẹ, anh đi làm, còn thấy Mẹ rất khỏe, sao bây giờ lại " Cấp cứu trong bệnh viện"...

Đến bệnh viện, được bác sỹ nói cho anh biết: "Mẹ anh bị bỏng, nhưng cũng may được hàng xóm đưa đến đây kịp thời, nên bảo toàn tính mạng. Cụ tỉnh rồi...".

Người hàng xóm giải thích: "...Tôi thấy khói bốc lên ở căn hộ của anh, vội báo cảnh sát rồi lao vào, thấy áo quần cụ bị cháy, do cụ đốt đống lá khô... Tôi với mấy người cảnh sát dập lửa, rồi vội đưa cụ đến đây?".

Anh hỏi Mẹ:

- Sao Mẹ lại đốt lá khô trong nhà? Nguy quá!

Mẹ anh khóc, nói:

- Mẹ thèm hơi khói bếp, khói đốt đồng ở quê mình. Mà bên này toàn nấu bếp từ, không có khói ... Mẹ lấy lá về, đốt lên để có tý hơi khói, Mẹ ngửi, đỡ nhớ quê... Có ai ngờ thế này!

Mẹ lại khóc.
Nước mắt của Mẹ chảy dài hai bên má. ./.

Houston 3/2020

BÀ BÁN TRỨNG VỊT LỘN

...Sẵn có tay nghề, tôi mở cửa hàng chữa cát sét, ti vi, đài... kiếm thêm tiền đắp điếm qua ngày.

Cứ chiều chiều, đã thành lệ, có một bà bán trứng vịt lộn hay đi ngang qua cửa hàng, điều làm tôi chú ý là trong rổ trứng vịt lộn của bà có để một cái cát sét nhỏ, cũ kĩ. Không biết bà để cái cát sét ấy trong rổ trứng vịt lộn để làm gì? Vì có lần tôi mua trứng vịt lộn của bà, vô tình nhìn thấy, tôi thắc mắc, định hỏi, nhưng chưa có dịp.

Một bác cựu chiến binh biết hoàn cảnh của bà bán trứng vịt lộn, bác kể:

- Hồi chiến tranh, trước năm bảy lăm, bà ấy ở đoàn văn công quân giải phóng đó con, diễn viên chủ lực đấy. Những bài "Xuân chiến khu", "Qua sông", rồi " Chiếc khăn tay"... bà ấy hát rất hay, động viên các chú trước khi ra trận. Mọi người mê lắm, thấy lạc quan, chẳng sợ máy bay, chẳng sợ bom nổ... Một lần máy bay Mỹ ném bom, bà ấy bị thương nặng, cũng còn may là cứu được. - Kể đến đó, ánh mắt của bác cựu chiến binh có vẻ buồn.

- Rồi sao... bây giờ bà ấy lại bán trứng vịt lộn? Bác có biết không!

- Cũng vì vết thương quá nặng, may cứu chữa được nhưng giọng hát và dáng hình không còn như trước nữa – Bác cựu chiến binh kể tiếp - Sau giải phóng, bà ấy về hưu, không chồng con, lương hưu quá thấp, đành vậy... - Bác cựu chiến binh thở dài.

...Một lần, bà bán trứng vịt lộn đến cửa hàng chữa cát sét của tôi, hỏi có vẻ ngại ngần:

- Con xem có thể chữa được cái cát sét này không? - Bà đưa cho tôi cái cát sét mà tôi đã vô tình một lần nhìn thấy trong rổ trứng vịt lộn.

Cầm cái cát sét cũ kỹ, màu xỉn loang lổ, chạy bằng băng nhựa lạc hậu, bây giờ rất ít người dùng, tôi khuyên:

- Bà thay cái cát xét này đi. Nó cũ quá, chẳng còn ai dùng. Bây giờ cát xét hiện đại, đẹp lại gọn nữa. Con thấy giá không đắt lắm đâu?

Bà bán trứng vịt lộn nói lại với tôi:

- Không được con ạ! Cái cát sét này là của một anh giải phóng, mê giọng hát của bà, tặng trước lúc đi đánh nhau. Anh ấy hy sinh, nên bà phải giữ cái cát sét này như một kỷ vật thiêng liêng, nó ở với bà cũng được mấy chục năm rồi, có chết cũng không rời bỏ nó. Hơn nữa, bà dùng nó thu tiếng hát của mình, tiếng hát mà hồi ấy mấy anh giải phóng hay nói, tiếng hát đuổi quân thù. Bây giờ tự nhiên cát xét hỏng, con giúp bà, chữa lại cho nó hoạt động được... để nghe lại tiếng hát mà bà từng hát.

- Thế bà cứ nghe mãi tiếng hát của mình mà không thấy chán sao! - Tôi hỏi một câu, sau này nghĩ, mình quá thất lễ.

Bà bán trứng vịt lộn lắc đầu, nói:

-Chán thế nào được hả con, tối nào bà chẳng nghe. Bán trứng vịt lộn xong có hôm cũng đã gần mười hai giờ đêm, bà phải về nhà. Đường về nhà đi qua một nghĩa trang rộng, đêm tối mịt mùng, không một bóng người, chỉ có một mình mình. Đi cả buổi mệt như không còn sức để thở nữa, có tiếng hát của cái cát sét

vọng ra, dù đó chỉ là tiếng hát của mình, mình cũng cảm thấy bớt mệt, bớt cô đơn. Điều nữa, con biết không? Ngày xưa tiếng hát của bà đuổi quân thù thì bây giờ nó giúp bà... đuổi ma...
Bà cười nhẹ. ./.

Hội An 2/2019

CHÓ SÓI

... Cô bồ của tôi, xem phim "Kinh Kông" đâm nghiện, bắt tôi phải gọi cô ấy là "Kinh Kông". Tôi gọi thế, đâm quen. Ví như: " hôm nay anh hẹn với "Kinh Kông" chỗ này nhé!". Hoặc là: " Kinh Kông" ơi! Anh bận rồi!"...

Tối hôm ấy, "Kinh Kông" có hẹn với tôi đến một ghế đá kín đáo, ở cạnh hồ, trong công viên. Tôi đến sớm, đúng chỗ hẹn, bất ngờ gặp một chú bé. Có cảm giác tâm trạng chú ấy giống tôi, hồi hộp, ánh mắt mong đợi. Đang định hỏi, thì chú bé hỏi tôi:

- Chú ra đây để đợi ai có phải không?

Tôi cười:

- Chú đợi "Kinh Kông!".

Chú bé ngạc nhiên:

- Chú đợi "Kinh Kông" à! "Kinh Kông" là khỉ, xấu òm. Thế mà chú đợi...

Tôi biết chú bé nhầm, nghĩ về con khỉ Kinh Kông trong bộ phim "Kinh Kông", liền giải thích:

- Không phải như con nghĩ đâu. " Kinh Kông" của chú rất đẹp, lại hiền nữa, rất yêu chú. Tí nữa "Kinh Kông" ra đây, con sẽ thấy... - Tôi hỏi lại chú bé – Thế con ra đây để làm gì?

Chú bé trả lời luôn, không cần suy nghĩ:

- Con đợi "chó sói!".

Đến lượt tôi ngạc nhiên:

-" Chó sói" à...!

Chú bé nắm tay tôi, nói vội:

-Vâng, nhưng chú đừng nghĩ "chó sói" ác. "Chó sói" của con sẽ giống " Kinh Kông" của chú, rất đẹp, cực hiền, rất thương con. Con rất thương" chó sói". Hôm nay "chó sói" hứa với con cho quà mà con thích ...

Nói rồi ánh mắt háo hức của chú ngóng phía xa xa. Chú hỏi tôi:

-Mấy giờ rồi chú !

Tôi xem đồng hồ rồi trả lời:

-Gần bảy giờ ba mươi rồi con ạ!

Nghe vậy chú bé reo lên một tiếng nho nhỏ:

-"Chó sói" sắp đến rồi đó, chú !

Nghe chú bé nói vậy tôi cũng hồi hộp, chờ đợi xem "chó sói " của chú bé như thế nào ?

Vừa lúc đó có một người phụ nữ từ đằng xa đi lại, trên tay cầm một hộp quà nhỏ. Chú bé nhìn thấy nói với tôi:

- "Chó sói" của con kìa !

Nói xong Chú bé chạy đến ôm chầm lấy người phụ nữ đó, reo lên một tiếng rõ to:

- Mẹ!

Mẹ con chú bé đến ngồi cạnh tôi. Chú bé mở hộp quà, ánh mắt sung sướng rồi mẹ con ríu rít kể chuyện. Tôi hỏi mẹ của chú bé:

- Em thấy chị hiền, cháu rất thương chị, chị cũng rất thương cháu, mà sao lúc nãy em hỏi chuyện cháu, em xin lỗi, cháu lại gọi chị là "chó sói"?

Người phụ nữ kể, giọng như đang cố kìm nước măt:

- Tôi không chịu được tính khí của bố cháu: gia trưởng, độc đoán, đạo đức không tốt, có "bồ", khinh gia đình bên vợ nên vợ chồng quyết định li dị. Bố của cháu biết tôi rất thương con nên giành quyền nuôi, đuổi tôi ra khỏi nhà còn tuyệt đối cấm không cho cháu gặp tôi. Đã vậy, bố còn bắt cháu không được gọi tôi là "mẹ" mà gọi là "chó sói" nhằm gieo vào đầu cháu sự khinh ghét, sợ hãi. Mẹ con gặp được như thế này là phải lén lút, giấu không cho bố cháu biết. Nếu có ai hỏi, cháu sẽ trả lời, con đi gặp " chó sói", để họ không để ý...

Lúc chị kể chuyện, chú bé ngả đầu vào ngực chị.

Vòng tay của chị ôm cháu cùng gói quà.

Không biết có phải chú bé chăm chú lắng nghe câu chuyện của mẹ đang kể hay mừng được vòng tay mẹ ôm mà tôi thấy đôi mắt của chú bé nhìn mẹ ánh lên niềm vui khó diễn tả bằng lời..../.

CHUYỆN GIA ĐÌNH BÁC THƯƠNG

Trước năm 1973, miền Bắc hay bị máy bay Mỹ ném bom. Lúc ấy, chúng tôi được ba mẹ gửi lên trại sơ tán, bác Thiện phụ trách một trại trẻ sơ tán này. Bác Thiện thương chúng tôi như hai người con của bác. Còn chúng tôi cũng coi bác Thiện gần như người mẹ thứ hai. Cứ chiều thứ bảy, bác Thương, chồng của bác Thiện lại đạp xe từ thành phố lên thăm, rồi đến chiều chủ nhật bác ấy lại đạp xe về...

Bây giờ hai bác đã già, thấy hoàn cảnh bác Thiện tôi càng thương bác hơn.

... Hai bác về hưu ở một căn nhà không rộng lắm, trong một ngõ cụt, xa các con, chỉ có hai ông bà chăm sóc lẫn nhau. Càng về già bác Thương càng trái tính, trái nết, khác hẳn thời chúng tôi sơ tán, bác đạp xe lên thăm. Bác Thương hay nổi xung, giận vô cớ vì cho rằng, con cái ở xa," không quan tâm đến bác!". Chuyện này cũng có nguyên do, hồi đương chức, nhà nước có cấp một căn nhà mặt tiền, bác Thương không nhận vì, như bác nói: " Cạnh mặt đường ồn ào, bụi, rộng quá, chỉ quét dọn đã khổ ...". Nhưng năm tám mươi thế kỷ trước, thời bao cấp, nhu cầu ăn ở không cao, hai con còn nhỏ, nên có thể nói như thế, ở chỗ nào mà chẳng được. Nhưng đến bây giờ, nhà mặt tiền, "tấc đất, tấc vàng". Giá như hồi ấy, bác Thương cứ nhận ngôi nhà ấy, giờ chỉ cần mở một quán cà phê là đủ sống. Do bác

Thương nhận căn nhà trong ngõ cụt, diện tích chật hẹp, hai con của bác đều có gia đình, không thể ở chung được, đành phải tứ tán. Người đi xuất khẩu lao động, ở luôn bên đó không về. Người chuyển đi thành phố khác sinh sống, có điều kiện kinh tế tốt hơn. Tôi còn nghĩ, ngoài nhà chật, còn một nguyên do nữa, bác Thương hay rất hay nổi xung. Đó là tình "đồng chí", hồi đương chức, bác giúp cho nhiều người, lúc ấy nhiều người gặp bác, cứ một điều "Thưa anh!", hai điều "Thưa anh!", " Anh giúp em thế này, em không biết làm gì để báo đáp!".Thế mà đến lúc bác về hưu, giờ ra đường, nhiều kẻ từng được bác giúp đỡ, gặp bác, không thèm chào. Đã vậy, mấy lần bác lên gặp một kẻ được bác nâng đỡ, chỉ nhờ một việc rất nhỏ. Với chức năng của mình, người này có thể giải quyết trong ba mươi giây, anh ta lại lấy cớ lần lữa, không giải quyết... Rồi thời thế, bao nhiêu biến động, hiện tượng tiêu cực, tham nhũng, nhũng nhiễu của cán bộ quá nhiều, khiến thâm tâm bác dằn vặt nên thay đổi tâm tính.

Tâm tính đó của bác khác hẳn cái thời sơ tán tôi nhiều lần chứng kiến...

Mỗi lần bác Thương đạp xe lên thăm, cả trại chúng tôi vui. Bác Thương lên sẽ tiếp tế thêm thức ăn, chúng tôi có quà. Quà chẳng nhiều nhặn gì, lúc mấy cây kẹo bạc hà, lúc vài cái bánh gai, có lúc là một phong lương khô Trung Quốc... nhưng chúng tôi rất thích, nhất là những đứa nào ngoan, được bác thưởng. Còn tình cảm bác Thương dành cho bác Thiện thì thật đặc biệt. Mỗi lần lên thăm, vợ chồng gặp nhau, nét mặt hai bác vui lắm cứ xưng hô y như hai người mới yêu nhau: "Anh làm cho em cái này! ", " Cái đó để anh lo, em nghỉ đi!"...

Chứ không như bây giờ. Bác Thiện kể:

-Tính ông ấy keo kiệt kinh hồn con ạ, khác hẳn ngày xưa! Ông ấy về, không thấy cái thang đâu, hỏi bác, bác nói cho hàng xóm mượn. Chỉ nghe bác nói vậy ông ấy đùng đùng sang đó, lấy bằng được, mang về. Bác nói thật nhỏ nhẹ: " Tôi đã cho mượn, thì để họ dùng đã. Ông làm vậy, người ta cười, nói nhà mình bủn xỉn..." . Thế mà con biết không? Ông mắng bác một trận, giọng rất lớn, cho cả hàng xóm nghe thấy: " Tôi không cho nó mượn! Trong cuộc họp chi bộ, nó nói tôi phát biểu như thằng "phản động" giờ còn vác mặt sang đây mượn thang à! Đừng hòng".

-Thế trong họp chi bộ tổ hưu, bác Thương nói điều gì mà mà người ta lại bảo bác là "phản động"? Con nghe thế, thấy cũng lạ ! - Tôi hỏi.

- Bác cũng hỏi ông ấy điều mà con hỏi. Ông ấy nói với bác : " tôi chỉ góp ý, đúng tổ chức, đúng nơi... về sự lãnh đạo của đảng, nhất là đường lối, về tệ nạn tham nhũng. Góp ý để mà sửa, thế mà nó cậy bí thư chi bộ, nói tôi "phản động". Trong khi mình sống thế này, con của nó hư hỏng, vợ của nó chơi "hụi", chơi "đề... nó không nhìn nó mà nói mình phát biểu "phản động". Nói tôi "phản động" thì cả nước này "phản động". Thằng mất dạy! ". Bác Thương còn tức giận, từ chuyện không cho mượn thang, đến cả chuyện ra đường có gặp, cũng không thèm chào hỏi - Bác Thiện còn thêm – Người ta ghét bác trai ghét lây sang cả bác. Mà bác thì... Bây giờ bác trai của con không muốn quan hệ với ai, chỉ ở trong nhà...

Nếu bác Thương ở trong nhà, là một nhẽ, nhưng bây giờ bác Thương quả là một "gánh nặng" mà bác Thiện phải lãnh. Có lần, tôi được cuộc điện thoại của bác Thiện, gọi gấp :

-Con về ngay, đến gặp bác, có một việc rất cần bác nhờ ...

Tưởng việc gì, hóa ra làm chứng, chuyện tôi chở bác Thiện bằng xe máy Honđa đến gặp một người bạn trai cũ của bác. Cũng là cuộc nói chuyên bình thường giữa hai người đồng niên, cùng ôn lại những chuyện xưa, khi hai người mới quen nhau, chuyện con cái, chuyện sức khỏe... bác Thương biết được, ghen lồng, ghen lộn. Bác Thương đã hơn tám mươi tuổi, tuổi "gần đất xa trời", thở còn mấy tý, vẫn nghĩ đến chuyện ghen "bóng " ghen "gió", tôi vừa buồn cười, vừa bực cho cách cư xử của bác Thương.

Lại nghĩ những ngày sơ tán xưa kia.

Hồi ấy, bác Thiện phải nói là người phụ nữ đẹp, dáng khỏe, làm cái gì cũng nhanh nhẹn, gọn gàng. Cũng hồi ấy, trại sơ tán của chúng tôi gần chỗ bộ đội đóng quân trong nhà dân. Có mấy người bộ đội, nhân ngày nghỉ chủ nhật, đến giúp trại, thực ra là lấy "cớ" để nói chuyện với bác Thiện. Bác Thương biết hết, nào có ghen, còn nói với bác Thiện: " Em có điều kiện xem có thể giúp các anh ấy được cái gì thì giúp ..." . Bây giờ, không nhiểu sao bác Thương lại trái tính, trái nết như thế!

Thấy bác Thiện cứ một mình chăm sóc bác Thương khổ thế này khi con cái ở xa, tôi điện cho anh con trai của bác ở thành phố, góp ý:

-Em nghĩ, anh nên đưa hai bác vào "Viện dưỡng lão" thành phố. Ở đó vừa tiện cho mẹ của anh chăm sóc ông ấy. Hơn nữa, có điều gì, mọi ngươi còn can thiệp được.

Anh ấy nói ngay:

-Anh cũng từng đề cập vấn đề này nhiều lần, tiền có sẵn đây rồi. Nhưng dứt khoát mẹ của anh không chịu. Muốn mẹ bới khổ, anh muốn thuê người giúp việc, nói thế nào, thậm chí còn to tiếng, mẹ anh vẫn nhất định không đồng ý. Mẹ nói: " Tính khí của bố, chỉ có một mình mẹ chịu được, mẹ chăm sóc được, chứ còn chỗ đông người, bố đã không thích, nhất là chỗ ấy người ta hay nói chuyện tiêu cực, Bố nghe, suy nghĩ, càng khổ hơn, càng khó tính hơn. Với lại, ngôi nhà này, bố mẹ sống đến nay, gần bốn mươi năm, quen rồi, không muốn đi đâu...".

Giời ạ! Nghe anh là con trai của hai bác nói thế, tôi thở dài, chẳng biết bác Thiện còn khổ với bác Thương đến lúc nào nữa, khi mà lúc này, bác Thương sau một cơn đột quỵ , cứu được, nhưng bị liệt nửa người, nằm một chỗ, vệ sinh cũng một chỗ...

Một mình bác Thiện lụi cụi chăm sóc bác Thương. Bác Thương có nhăn nhó mấy, bác Thiện vẫn cam chịu, nhất quyết không nhờ con cái, không thuê người giúp việc...

Thấy cảnh đó, tự nhiên tôi cũng cảm thấy giận bác Thiện về độ "gàn". Tự mình hành hạ mình. Tự mình, mình làm khổ mình. Bác Thiện không thể trách ai!

Cho đến khi...

Tôi lại nhận được điện thoại của bác Thiện. Trong điện thoại, giọng bác Thiện gấp gáp, nôn nóng, như có vẻ mất bình tĩnh:

-Con đến ngay nhé... đến ngay... Có lẽ ... bác Thương bị làm sao ấy ...lúc này bác nhờ con...

Linh tính cho tôi cảm giác có chuyện chẳng lành, tôi vội đến...

Đúng rồi, sắc mặt bác Thương đã thay đổi, nhợt nhạt hẳn, thiếu sức sống, hơi thở gấp gáp như cố lần cuối cùng. Hai mắt nhắm nghiền, bàn tay của bácThương nắm chặt bàn tay của bác Thiện như không muốn rời. Bác Thiện ghé sát mặt bác Thương, nói nghẹn ngào:

-Anh mở mắt đi... nói với em vài câu... cháu nó đến rồi... cố đi anh ... đợi con ... Chiều nay con về ...

Tự nhiên bác Thương mở mắt, ánh mắt nhìn bác Thiện lạ lắm, ánh mắt như lần cuối cùng, cố gắng hút hết hình ảnh của bác Thiện vào lòng, rồi giọng bác Thương như cố, ngắt quãng :

-Anh...làm em khổ... đừng giận anh... anh đi... anh thương...

Bác Thương chỉ nói có vậy, rồi ưỡn ngực, giật mạnh, hai bàn tay đang nắm tay của bác Thiện buông ra, bất lực, mắt nhắm nghiền như bắt đầu chìm vào giấc ngủ.

Hai bên khoé mắt của bác Thương từ từ lăn ra hai giọt nước mắt.

Bác Thiện gục đầu vào ngực bác Thương, nức nở:

-Anh có làm khổ em đâu!... Ở bên anh em sướng lắm, chứ có khổ đâu... Anh ở lại với em... đừng đi... anh ơi!

Hai bác vẫn gọi nhau là " Anh, Em " cho đến lúc bác Thương mất../.

THA THỨ

Chị nhận được điện thoại của người bạn rất thân, giọng người bạn có vẻ như đang nói hộ chồng của chị:

- Chồng mày đang ngồi với tao đây, " lão" nói có vẻ ân hận, muốn về gặp mày và cháu lắm nhưng..." vẫn ngại vì nghĩ, mày còn giận... Theo tao, "lão" thấy lỗi rồi, mày cũng nên rộng lượng một chút, tha thứ cho "lão" ấy đi!

- Mày nói với "lão" ấy... cút... cút ngay! - Chị nói như quát trong điện thoại - Tao với con không cần một người chồng, một người bố có đạo đức tồi tệ như vậy ... Mày nói với " lão" ấy... tao cấm quay về đây!

Rồi không đợi bạn nói lại, chị tắt gấp máy điện thoại, nét mặt hầm hầm tức giận, mặc cho chuông điện thoại reo mấy lần nữa.

... Chị quay lại, giật mình.

Sau lưng, thằng con đứng cạnh lúc nào mà chị không hay biết. Thằng bé hỏi chị:

-Bố gọi điện cho Mẹ phải không?

Chị lắc đầu ngay:

-Không phải!

Nó không chịu:

-Mẹ giấu con, Mẹ biết Bố gọi mà! Mẹ gọi như thế là đúng nói chuyện với Bố rồi.

Chị nhìn con mà trong lòng ngổn ngang trăm mối, giằng xé.

... Chồng có vị trí trong Ban lãnh đạo Tổng công ty được Ban giám đốc phân công làm trưởng đại diện một chi nhánh ở một thành phố phía Nam. Được lãnh đạo tin tưởng, lại có uy tín nên tuy là Trưởng chi nhánh nhưng anh có chữ ký, có tài khoản, con dấu riêng. Vào một thành phố lớn, được toàn quyền quyết định những hợp đồng, dự án... nhất định dính líu đến chuyện tiền nong rồi ăn nhậu, đãi đằng... Nếu như không có bản lĩnh, anh ấy dễ sa đà vào những chuyện không đâu. Rồi chị lại nghĩ, chồng có tính hay cả nể, tin người, dễ mất cảnh giác... chị góp ý bao nhiêu lần, mà hình như anh không sửa chữa, cứ "ậm, ừ " cho qua chuyện. Ăn ở với nhau hơn mười năm, chị quá rõ tính của chồng, chính vì thế chị e ngại.

Y như rằng, khi anh ấy vào thành phố phía nam ấy, nỗi lo lắng của chị đã trở thành sự thật.

Những lần điện thoại cho anh, anh điện thoại về, chị chỉ hỏi dăm câu thăm dò hơi khéo một chút buộc anh ấy trả lời, với sự nhạy cảm và linh tính người vợ, chị thấy hình như... chồng đang giấu một điều gì đó!!! Dạ không yên, chị phải tìm cho ra sự thật. Chị bí mật vào thành phố đó, không cho ai biết. Bất ngờ gặp vợ, chồng của chị không giấu được. Anh có "bồ"! Anh nói lắp bắp trước mặt chị:

-Anh có lỗi, anh xin lỗi em và con...

Chị giận vô cùng nhưng cố nén, vì nghĩ đến con, thằng bé rất thương anh, anh đi vắng, suốt ngày nó nhắc đến anh. Anh cũng rất thương thằng bé, rồi còn uy tín, vị thế của chồng. Nếu chuyện này lộ ra bên ngoài, ngoài chuyện gia đình dễ đi đến chỗ tan vỡ, con mất cha, vợ mất chồng mà ngay chỗ "đứng" trong Tổng công ty cũng không còn, khi anh là một cán bộ lãnh đạo đang có uy tín. Chị kìm cơn giận, nói thật rõ để anh ấy giải quyết dứt điểm:

-Em nói với anh, lần đầu cũng là lần cuối cùng, anh phải chấm dứt ngay chuyện này. Không chấm dứt, nó chỉ dẫn anh vào vực thẳm, anh sẽ mất hết, sự nghiệp, uy tín, vợ, con. Bên này là em và con, một gia đình đang yên ấm, chỗ dựa gần như cuối cùng cho anh. Còn bên kia là con "bồ" trẻ ranh, không việc làm, không nghề nghiệp, đang tìm cách moi tiền, phá hạnh phúc gia đình... Tùy anh chọn! Em nói dứt khoát, nếu anh vẫn dây dưa, lưỡng lự thì chuyện vợ chồng coi như xong, em với anh ra tòa giải quyết li hôn ngay lập tức. Mà em cũng nói cho anh biết, nếu ra tòa, em sẽ nuôi con, anh cấm đụng vào ! - Giọng chị cương quyết, không một chút khoan nhượng.

Nói vậy, thâm tâm, chị rất biết, không ai thương con bằng chồng của chị. Anh ấy phải nghĩ đến con, dừng lại, chấm dứt ngay tức khắc.

Chị rộng lượng, chỉ cho anh thấy con đường sáng mà đi. Nhưng không! Không những không sửa mà anh ấy còn lún sâu hơn nữa vào chuyện đó, thậm chí, gần như công khai.

Sau đó độ hơn một tháng chị nhận được cuộc điện thoại của một người con gái. Trong điện thoại, người con gái ấy tự nhận là "bồ" của chồng chị:

-Em tự giới thiệu, em là người yêu của anh ấy, chị ạ! Em không giấu, em đã có thai với anh ấy, cái thai cũng được gần hai tháng rồi. Em không muốn con em sinh ra lại không có bố, không được mang "họ" của bố. Em nói thế để chị hiểu...

Nghe xong cuộc điện thoại của cô gái ấy, chị thấy trời đất như quay cuồng. Tưởng sau cuộc nói chuyện hôm đó, nhìn nét mặt chồng có vẻ ân hận, chị hy vọng, chồng đã thấy sai, muốn chuộc lại lỗi lầm. Hoá ra không phải! Những lời chị nói với chồng hôm đó giống như " nước đổ lá môn". Sao chồng không nghe lời vợ, vẫn nhắm mắt đâm đầu vào sai lầm tệ hại đến mức độ như thế này!!! Nếu bây giờ anh ấy đứng trước mặt, kể cả con kia nữa, chị sẽ băm vằm, xé nát hai người ra từng mảnh...

Chị điện thoại ngay cho chồng:

-Anh phải về ngay! Về đây giải quyết chuyện li hôn, cô bồ của anh đã điện cho tôi, nói rõ hết mọi chuyện. Tôi không thể sống thêm với anh một ngày nào nữa. Anh là thằng chồng khốn nạn...

-Em phải để anh nói đã, anh đang giải quyết với con đó ... Anh nghe em mà... - Trong điện thoại, giọng chồng của chị van nài.

-Anh nghe tôi à! Câm ngay cái mồm của anh lại. Anh nói "giải quyết" mà có thai với nó? Anh đừng nói láo!

-Ai nói với em điều đó?

- Con bồ của anh điện cho tôi, nó nói cái thai đó là của anh, được gần hai tháng rồi!

-Trời ơi! Con này ghê quá - Anh than trong máy điện thoại - Anh nói với nó là cương quyết chấm dứt, không quan hệ gì nữa. Nó không chịu, nói với anh: " Nếu anh muốn vậy, tôi sẽ cho vợ anh và cả cơ quan của anh biết những bức ảnh anh với tôi trong nhà nghỉ như thế nào? Còn cái thai trong bụng tôi nữa, anh phải chịu trách nhiệm, không chạy làng được đâu...". Nó còn...

-Anh im đi, tôi không muốn nghe anh nói! - Chị gào lên.

- Không! Không! Em để anh nói nốt - trong điện thoại, giọng anh khẩn thiết, cố giãi bày - Con này, anh tìm hiểu thì biết, không phải nó "đi "riêng với anh, nó còn "đi" với nhiều ngừơi khác, Cái thai kia, nếu có, chắc gì đã là của anh nếu xét nghiệm ADN. Còn chuyện những bức ảnh, nó định tống tiền, anh không sợ, chỉ sợ em và con không tha thứ... Anh thấy lỗi rồi, cho anh xin lỗi... cho anh về với em, với con...

-Không "xin" gì cả! Tôi không thể có người chồng đốn mạt như anh. Con của tôi cũng không có người bố tồi tệ như anh!

Chị vứt mạnh chiếc điện thoại ra mặt bàn, gục xuống ghế, khóc...

Con trai lại chạy đến bên chị, nói:

-Đứng ở kia con nghe Mẹ nói chuyện với Bố. Bố nói điều gì mà Mẹ khóc! Đừng giận Bố nghe Mẹ! - Ánh mắt nó nhìn chị, khẩn khoản.

Nghe con nói vậy, chị quỳ xuống ôm chặt nó vào lòng.

... Lúc này trời cũng tối lắm rồi.

Ngoài đường vắng bóng người, xe... gió giật từng hồi, ánh đèn điện, qua cơn mưa, ngày càng nặng hạt, soi chỗ mờ, chỗ tỏ...

Chị ngồi một mình, lúc này chị muốn nghe tiếng điện thoại của cô bạn thân, sao lúc này không thấy nó gọi lại? Chị định gọi cho bạn, nhưng nghĩ thế nào, lại thôi. Nếu thấy cần thì họ gọi, chứ việc gì mình gọi cho họ. Chị vẫn tự ái khi nghĩ cuộc điện thoại của người bạn thân lúc sáng.

Con trai chị đi ra cửa sổ, nó nhìn xuống đường reo lên:

-Mẹ ơi! Bố kìa... - Nó mở cửa sổ, nói to - Bố ơi! Bố ơi!

Chị lại cửa sổ tầng hai, nhìn theo con. Đúng anh ấy, đang đứng co ro dưới gốc cây bên kia đường, ngước nhìn sang bên này. Cơn giận vừa chìm đi, bỗng nhiên bùng phát lại. Chị quát con:

-Vào phòng ngủ đi, con không được đứng ở đây!

Nó không chịu:

-Mẹ phải mở cửa để con ra đón bố!

-Không được! Mẹ nói với con. Vào phòng ngủ! - Chị cương quyết.

Con trai của chị gào nức nở:

-Mẹ phải mở cửa cho Bố vào! Bố đứng thế kia, lạnh lắm! Mẹ mở cửa đi...

Chị lấy ngay cán chổi, quật mạnh vào mông của thằng bé:

-Vào phòng ngủ. Vào ngay!

Thằng bé như không thấy đau, đứng lỳ một chỗ, khóc rống lên:

-Mẹ phải cho Bố vào... cho Bố vào...

- Mẹ không cho...

-Mẹ ác quá! - Nó nắm tay chị lắc lắc - Mẹ muốn Bố chết à! Mẹ muốn con mất Bố à!

Nghe con nói vậy, ánh mắt chị sững lại đột ngột, buông cán chổi...

Nhìn con, chị không thể nói được một lời nào.

Thằng con trai vẫn ngước mắt nhìn chị, ánh mắt như cầu xin. Hai hàng nước mắt chảy của nó chảy dài, không thèm lau.

Mãi một lúc sau, chị lấy chìa khóa đưa cho nó:

-Con ra mở cửa đi!

Thằng bé cười toét miệng, không để ý đến hai hàng nước mắt còn in đậm hai bên má, cầm vội chìa khóa.

Nó chạy rất nhanh ra phía cửa lớn... ./.

Hội An 3/2018

MỐI TÌNH ĐẦU

... Ở tuổi của ông, hơn bảy mươi tuổi, hình như trong suy nghĩ có sự bình lặng, không muốn đến chỗ ồn ào, nhộn nhịp. Những cuộc vui với mấy đám bạn thân cũng thưa dần, gần như ông dừng sinh hoạt hẳn với các hội, đoàn... Ông thích ngồi một mình tư lự bên ấm trà trong một quán vắng, ven sông, hay trong căn buồng thật tĩnh mịch, chỉ có nhưng bản nhạc nhẹ, du dương làm bạn. Những lúc ấy, thật lạ, những hình ảnh sự việc vừa ngay đấy không còn trong trí nhớ. Một chiếc bật lửa vừa dùng, một quyển sách vừa đọc... để đâu, có khi tìm cả tiếng không thấy, hoá ra nó nằm ngay trước mặt. Ấy vậy, những câu chuyện, những hình ảnh xảy ra ngót nghét trên dưới năm mươi năm, chẳng hiểu sao lại hiện về, rõ đến từng chi tiết, rõ cả tiếng cười, bước chân, đến sự hờn dỗi...

Ông muốn nhắc đến người bạn gái rất thân thiết thời phổ thông. Cái thời ấy ở miền Bắc, học sinh phổ thông sống vô tư như cây cỏ, ngọn lúa. Sự thương, quý mến nhau có lẽ cũng như vậy, thương rất hồn nhiên, sống hết lòng vì nhau không một chút tính toán. Cái hồi ấy nhắc đến chữ "yêu" đám trẻ, tuổi của ông lúc ấy, ai cũng né tránh vì "sợ"!!! Thích đấy, thương đấy nhưng bị gán ghép thì giãy nảy như "đỉa phải vôi", nhưng trong "bí mật" thì hơn cả... yêu. Hai căn nhà ở hai bên đường, rất gần, chỉ vài bước chân, xa có một buổi đã thấy sự trống vắng. Những cuộc hò hẹn lấy cớ "đi học phù đạo" trốn gia đình, để gặp nhau trên mặt đê, gió thổi mơn man, chỉ có ánh trăng chứng kiến hai người. Bao nhiêu năm, mỗi lần đêm xuống, nhìn lên trời thấy cái ánh trăng ấy, làm ông nhớ kỷ niệm đó đến thắt ruột. Rồi những lần ông ốm, không có thuốc, người yêu cũ của ông bươn bả đi trong mưa phùn, rét cắt da, cắt thịt hái lá xông... Mùi lá xông sau bao nhiêu năm, hương thơm ông vẫn thấy thoang thoảng đâu đây...

Nỗi nhớ đấy, ông chỉ dành riêng cho mình, không chia sẻ. Đã bao đêm hình ảnh người yêu cũ lại hiện về trong giấc mơ, lúc tỉnh dậy, ông ngơ ngác, luyến tiếc...

Rồi tại sao chia tay? Đến tận bây giờ nguyên nhân rất mơ hồ, ông không lý giải nổi. Với ông tất cả, không hề có sự trách cứ người yêu, mà tự trách ông: Giá như đi đến tận cùng của mối tình đầu đó, đẹp biết bao nhiêu, biết đâu là bệ đỡ trong những ngày tháng cuối đời này?

Hồi còn đương chức, có mấy thằng bạn tưởng tốt, ai ngờ ... khi ông về hưu, chúng nó mới lột mặt nạ, không coi ông là bạn. Nghĩ về đám bạn ấy, ông thở dài. Rồi chuyện gia đình, quan hệ với con không phải như trước, con cái trưởng thành, có gia đình, chúng coi gia đình chúng hơn, quan hệ cha con "cơm không lành, canh không ngọt", ngày càng nhiều, ông buồn. Còn vợ ông, nào có còn trẻ mỏ gì, nhưng giờ hơn cả "hồi xuân", diện xiêm áo, đi tập khiêu vũ, hát hò, thích được khen, nói nặng một chút thì tự ái, thích tụ tập bạn bè, hay bỏ ông ở nhà một mình, không nằm chung cũng gần chục năm rồi... Vợ chồng bây giờ, sống vì trách nhiệm hơn là vì tình nghĩa, còn được bao lăm nữa, trời đất gọi, phải "đi", vợ muốn gì, ông cũng chiều...

Cứ vậy, những hình ảnh hiện tại ông muốn quên. Mà thực sự với tuổi này, ông quên thật, chỉ sống với quá khứ. Dẫu trong quá khứ có nhiều bạn gái quen, thân, nhưng giờ nghĩ lại, cố xoá, cố không nghĩ, nhưng hình ảnh người bạn gái quý nhất, thời phổ thông, gần như đó là mối tình đầu, cứ hiện về, rõ đến từng chi tiết...

Không biết có phải " linh tính" thầm báo, mà mấy ngày nay toàn nghĩ về mối tình đầu thì ông lại gặp bà, người ông yêu đầu tiên.

... Sáng ấy, gần khách sạn thuộc một tỉnh miền Trung, nơi ông tạm thời tá túc tạm lánh đi những buồn phiền, là một sân công viên rộng, nơi những người đồng niên với ông trong thị xã này lấy làm nơi tập thể dục, đi quyền, yoga...

Đứng ở của sổ trong căn phòng của khách sạn nhìn ra, chợt... ông phát hiện!

Đúng rồi không sai, người yêu cũ, mối tình đầu của ông, dáng ấy, nét mặt ấy, cả giọng nói, tiếng cười nữa ... hơn bốn mươi năm, ông nhớ, thời gian khó phai nhòa...

Không biết có phải đồng điệu không ? Khi gặp lại ông, người yêu cũ cũng ngạc nhiên:

- Trời xui, đất khiến thật. Tôi không nghĩ là gặp ông ở đây!

- Tôi cũng thế! Vừa thấy bà... tôi nhận ra ngay, thời gian dài, nhưng không thấy bà thay đổi nhiều lắm - Giong ông vui thực sự.

- Tôi lại thấy ông thay đổi nhiều, tóc bạc, trán hói, bụng phệ nữa... ngày xưa có thế đâu! - Nói xong, người yêu cũ của ông cười, tiếng cười thanh thoát, giống y như tiếng cười trong một đêm trăng mờ khi ông đèo bà trên một chiếc xe đạp, khi nghe ông kể một câu chuyện vui, sau đó bà còn giụi mái tóc dài vào lưng ông, tiếng cười vẫn khúc khích...

Hai người đến một chiếc ghế trống trong công viên, ngồi xuống cùng ôn lại bao kỷ niệm, nhắc lại nhưng người quen, kẻ còn người mất. Sau mỗi kỷ niệm lại có tiếng cười hay tiếng ngạc nhiên "Thế à!", " Sao ông vẫn nhớ, tôi lại quên rồi!". " Thương quá, giá như ông ấy còn sống...".Đang ôn lại bao kỷ niệm như vậy, đột nhiên bà hỏi:

- Mà hồi ấy tại sao tôi với ông chia tay nhỉ? Hơn bốn mươi năm, tôi vẫn để trong đầu câu hỏi đó đấy! - Người yêu cũ hỏi ông.

Ông cười không trả lời ngay, mà nhìn bà với ánh mắt như hối hận, im lặng một lúc rồi mới nói:

-Tuổi mới lớn, giá như có suy nghĩ chín chắn như bây giờ. Bà đã yêu tôi mà cứ thấy hôm nay bà đi với thằng này, mai đi với thằng khác, cho là bà không chung thủy, thế là tôi ghen. Tuổi phổ thông mà, làm gì có suy nghĩ sâu sắc, luôn bồng bột, nông nổi, nghi ngờ... Sau mới biết không phải thế thì mọi chuyện đã muộn. Lúc đó tôi ân hận lắm, rất muốn gặp bà xin lỗi...

- Hồi đó ông có cho tôi giải thích đâu. Bố mẹ ông rồi cả bố mẹ tôi đều ngăn cản không cho tôi yêu ông, nói " tập trung vào mà học, không được yêu", nên tôi phải" đóng kịch", giả như hôm nay học với anh này, mai học với anh khác cho gia đình không chú ý. Thế mà ông ghen, ghen ghê gớm, đến độ luôn lánh mặt, không thèm nói chuyện, còn viết thư đòi "từ" tôi nữa chứ. Thế là tôi tự ái thậm chí lúc đó còn rất giận ông. Còn bây giờ... nhắc lại chuyện cũng cũng vui – Nói xong người yêu cũ cười nhẹ, tiếng cười như một dòng nước mát là "tan "đi mọi khúc mắc mà hai người cứ lấn cấn trong lòng suốt một thời gian dài...

Nghe người yêu cũ nói như vây, ông cười ngượng ngùng, như người biết lỗi.

- Cuộc sống hiện giờ của ông như thế nào? – Người yêu cũ hỏi và nhìn ông, ánh mắt trìu mến.

Ông tránh ánh mắt đó, nói cố giọng thật bình thường:

- Gia đình tôi sống tròn vẹn, bà ạ! Các cháu trưởng thành, có công việc ổn định. Vợ, con rất thương tôi, luôn chăm sóc tôi chu đáo. Còn bà?

- Tôi mừng cho ông, thế là tốt. Còn tôi, gia đình cũng ổn – Bà nói, giọng hơi ngập ngừng - Con trai có gia đình, công việc ổn định, kinh tế đầy đủ, ngày nghỉ, nó cũng hay đưa vợ con về chơi... Chồng của tôi về hưu nhưng vẫn đi làm chuyên môn theo hợp đồng với cơ quan cũ, hiện ông ấy đi công tác. Giá như có ông ấy ở nhà... tôi sẽ mời ông về nhà ...

- Tiếc quá, trưa nay tôi lại đi rồi, chứ không tôi sẽ đến thăm. Bà cho tôi gửi lời thăm ông ấy...

Ông và người yêu cũ còn nói chuyện nhiều, những kỷ niệm đẹp về thời học phổ thông , về mối tình đầu, đẹp tựa nắng mai, mong manh như giọt sương, dễ vỡ, dễ tan... nhưng để trong lòng hai người bao nhiêu kỷ niệm khó phai.

Ông và người yêu cũ chia tay trong sự quyến luyến.

Với ông, đây là một buổi sáng đẹp nhất trong đời, hình như mọi phiền muội về chuyện gia đình, xã hội... tan đi đâu hết. Mừng nhất, cuộc sống của ông thế nào cũng được nhưng người yêu cũ đã có một gia đình hạnh phúc. Ông không mong gì hơn.

Còn với người yêu cũ của ông, bà gặp lại, tuy vô tình nhưng có lẽ do trời định. Bà mừng cho ông có sức khỏe, có một gia đình viên mãn. Chính điều đó, không muốn cho ông biết, bà đang mang trong người một mầm bệnh thế kỷ, chưa biết " đi "ngày nào. Bà có một người con trai, lại mất sớm do tai nạn. Còn chồng của bà, sau tin con trai mất, quá đau đớn bị tai biến, nằm bất động, hơn ba năm nay... một mình bà phải lo... ./.

Hội An 12/2019

CHUYỆN CỦA NGƯỜI YÊU CŨ

... Người phụ nữ kia với anh, hồi còn sinh viên là mối tình đầu. Chị học giỏi, được giữ lại trường rồi ra nước ngoài làm nghiên cứu sinh. Anh được phân công về giảng dạy một trường Đại học phía Nam. Chuyện vợ chồng giữa anh và chị sẽ đến, nếu như chị không gặp tay thứ trưởng , khi hắn đi công tác ở nước này. Bố của hắn giữ một chức rất to trong chính quyền. Bằng quyền uy của bố, bằng lối " tấn công" vừa ma mãnh, vừa khôn khéo lợi dụng chỗ yếu của người phụ nữ đang cô đơn. Chỉ một phút yếu lòng, người yêu của anh đã ngả vào vòng tay của hắn...

Chuyện này đến tai anh. Tự ái dâng cao, không thể tha thứ, anh chia tay với chị một cách dứt khoát...
Cũng tưởng người yêu cũ của anh viên mãn hạnh phúc gia đình, nhất là gia thế bên chồng vững như bàn thạch, danh lớn nhất vùng, còn kinh tế ít ai dám bì...

Nhưng có ai ngờ...

Trong một lần tình cờ anh gặp lại. Nhìn nét mặt cả dáng vóc của người yêu cũ, anh không nghĩ đó hình ảnh người con gái thân thương mà cách đây hơn mười năm, từng là thần tượng của bao người con trai. Nét mặt của người yêu cũ, dù có được một lớp phấn mỏng phủ mịn màng, vẫn không giấu được sự mệt mỏi chịu đựng, bàn tay cầm ly nước cũng không vững, run run.

Người tình cũ của anh không còn ánh mắt như hồi yêu anh, mà ánh mắt ấy cứ như muốn lảng đi chỗ khác như không dám nhìn thẳng vào sự thật!!!

Tại sao thế?

Rồi người yêu cũ của anh kể, qua giọng nói nghe sao rất buồn:

- Chuyện của em nói với anh như một sự giải toả ... Gia đình bên chồng của em, bề ngoài tưởng là một gia đình danh giá, có văn hóa. Khi xuất hiện trên ti vi, đi dự khán, nói chuyện... bố chồng nói như ông thánh, cao đạo giảng đạo đức, khuyên bảo thanh niên... Như thực tế về nhà thì hoàn toàn ngược lại. Tính gia trưởng, độc đoán thấm vào trong máu, ông ta coi vợ không ra gì. Em là con dâu, ông chỉ coi như một con ở. Thậm chí với em, có những lúc ông làm những điều tệ hại. Em không thể nói ra đây với anh được, đau đớn lắm! - Nói đến đây, người yêu cũ của anh khóc.

- Anh không nghĩ em lại rơi vào hoàn cảnh không ai muốn ấy - Anh nhìn người yêu cũ với sự thương cảm - Em uống nước đi, rồi bình tĩnh kể anh nghe. Biết đâu, anh cũng giúp em tìm ra một giải pháp - Anh giục.

Uống xong một hớp nước, người yêu cũ của anh lau nước mắt, kể tiếp:

- Nhưng chuyện đời của em đâu chỉ như vậy. Chồng em, mang danh thứ trưởng, cũng tưởng có trí thức, có văn hoá, giao tiếp nhiều sẽ là người tử tế. Có ai ngờ, anh ta đối xử với em như một tên vô lại, coi mình lớn hơn tất cả, không chấp nhận trình độ vợ hơn chồng, rồi sợ vơ ngoại tình. Cũng vì thế chồng không cho em đi thực tập nước ngoài để nâng cao trình độ , hạn chế những cuộc hội thảo mà người ta mời đích danh em, thậm chí còn muốn em nghỉ hẳn công tác giảng dạy, để ở nhà... Thôi, nếu như vậy, cũng tạm chấp nhận, vì người chồng thương vợ thường hay có tính ích kỷ. Em đã lầm trong suy nghĩ này. Em có bằng chứng xác thực do nhiều người cung cấp, chồng em thường dẫn bồ trong những lần đi công tác nước ngoài. Khốn nạn không thể tưởng!

- Nghe em nói anh rất ngạc nhiên! Tại sao em không dũng cảm từ bỏ người chồng và gia đình đó đi? – Anh nhìn thẳng vào ánh mắt người yêu cũ, khuyên chân thành.

Người yêu cũ của anh lảng tránh ánh mắt đó, nói chậm rãi, chịu đựng:

- Không được anh ạ! Bên ngoài không ai biết chuyện này, bố chồng tuyệt đối cấm, ông tuyên bố, sẽ trừng trị nếu như ai đó làm lộ chuyện gia đình. Ông ta còn nói: "Ngoài xã hội, tao muốn ai chết, người đó phải chết chứ đừng nói chuyện trong gia đình...". Kinh hãi là một "vở kịch lớn" bố chồng dựng lên, bắt tất cả thành viên trong gia đình phải "diễn". Khi ra ngoài, khi tiếp xúc với mọi thành phần trong xã hội, từ thấp đến cao, ông bắt mọi người trong gia đình phải "vui vẻ, cười nói", y như " một gia đình hạnh phúc". Bản thân ông ta, lúc đó, trước mặt mọi người nhìn vợ âu yếm, thậm chí còn hôn, rồi nói : " Tôi được như ngày hôm nay là nhờ vợ!". Chồng em cũng y như bố chồng, không một chút ngượng ngùng, khi giới thiệu em, giọng rất tự hào: "Vợ tôi là một tiến sỹ giỏi, một người vợ đảm đang, giúp đỡ tôi rất nhiều trong công việc cũng như quán xuyến gia đình. Tôi rất phục, rất biết ơn...". Khi về quê vợ, chồng em lại diễn cái "trò" đó, bố mẹ và dòng họ bên em sung sướng lắm vì em có một "gia đình hạnh phúc", có chồng "rất thương vợ, hiểu vợ", có bố chồng "một lãnh đạo lớn, một trí thức khoan dung, độ lượng!"... Cứ như vậy sự giả dối diễn ra hàng ngày trong từng câu nói, bữa ăn, cả giấc ngủ... thần kinh luôn căng thẳng, dồn em vào đường cùng. Hiện tại cuộc sống của em đã bế tắc, cứ như mình đang ở trong một đường hầm bị bịt kín hết mọi lối thoát.

Người yêu cũ của anh kể đến đó nấc lên những tiếng đau đớn, đầu gục xuống bàn...

...Những chuyện về người yêu cũ, anh kể hết với vợ, vì anh rất tin vợ, một nhà giáo có uy tín, đạo đức, một người vợ mẫu mực, độ lượng. Vợ anh nghe chuyện anh kể, nói:

- Em không thể chấp nhận chị ấy có một cách sống nhu nhược như thế!

- Vậy theo em, cô ấy phải sống như thế nào?

- Phải dũng cảm có tiếng nói phản kháng, cần thiết, viết đơn ly hôn, ra tòa. Không thể chấp nhận sống giả dối như thế được. Anh phải phân tích cho chị ấy hiểu...

Nghe lời vợ, anh gặp người yêu cũ hai, ba lần nữa ... cố khuyên giải.

- Chị vẫn không nghe anh à! - Vợ hỏi anh.

Anh gật đầu:

- Cô ấy khóc nhiều lắm, nói với anh, thôi số em như vậy, cố cắn răng mà chịu đựng, vì con cái, vì bố mẹ và cả ... danh tiếng dòng họ bên em, cả danh tiếng bên chồng nữa.

Vợ nhìn anh, cười nhẹ:

- May cho anh! lấy em chứ không phải lấy chị ấy. Một người phụ nữ có kiến thức mà không dám bảo vệ lẽ phải, không dám thể hiện bản lĩnh, cam chịu nhục... sẽ được cái gì? Chẳng được cái gì cả ngoài thân phận nô lệ cho người ta đày đọa, làm nhục. Để em gặp chị ấy.

Nhưng cuộc gặp đó không thành vì người yêu cũ của anh đã tự tử chỉ sau lần cuối cùng gặp anh có ít ngày! ./.

Hội An 4/2016

NƯỚC MẮT CHẢY NGƯỢC

Biết tôi sang H... thăm con, lại đúng địa chỉ, dì Ba đi với dáng lập cập đến nhà. Dì đưa cho tôi một hộp nhỏ, gói rất cẩn thận rồi dặn dò:

- Tôi nhờ cậu chuyển món quà này và cho tôi hỏi thăm sức khỏe của ông ấy cùng gia đình. Tôi mong ông ấy bình an, giữ sức khoẻ. Cũng nhờ cậu nói với ông ấy, tôi không quên ông ấy đâu, rất nhớ, chỉ tiếc một điều... cả hai già rồi, không biết bao giờ mới gặp lại...

Tôi cầm hộp quà, nhận lời chuyển:

-Con sẽ chuyển đến tận tay chú ấy, dì yên tâm, nếu như chú còn sức khỏe, con sẽ nói chú ấy về thăm. Dì đón...

Dì Ba nói với tôi giọng buồn rầu:

-Lúc ấy có lẽ tôi còn nhà đâu mà đón hả cậu! Chính quyền đang yêu cầu nhận tiền đền bù để giải phóng mặt bằng xây chợ, nhưng đền bù theo giá rẻ mạt, theo văn bản "tầm bậy" mà họ tưởng tôi không biết. Tui cương quyết đòi phải phải trả đúng như giá nhà nước quy định. Lũ khốn nạn ấy không chịu, còn nói, nếu tôi không nhận tiền đền bù, mười lăm ngày nữa sẽ cưỡng chế. Tôi sẽ một mất, một còn với lũ này, một lũ hại dân, hại nước, dù nhà có mất...

Dì nói vậy, tôi hơi ngạc nhiên, vì ở đây ai cũng biết hoàn cảnh của dì, trước năm một chín bảy lăm, dì Ba là bộ đội địa phương, không lẽ chính quyền ở đây không biết!!!

Nhìn dáng dì Ba lầm lũi đi, tôi ngận ngùi, thương cảm..

Cầm chiếc hộp nhỏ của dì, không biết đựng vật gì bên trong, cùng hàng chữ ghi nắn nót tên người nhận trên mặt hộp tôi như thấy sức "nặng" tình cảm của dì gửi gắm, thầm hứa bằng mọi cách chiếc hộp này phải đến tay người nhận nhanh nhất.

... Ông già cầm chiếc hộp của dì Ba mà tôi đưa, ánh mắt lộ vẻ xúc động, khóe mắt có ngấn nước, ông lấy tay chùi vội, giọng nghẹn ngào không thể giấu:

-Trời ơi! Có ai nghĩ... đến giờ, sau mấy chục năm, chúng tôi vẫn gặp được nhau.

Tay ông lập cập bóc giấy gói bên ngoài và mở chiếc hộp. Bên trong có một tấm ảnh đen trắng hơi ố vàng chụp chân dung hai người, một nam, một nữ. Cả hai người ăn mặc như những người du kích, cổ quấn khăn rằn mà tôi thường thấy trong những bức ảnh thời chống Mỹ trước năm một chín bảy lăm. Ngoài tấm ảnh đó ra, còn một chiếc lược bằng tre làm một cách chau chuốt. Trên chiếc lược ấy còn khắc dòng chữ : ***"Tặng em. Rất nhớ!".*** Nhìn tấm ảnh, tuy thời gian đã xa, tôi vẫn nhận ra, người con gái trong tấm ảnh là dì Ba, còn người đàn ông đứng cạnh, chắc chắn là ông già trước mặt tôi. Còn chiếc lược? Ông già kể:

-Hồi đó tôi với bà ấy ở cùng đơn vị, cùng quê, cùng một lần lên núi. No, đói, sống, chết có nhau, chúng tôi yêu nhau lúc nào không hay. Bà ấy xa có một buổi, tôi nhớ quay quắt. Tôi đi lấy gạo, gặp suối lớn không qua được, bà ấy bươn bả đi tìm ngay trong đêm. Chúng tôi thương nhau như thế đấy. Mái tóc bà hồi ấy dài, bị sốt rét, không có lược, bà ấy cứ lấy tay để chải, tóc rụng dần. Tôi nhìn thấy thương làm chiếc lược này cho bà ấy. Lược bằng tre già, chải tóc, tóc đỡ đau, đỡ rụng hơn...

- Nhưng sao chú lại ở bên này? – Tôi ngạc nhiên.
- Chẳng giấu gì anh!Trong một lần xuống đồng bằng tôi bị lính Mỹ bắt sống. Một thời gian sau tôi "chiêu hồi" (1) vì quả thực tôi rất sợ chiến tranh, giết chóc. Trong đợt "di tản" tháng tư năm một chín bảy lăm, may mắn cho tôi, là sang được bên này an toàn...
- Sang đây chú ở một mình ? – Tôi hỏi.
- Không! Tôi có gia đình chứ, nhưng các con tôi lớn rồi, chúng lo gia đình của chúng , còn vợ lại bỏ tôi, đi lấy chồng khác... - Ông già nói giọng buồn buồn...
- Thế làm sao chú lại liên lạc được với dì Ba?
- Hồi trước cũng nghĩ là khó vì hai nước chưa cho thông thương, rồi tôi nghĩ mình "chiêu hồi" bên nước mình, phe chiến thắng, ai dám chứa chấp mà cho về lại, còn bà ấy chắc rất khinh tôi. Nên thế, tôi không tìm cách liên lạc, cũng bặt tin tức bà ấy hơn hai chục năm. Nhưng rồi mấy người cùng quê sang đây theo diện "đoàn tụ" gia đình, cho tôi biết, bà ấy đến tận bây giờ vẫn không lấy chồng, ở một mình. Nghe vậy, tôi sững sờ, vội viết thư cho bà ấy, cũng nói hoàn cảnh của mình. Lá thư nào tôi gửi, cũng đậm nước mắt. Còn thư bà ấy gửi lại cho tôi, đọc thương lắm! - Ông khóc - Quả thật, đối với tôi, đó là mối tình đầu rất thiêng liêng. Bà ấy không lấy chồng, có nghĩa bà ấy rất thương tôi. Trời đày tôi và bà ấy! Giá như đừng có chiến tranh... - Nước mắt ông già lại rơi dày hơn trước mặt tôi.

- Thôi chú ạ! - Tôi động viên - Bây giờ mọi chuyện liên lạc đơn giản, thuận tiện hơn nhiều, đi về cũng dễ dàng. Chú cố gắng giữ sức khỏe để về thăm dì Ba. Chắc dì rất mong chú, khi hai người có cùng hoàn cảnh đơn chiếc, biết đâu...

Tôi nhìn ông thăm dò. Nghe tôi nói vậy, mắt ông còn đọng nước nhưng ánh niềm vui:

- Ừ! Anh nói thế lại hóa hay. Giả như ... tôi lấy bà ấy, rồi đón sang đây, hay là tôi về ở luôn với bà ấy...cũng vui... Ở bên này, một thân, một mình buồn lắm.
Tôi cũng vui với ý định của ông già. Tuổi già nâng đỡ, dựa vào nhau trong một gia đình nho nhỏ. Họ sẽ đi tiếp quãng đời còn lại trong tiếng cười, trong sự thông cảm, trong sự đùm bọc, chăm nom lẫn nhau...
Ở tuổi hoàng hôn hai người tìm lại được hạnh phúc. Còn hạnh phúc nào hơn thế!

... Sau hơn một tháng thăm chơi với các con, trước khi tôi trở về lại Việt Nam, ông già gặp tôi, đưa một gói quà nhỏ, dặn:
-Trong gói quà này là một số thuốc bổ tôi mua tặng cho bà ấy, nhờ anh đưa hộ. Cũng nhờ anh nói với bà ấy giữ sức khoẻ, sang năm dù thế nào tôi cũng về thăm và nói ý định của tôi. Theo anh, bà ấy có đồng ý không ?
- Ý định gì ạ?
- Anh biết rồi lại còn hỏi - Ông cười vui - Tôi sẽ lấy bà ấy. Tôi sẽ đón bà ấy sang đây. Còn bà ấy không chịu, tôi sẽ ở luôn bên Việt Nam. Chính quyền không cho, tôi cũng ở. Anh có tin không?
Tôi tin chứ, tin vào tấm lòng thành của ông già, tin vào tình cảm rất chân thật của hai người. Tin vào hạnh phúc của ông và bà, dẫu đã hoàng hôn nhưng vẫn đầy ánh nắng, gió mát, cả trăng thanh của tình yêu nữa...
Nhưng...!
Không biết tôi có nên viết tiếp câu chuyện ra đây không?
Khi tôi về đến nhà định đưa gói quà của ông già gửi cho dì Ba thì hay tin dì Ba đã tự thiêu, quyết chết để giữ đất không cho lũ quan lại đạo đức khốn nạn trong chính quyền “giải tỏa” với giá đền bù rẻ mạt.

Dì Ba ơi!
Bên kia chú vẫn đợi dì và hy vọng...
Tôi khóc./.

Chú thích :
(1) Theo cách gọi những cán binh cộng sản đầu hàng quân đội VNCH trong cuộc chiến tranh trước 1975

ĐÊM CỦA BIỂN

Đêm nay tôi và Hằng đi trên bãi biển, gió từ xa thổi lại làm mơn man những con sóng nhỏ, mát lạnh, cát dưới chân mềm mại... Thường những buổi dạo đêm như thế này thấy thư thái nhưng sao đêm nay tâm trạng tôi trong khung cảnh ấy, thấy buồn đến lạ. Ngày mai tôi phải chia tay với Hằng. Em đi bên hình như không để ý đến tâm trạng tôi lúc đó, vẫn bước, những bước chân thoải đều trên bãi biển rồi Hằng dừng lại, nhìn ra xa, nói với tôi:

- Tối nay là tối ba mươi, không có trăng nên mặt biển đen, thầy ạ. Giá như có trăng, buổi chia tay em với thầy có thêm một kỷ niệm nữa, để nhớ !

Không cần thế đâu em, thế này cũng đã nhớ lắm rồi, tiếng sóng dưới chân vỗ nhẹ, những ngôi sao nhấp nháy tít trên cao không thể làm cho mặt biển sáng thêm và hình như, mặt biển đen cùng tiếng sóng vỗ là một sự níu kéo trong bất lực. Tôi hỏi em :

- Với quyết định này của tổ chức nhà trường, em có buồn không ?

- Không, thầy ạ! Em thấy bình thường, có việc gì đâu mà phải buồn!

Lạ nhỉ, chuyện như thế, mà em nói có vẻ "bình thường", không giống như tôi nghĩ. Hay là ...

Trước ngày thống nhất đất nước, ở miền Nam, Hằng là giáo viên dạy môn văn, ở một trường trung học đệ nhất cấp (Tương đương cấp II). Đất nước thống nhất, em thôi dạy học, để thi đại học. Hằng đỗ điểm vào đại học khá cao. Trong lớp tôi chủ nhiệm, Hằng là người gần như lớn tuổi nhất, tôi chú ý đến em không phải vì em nét mặt đẹp nhưng trông hơi buồn, cũng không phải dáng người thanh mảnh cùng mái tóc đen dày phủ bờ vai thon gọn, mà chú ý vì cách nói chuyện của Hằng. Em nói chuyện từ tốn, nhẹ nhàng, dễ cuốn hút. Em thuộc nhiều thơ, không riêng những bài thơ tiền chiến, mà cả những bài thơ "hừng hực khí thế" của mấy nhà thơ bên cách mạng, em cũng thuộc. Hằng đọc những bài thơ ấy cho tôi nghe bằng giọng rất truyền cảm. Tôi rất tin, với kiến thức sẵn có, lại chăm học, ham học hỏi, Hằng ra trường, nhất định em sẽ trở thành một cô giáo dạy văn giỏi. Tôi với Hằng, mới có gần năm tháng của học kỳ một, trong năm đầu tiên đại học, biết nhau. Không phải, nếu tính thật chi tiết, những giờ, ngày... gặp nhau, lúc lên lớp giảng bài, lúc họp lớp, rồi những buổi trò, thầy tới thăm nhau hoặc như lúc tôi nhìn thấy Hằng, "đánh" vội ánh mắt để "gặp" trong tích tắc, thời gian đó có bao nhiêu đâu, không dấu, tôi có cảm tình với em, dù ở cương vị này đòi hỏi có sự nghiêm túc, nhất là đối với sinh viên nữ. Còn Hằng, hình như em có tình cảm với tôi, đó là theo cảm nhận, khi tôi nghe em nói:

- Hôm qua lên lớp, em thấy thầy có vẻ mệt, thầy giảng, không nên nói to, giữ sức, chúng em nghe được mà !

Quả thật trước hôm đó, tôi bị sốt nhẹ, nhưng bên ngoài cố biểu hiện không có vấn đề gì, giấu thế mà Hằng cũng biết. Rồi nữa, chiếc sơ mi tôi thường mặc, rách một đường sau lưng, phơi bên cửa sổ trong khu giáo viên. Cùng mấy bạn sang chơi, để ý thấy, Hằng xin phép tôi mang chiếc áo đó về, khâu lại. Đường chỉ Hằng khâu, rất kín, đẹp như người ta đạp máy. Tôi nhìn đường chỉ đó thầm phục, em rất khéo tay. Mấy bạn sinh viên nữ ở cùng phòng với Hằng trong khu ký túc xá thường đùa, nhưng có lẽ như để cho tôi ngầm hiểu rằng Hằng cũng mến tôi:

- Thầy ơi! Trong giờ giảng ngày mai, thầy gọi chị Hằng lên trả bài nhé. Chị Hằng mong lắm đấy!

- Chúng em đố thầy, chị Hằng thích thầy nào giảng bài nhất? – Không đợi tôi trả lời, tất cả đồng thanh - Thầy !

- Chị Hằng nói, thầy chỉ hơn chị có bốn, năm tuổi chứ mấy...

Sau những lời nói đó là tiếng cười khúc khích, những cái đấm lưng thùm thụp...

Nghe vậy, nét mặt Hằng lạnh, tuy không tỏ ra bực mình, nhưng lại khẽ lắc đầu, em nói, giọng nghiêm túc:

- Không phải như thế đâu, thầy đừng tin các bạn ấy nói.

Những lần nói chuyện với Hằng, tôi biết hoàn cảnh gia đình em. Cha của Hằng là một công chức trong chế độ Việt Nam Cộng Hòa làm việc rất mẫn cán, đầy trách nhiệm, ai cũng mến. Trong gia đình, ông là người chồng thương vợ, người cha thương con, ai cũng cảm phục, tự hào. Sau năm một chin bảy lăm, ông thất nghiệp, tạm làm xe ôm đón khách, bữa có khách, bữa không, gia đình rơi vào cảnh khốn khó về kinh tế, nhưng không phải vì thế mà ông bi quan. Ông luôn động viên Hằng, phải giữ nghề giáo, có điều kiện nên đi học thêm. Chính lẽ đó, đang dạy môn văn ở một trường cấp II, em tạm rời bục giảng, thi vào đại học, nơi tôi công tác. Hằng nói về người cha với sự kính trọng và có hiếu :" Em không muốn ba em buồn, lúc nào em cũng muốn cho ba vui".

Nghe Hằng kể chuyện gia đình tôi càng thương em hơn, muốn nói với em điều đó, nhưng sao khó quá.

Suy nghĩ nhiều, rồi tôi quyết định.

Tối ấy!

... Hai chúng tôi cùng đi dạo trên bãi biển vắng, cả hai đi được một đoạn đường dài, có lúc như chạm vào nhau, rồi giật mình, tách vội ra xa, có chút lúng túng, ngượng ngập mà gần như cả hai, tôi và em, không nói với nhau được một lời nào. Nhưng khoảng khắc im lặng đó, tôi tin, có khi nói được bao điều... Đi một đoạn xa, phá vỡ sự im lặng, Hằng giục tôi:

- Sao thầy không nói với em điều gì đi!

- Hằng à...tôi muốn nói với em...- Tôi ấp úng, dù tưởng chuẩn bị đầy đủ, ấy vậy quả thật tôi không biết nên diễn đạt thế nào cho Hằng hiểu, nhất là lúc này. Chúng tôi dừng lại, Hằng nhìn tôi, trong bóng đêm vẫn cảm thấy cái nhìn thấm đẫm thương yêu nhưng giọng của Hằng rất bình tĩnh:

- Thầy muốn nói với em điều gì ?

- Hằng...!

- Em hiểu! - Hằng nói như có sự chuẩn bị trước - Em hiểu tình cảm của thầy dành cho em... nhưng lúc này không thể... không thể, thầy ạ!

- Vì sao ? - Tôi hỏi.

- Em sẽ giải thích, nhưng lúc này ... không thể - Im lặng một lúc rồi em nói tiếp - Nhưng... thầy phải cho phép em giữ tình cảm này và thầy... không được giận em!

Tôi có cảm giác không gian lúc này thật nặng nề, thời khắc cũng dường như dừng lại. Vẫn giọng của Hằng, Hằng như muốn kéo tôi đứng dậy, phải tỉnh táo, em cho tôi biết một chuyện:

- Hôm qua, thầy cho chúng em xem những tấm ảnh chụp thời thầy còn là sinh viên ngoài Bắc, em lấy một bức ảnh mà thầy không biết. Em xin lỗi thầy và thầy tặng cho em bức ảnh đó nghe !

Thở ra nhè nhẹ, có phần nản, nếu bây giờ tôi cầm một tập ảnh, Hằng muốn lấy, tôi cũng cho, giữ những tấm ảnh đen trắng ấy làm gì. Một thời mình ngây thơ, một thời bồng bột, ngộ nhận... để luôn nhận thất bại trong tình yêu. Bây giờ không phải thế, đây là lúc chín chắn hơn thời ấy, tôi nhìn thấy Hằng, một người con gái đẹp đủ những điều tôi cần...

Nhưng, Hằng gần đấy nhưng có vẻ xa xôi qúa, không lẽ giữa tôi với Hằng chỉ dừng lại tình thầy trò, không lẽ tôi sẽ mất em!!!

Cái điều tôi tưởng tượng lại hóa ra sự thật. Hằng buộc phải thôi học, trả về địa phương vì trong lý lịch em không ghi "có người chú tham gia quân đội của "ngụy" đang đi học tập cải tạo"!!! Một điều thấy quá vô lý, tôi liền hỏi ông Trưởng phòng tổ chức nhà trường:

- " Chú ruột" của em Hằng đâu có dính dáng đến nhận thức, đạo đức, tư cách của em ấy mà chúng ta lại buộc em ấy thôi học!

Ông trưởng phòng tổ chức giương mục kỉnh lên nhìn tôi, ánh mắt có phần lạ lẫm, hoang mang:

-Ơ! Anh là một cán bộ giảng dạy của một trường đại học, dạy một bộ môn rất quan trọng mà nhận thức lệch lạc đến thế cơ à. Tôi hơi ngạc nhiên đấy! - Không đợi phản ứng của tôi, ông nói tiếp - Buộc em Hằng thôi học, trả về địa phương, ngoài việc em Hằng "dính" vào một trong mười ba trường hợp (1) để xét tuyển vào đại học, có người thân trong gia đình, họ hàng tham gia chế độ ngụy quân, ngụy quyền. Đã vậy em giấu không ghi lý lịch, biểu hiện sự không trung thực, minh bạch. Đây còn là yêu cầu địa phương, anh có muốn xem công văn của địa phương, nơi gia đình Hằng ở, gửi cho nhà trường không? Họ nói, chính ba của Hằng cũng từng là một công chức trung thành làm việc trong chế độ cũ. Vì sơ sót, kiểm tra chưa kỹ, nên họ đồng ý cho Hằng thi đại học. Chứ không, Hằng phải ở nhà không được nhập học ngay từ đầu học kỳ rồi...

- Thế anh không biết, em Hằng từng là cô giáo, dạy cho rất nhiều học sinh, hiện em là sinh viên học giỏi, có uy tín, không riêng tôi mà các đồng nghiệp của tôi trong khoa đều mến. Có chú ruột "tham gia quân đội chế độ cũ" không ảnh hưởng đến đạo đức, tư cách, kết quả học tập của em ấy, mà chúng ta buộc em ấy thôi học. Làm việc này đâu có thể hiện tính nhân bản, văn minh của chế độ ta. Các em sinh viên từng học với em Hằng sẽ nghĩ thế nào về việc này! - Tôi nói với sự phản ứng gay gắt.

Ông trưởng phòng tổ chức nhà trường lắc đầu, nói mà không có biểu hiện một chút nhân từ:

- Không, anh quá chủ quan! Sự căm thù cách mạng, căm thù chế độ mới của các thế lực chống phá nhà nước ta ghê gớm lắm, chúng không cam chịu thất bại. Biết đâu cô Hằng này, bề ngoài là như thế nhưng bên trong đang ấp ủ những mưu tính thâm độc ví như ... - Ông trưởng phòng tổ chức nhà trường lấy tay vỗ vỗ lên trán - Cô ta giảng dạy rồi truyền đạt cho học sinh những bài văn, bài thơ ngầm xuyên tạc đường lối của đảng, nhà nước, kích động lòng hận thù, xây dựng trong tương lai một đội quân bí mật phá hoại chế độ. Chúng ta phải cảnh giác với những loại người này, không thừa!

- Tôi thấy việc làm này quá tàn ác, tại sao chưa thấy việc người ta làm mà anh đã suy luận như vậy?

- Anh dạy lịch sử mà chẳng hiểu lịch sử, đảng ta lãnh đạo dân tộc ta chiến thắng là do đâu, anh biết không ?

Đó là sự cảnh giác, là luôn luôn đề phòng những trường hợp xấu nhất để có phương sách đối phó thích hợp. Còn anh nói tôi làm việc này "tàn ác"? Xin lỗi anh, chắc anh chưa quên những máy bay B-52 của Mỹ rải thảm bom khắp nước ta, chưa quên vụ Mỹ Lai, chưa quên hình ảnh những người dân lành bị chết trong những vụ càn quét của Mỹ - ngụy. Anh so sánh đi, ai "tàn ác" hơn ai! - Ông ta nhìn tôi cười mai mỉa.
Nói với những con người mà sự cố chấp, cực đoan, suy nghĩ một chiều trong đầu óc còn "cô đặc cứng hơn đá" như thế này bằng thừa, vạn lời phản biện của tôi cũng vô ích, không cần thiết. Lúc này, tôi nghĩ, cần động viên Hằng, giúp em vượt qua cú sốc quá lớn này.
Tôi lại "lầm" một lần nữa, người cần động viên là tôi, chứ không phải là Hằng...

... Đi bên tôi, dọc bãi biển vắng, Hằng vẫn bình thản bước những bước nhẹ nhàng, không chút vội vã, em nói, giọng không chút tư lự, đắn đo mà bình thản như không có việc gì xảy ra:

- Thầy đừng buồn nhiều về chuyện của em. Em thôi học, về lại gia đình, cũng là điều mừng, em sẽ có điều kiện giúp ba, là chỗ dựa cho mấy đứa em học tiếp, chúng nó học giỏi lắm...

- Em không tiếc à! - Vừa nói tôi vừa nắm tay em, muốn kéo em vào sát người tôi.

Em vội rút tay ra và khẽ đứng xa tôi, nói như lẫn với hơi thở, lẫn với cả sự xúc động :

- Em tiếc chứ! tiếc nhất là xa thầy và các bạn, mới có mấy tháng mà không biết bao nhiêu kỷ niệm, những kỷ niệm này sẽ đi theo em suốt cuộc đời. Không biết trong tương lai, em sẽ được gặp lại thầy và các bạn không? - Lúc này em lại nắm tay tôi, nói gần như gấp gáp - Thầy phải hứa với em một điều, thầy có dám hứa không ?

Tôi trả lời ngay, không chút đắn đo:
- Tôi hứa!
- Bao giờ thầy có tin vui, nhất định thầy phải cho em biết! Thầy hứa đi.- Hằng giục.
- Em nói gì tôi không hiểu, tôi tưởng em yêu cầu tôi nói... nhưng hôm nay với em, tôi sẽ nói... - Tôi định nói hết nỗi lòng của mình cho Hằng biết, tôi không muốn mất em, em mãi mãi thuộc về tôi, nhưng Hằng đã ngăn lại:
- Em hiểu thầy định nói điều gì rồi nhưng thầy không được nói điều đó... Không được... không được... thầy ạ! Lúc này... Không được...

Giọng em dứt khoát, tôi chưa từng nghe, rồi em buông tay tôi, quay người, chạy rất nhanh mất hút trong bóng đêm.

Sóng biển của đêm đen vẫn vỗ dưới chân...

... Tiễn Hằng về lại gia đình, cả tháng liền tôi không làm được bất cứ việc gì, hình ảnh của em cứ lẩn khuất trong đầu. Sang khu ký túc xá sinh viên, tôi vẫn thấy hiển hiện hình ảnh của em đứng lẫn đang nói chuyện với các bạn cùng lớp ở hành lang... Nhớ nhất đêm chia tay trên bãi biển, tiếng của Hằng vẫn như văng vẳng đâu đây...

Sau đợt dẫn sinh viên đi viết lịch sử địa phương, về lại trường, tôi nhận được thư em. Lá thư Hằng gửi cho tôi, nằm văn phòng Khoa cũng được hơn hai tuần.

Trong thư Hằng viết:

"... Cho phép em gọi được một tiếng " Anh "
Anh thân yêu!
Đoc những lá thư anh gửi, em biết tình cảm của anh dành cho em. Thương lắm, nhưng em có linh tính, nếu yêu anh, em sẽ làm khổ anh. Tương lai của anh rất đẹp, em không thể làm xấu tương lai đó, dù rất

yêu anh, em vẫn phải khước từ tình cảm của anh dành cho em. Và sự thật đúng như em linh tính, thậm chí còn lớn hơn cả những điều em linh tính, nó bắt em phải xa anh. Em muốn hỏi biển rộng, trời cao, non xanh, tại sao người ta không muốn cho em đi chung đường với anh? Em có gây nên tội tình này đâu! Em yêu anh thật lòng mà, muốn bên anh mãi mãi, vậy mà lúc này, là không thể. Anh có tin không, anh là người yêu duy nhất, mãi mãi. Anh hãy tha lỗi cho em những lúc em cư xử không đúng với anh. Em làm vậy vì em muốn anh quên em, để một mình em nhớ anh thôi. Lúc em viết lá thư này là tấm ảnh của anh để trước mặt. Dù xa anh, nhưng anh luôn bên cạnh em. Thương anh nhiều lắm! ".

Thư của Hằng gửi, do điều kiện khách quan mà nhận chậm trễ (2), không thể trách ai, vậy mà điều này làm tôi tức giận. Giá như lá thư này nhận sớm hơn, tôi đã gặp Hằng rồi.

Không thể chậm hơn nữa, từ mờ sáng hôm sau, tôi ra bến xe, cố chen, mua bằng được chiếc vé về quê của Hằng. Xe khách dùng nhiên liệu bằng than, (3) chạy chậm kinh khủng. Đã vậy, tôi ngồi hàng ghế sau, sát lò than, cái nóng như thiêu, như đốt, hầm hập, mồ hôi đổ ra dầm dề, cả người ám bụi, quá khổ, nhưng sẽ khổ hơn nếu như tôi không gặp được Hằng.

Tôi mong gặp em, tính đến từng giây trên đường xe chạy...

Gần chiều, tôi mới đến được ngôi nhà của gia đình Hằng ở, nhưng sao ngôi nhà lại trống vắng thế này, cửa khóa, có giấy dán niêm phong. Tôi ngơ ngác, hay là mình nhìn lầm. Không, đúng mà! Đúng như ghi trong địa chỉ Hằng cho tôi, sao nhà không có ai...

Tôi toan quay ra, thì có người đi đến, hỏi:

- Chú tìm ai?
- Dạ, xin phép cho cháu hỏi, đây có phải là nhà của cô giáo Hằng con ông Tín không ạ!
- Đúng rồi, vậy chú muốn gặp ai?

Tôi hơi lúng túng, rồi cũng nói:

- Cháu muốn tìm cô giáo Hằng...cháu...
- Thế chú chưa biết tin gì à!

-Tin gì ạ! -Tôi giật mình, như có luồng điện chạy dọc sống lưng.

- Cách đây hơn mười ngày, cả nhà cô ấy vượt biên, nhưng không thành. Thuyền nhỏ, người đông vừa ra thoát cửa sông thì bị chìm, chết tất cả, may người ta vớt được xác cô ấy cùng hai người em, chôn ở nghĩa địa xã, chú muốn đến viếng, tôi chỉ. Còn ngôi nhà này chính quyền niêm phong rồi. Gia đình này chết, tội lắm!

Trời đất như quay cuồng trước mặt, tôi gào lên trong tiếng nấc:

- Hằng ơi! Chuyện này có thật không em?

Tôi gọi tên em, rồi tiếng gọi đứt lịm trong ánh hoàng hôn đang buông và...

... bóng tối nhập nhòa cũng đang chuẩn bị tràn đến./.

Chú thích:

(1) Thi đỗ vào đại học, hồi ấy, những năm đầu mới thống nhất đất nước, xét tuyển lý lịch rất ghê gớm. Nhiều thí sinh giỏi, thi đỗ điểm cao, nhưng bị trượt vì nguyên nhân có "lý lịch không trong sạch"!!!

(2) Những năm bảy mươi, thế kỷ trước, chưa có điện thoại di động. nếu có, chưa chắc có truyện ngắn này.

(3) Thời bao cấp, không có xăng, xe ô tô phải chạy bằng than, chạy rất chậm, ai ngồi gần, nóng hơn "lò bánh mỳ", ấy vậy mua vé được đi xe này không dễ. Hồi ấy ai ở Quy Nhơn đi Đà Nẵng, một lần chứng kiến, sợ đến già.

RỘNG LƯỢNG

Hồi tôi học năm thứ nhất đại học, thì chị học khóa cuối. Chúng tôi nhìn anh, chị ở khóa cuối với sự ngưỡng mộ. Nhất là chị, một hoa khôi của lớp, cũng như của trường. Vì cùng quê, thỉnh thoảng tối thứ bảy hay chủ nhật, biết chị rỗi, tôi thường sang chỗ chị ở ngồi tâm sự hàn huyên. Từ đó chị, em chơi thân. Chuyện riêng của chị, tôi không tò mò, nhưng được biết chị đã có người yêu. Chị yêu một anh cùng khóa, khác Khoa. Nghe mọi người nói, anh ấy là bí thư chi đoàn, cũng đang là đối tượng đảng, của "hiếm" thời sinh viên lúc đó. Cái thời ấy, trong trường đại học, đối tượng đảng không phải ai cũng được, tiêu chuẩn cao lắm, ngoài thành phần lý lịch thật "trong sạch", còn phải là con người học tập xuất chúng, có tiêu chuẩn được giữ lại trường, hoặc tốt nghiệp sẽ nhận công tác những nơi quan trọng.

Biết vậy, tôi mừng cho chị.

Tôi tốt nghiệp, lẽ ra sẽ trở thành anh giáo viên dạy văn ở một trường phổ thông cấp ba nào đó, nhưng một ngã rẽ làm thay đổi sự nghiệp. Vì thấy nghề giáo không hợp với phong cách của mình, thích tự do, thích ngao du đây đó, thích được tiếp xúc nhiều người ... Nên tôi xin về một đài truyền hình làm phóng viên. Trong những người từng gặp, từng phỏng vấn ghi hình, tôi có ấn tượng, nhớ nhiều là một ông có một chức "to" đầu tỉnh T... Ông nói cũng có vẻ "hoạt ngôn" , thích sáng tác thơ. Thơ ông sáng tác toàn thơ tình, ca ngợi lòng thủy chung, son sắt. Mỗi lần đọc thơ trước ống kính của tôi, ánh mắt ông chan chứa xúc động, giọng đọc nghẹn ngào. Thơ ông như vậy nhưng phong cách sống của ông, tôi biết, cũng đôi lần chứng kiến thì "nẫu" không thể tưởng. Với gái, nhất là mấy cô gái trẻ,dáng đẹp, sau mấy ly bia là ông nổi máu "dê" ăn nói, suồng sã, bỗ bã. Đã có lần, ông đùa quá trớn, không nể ông là một "quan lớn" đầu tỉnh... một nữ tiếp viên nhà hàng " tặng" ông một cái tát. Quá tức giận, ông ra lệnh đuổi tất cả nhân viên của nhà hàng này...

Không nói ra, nhưng tôi nghĩ, ông ấy ăn tát là xứng đáng...

Như tôi nói ở trên, nghề phóng viên là nghề di chuyển, tôi ưa nghề này. Gần ba mươi năm, nay sắp đến tuổi hưu, tôi vẫn rong ruổi đi...

Tôi cùng anh quay phim đến một thị trấn nhỏ, nghèo ven biển miền Trung. Lúc đó trời nhá nhem tối, tiện thấy có một ngôi nhà nhỏ cạnh một trường trung học, thấp thoáng ánh đèn, tôi và anh quay phim mạnh bạo bước vào xin phép nghỉ nhờ một đêm.

Và thật tình cờ, ở đây tôi gặp chị.

Gần ba mươi năm gặp lại, hai chị em có bao nhiêu chuyện để nói. Giọng chị vẫn vậy, hình như không thay đổi, từ tốn nhẹ nhàng. Đôi mắt vẫn thế, dẫu đuôi mắt có nếp nhăn, nhưng ánh mắt nhìn như chấp nhận, không giận dữ. Bàn tay chị rót nước mời tôi không vội vàng, hấp tấp, một giọt cũng không sánh ra ngoài...

-Em xin lỗi chị, anh nhà đâu? - Thấy ngôi nhà vắng bóng đàn ông, Tôi đường đột hỏi.

- Chị ở một mình! - Chị nhỏ nhẹ trả lời

- Thế mà em tưởng...- Tôi hơi ngỡ ngàng.

-Tưởng chị lấy anh ấy chứ gì! Hồi ấy cả khoa ai cũng biết, nhưng không thành...- Chị nói với nụ cười phớt như gió thoảng.

- Sao vậy?

- Cũng khó nói em ạ! Anh ấy là con trai duy nhất, lại là trưởng tộc. Trước khi đám cưới, chi đi khám sức khỏe, bác sỹ phát hiện chị không thể có con. Biết tin đó anh rất đau khổ, nhưng nói, không thể đến được với chị. Mà lúc ấy khoa học nước mình không hiện đại như bây giờ để thụ tinh nhân tạo, hay nhờ người mang thai hộ. Chị chấp nhận đề nghị của anh mặc dù trong lòng chị đau lắm, như có máu chảy dội ngược. Chia tay với chị xong, sáu tháng sau, anh ấy lấy một người con gái, con của một ông " to", có thế, gần như lớn nhất trung ương. Dẫu rất buồn, nhưng chị không trách anh ấy, khi chính mình không mang hạnh phúc cho người mình yêu - Chị kể với tôi giọng chậm rãi, đều đều.

- Rồi sau đó... Không lẽ từ đó, chị vẫn sống một mình? - Tôi thắc mắc.

- Không, mãi cũng đến vài năm sau, nỗi buồn cũng dần nguôi ngoai, chị gặp một người, anh ấy thương chị thật lòng. Chị cũng thương anh ấy thật lòng nhưng còn do dự, vì bệnh của mình, không biết có thể mang lại hạnh phúc cho anh ấy không? Chị nói hết cho anh ấy biết, tùy anh ấy quyết định. Nhưng anh ấy vẫn quyết tâm xây dựng với chị. Tiếc anh ấy bị bạo bệnh mất sớm, từ đó chị không lấy ai nữa. Sau khi làm đám cưới, anh ấy dẫn chị đến một bác sỹ quen biết, thân thiết, giỏi tay nghề khám lại cho chị, xem nguyên nhân nào chị không thể có con? Sau khi khám và xem kỹ bệnh án, người bác sỹ ấy kết luận... - Chị nói đến đấy, dừng lại, ánh mắt nhìn vào mông lung. Tôi giục:

- Chị kể tiếp đi!

-Người bác sỹ ấy nói, trước đây sức khỏe chị bình thường, chuyện sinh nở không có vấn đề gì. Nhưng hình như...có thể chị đã uống một loại thuốc gì đó sai chỉ định, hoặc uống thuốc chữa bệnh không đúng cách nên bị ảnh hưởng, làm cho chị không thể sinh nở như một người phụ nữ bình thường. Người bác sỹ ấy hỏi chị, chị có uống thuốc, nhất là thuốc nam của người dân tộc không? Chị nhớ lại, hồi yêu nhau thời sinh viên, người yêu đầu, anh ấy hay sắc thuốc nam cho chị uống, như anh ấy nói : " Đây là những thang thuốc rất tốt của người dân tộc, em nên uống thường xuyên để bồi dưỡng sức khỏe...". Không lẽ... Nhưng chị không tin, người yêu đầu, anh ấy yêu chị tha thiết đến thế cơ mà! Khi chia tay, anh ấy khóc suốt, đau đớn, ôm đầu vật vã. Đến độ sau khi làm đám cưới với người con gái kia, anh ấy còn bí mật gặp chị, nói nghẹn ngào, nước mắt chảy lã chã: " Giá như em có thể sinh nở, cho anh một đứa con, anh sẽ không bao giờ lấy cô kia làm vợ... Mãi mãi em vẫn là người yêu duy nhất của anh". Nghe anh nói não lòng như thế, nên chị nói với người bác sỹ, chị chưa bao giờ uống thuốc sai chỉ định của bác sỹ, đặc biệt là cũng chưa bao giờ uống thuốc nam của người dân tộc.

- Sao chị lại nói thế! - Tôi bực mình - Không gì... ít ra chị nói sự thật, người ta mới có phương pháp đúng cách chữa lành bệnh, chị lại sinh nở.

- Chị lại không nghĩ như em! Chị không tin có người đàn ông nào lại ác độc như thế. Hơn nữa, chị không muốn chồng sau biết việc này. Nếu đúng, biết đâu chồng chị sẽ trả thù, lúc ấy không lường được hết hậu quả xấu, nhất là người yêu cũ của chị bây giờ đang giữ một chức vụ lớn, có vợ, có con, có cháu, một gia đình hạnh phúc. Nhưng nói lại với em, chị vẫn không tin người yêu cũ của chị làm chuyện đó. Anh ấy đây! - Chị lấy một tờ báo chỉ vào một bức ảnh chụp một người đàn ông đang vung tay phát biểu trong một cuộc hội nghị, bức ảnh in ở trang nhất.

Nhìn vào bức ảnh, tôi tưởng ai, hóa ra ông có chức "to" hay sáng tác thơ, thường đọc thơ tình, cũng thường suồng sã với gái đẹp và bị ăn một cái tát của nữ tiếp viên nhà hàng vì có hành động "mất dạy" với cô ấy... mà tôi đã biết./.

LẠI MỘT LẦN

Chị được tin anh mất.

Tin anh mất lan rộng, rất nhanh, ai cũng sững sờ vì anh là nhà thơ nổi tiếng, nhiều người biết. Những lời chia buồn, bài thơ tiễn biệt, những bài viết tạ từ... đẫm nước mắt xuất hiện liên tục, dày đặc trên facebook, báo chí... Những bài thơ hay, rung động bao trái tim cô đơn, anh từng viết, được nhiều người nhắc. Cả kỷ niệm buồn, vui trong đời về anh, có người viết một bài dài như muốn chia sẻ cùng mọi người để nhớ anh, đọc lên rất cảm động.

Nhưng...

Chỉ riêng chị với anh, một quãng thời gian đi bên nhau, tình cảm rất đằm thắm, không thấy ai nhắc. Mà nhắc thế nào được, chị với anh, ở với nhau như vợ chồng, thậm chí "nghĩa, tình" còn hơn hai chữ đó, nhưng không đăng ký kết hôn. Chỗ ở của anh, chị là căn hộ vừa phải, kín đáo trong một khu chung cư ngoại thành. Anh và chị không muốn chuyện này nhiều người biết, trừ một vài người thân trong gia đình anh ấy...

Chị hơn bốn mươi tuổi, ưa thích thơ văn, qua "một lần đò", tính hơi quyết đoán, không muốn đi bước nữa, cứ ở vậy chơi với mấy người bạn thân cùng hoàn cảnh, cùng sở thích. Rất tình cờ, trong một lần đi chơi với nhóm bạn, chị gặp anh, thần tượng của chị thời trẻ.

Anh ngoài sáu mươi nhưng vẫn giữ được dáng đẹp, mái tóc xoăn phủ trước trán, ăn mặc đạo mạo, trông trẻ hơn tuổi. Mọi người đối xử với anh là sự trọng vọng, họ đề nghị anh đọc bài thơ nổi tiếng "Phút định mệnh" mà anh là tác giả. Bài thơ đó chị thuộc, chị xin phép anh cho chị đứng lên đọc cho mọi người cùng nghe. Tất cả nghe chăm chú còn ánh mắt anh nhìn chị rất cảm động và có lẽ đó cũng là nguyên nhân để có những lần gặp gỡ tiếp theo ...

Cuộc gặp ban đầu giữa anh và chị là như thế, tình yêu đến với hai người cũng có lẽ bắt đầu như thế. Đơn giản, nhẹ nhàng, gần như không có khoảng cách, khuôn mẫu.

Anh là nhà thơ nổi tiếng, nhưng cuộc sống của anh khoáng đạt, bình dị, như anh tâm sự:

- Mọi việc anh không cần cầu kỳ, nếu đó là tình yêu quan trọng nhất là sự tôn trọng nhau, có lòng tự trọng, hiểu nhau, đừng đòi hỏi cao là được rồi. Vì thế, anh với em không cần phải đăng ký kết hôn, một sự ràng buộc pháp lý không đáng có, ở tuổi này hãy sống hết lòng vì nhau.

Anh ở trong một căn hộ nhỏ của một khu chung cư ngoại thành, đồ đạc sắm vừa mức tối thiểu, bàn ghế, đơn giản, không màu mè, không chạm trổ. Một chiếc xe máy và một máy vi tính xách tay cho anh tiện việc viết và đi đây, đi đó. Ở người khác là sự khoe khoang danh tiếng, với anh, không có điều đó. Ra bên ngoài, anh không phô phang, thích ăn cơm bụi, ở lẫn với người cần lao, người bán vé số dạo, người bốc vác, người đạp xích lô... từ đó có những bài thơ, bài báo phóng sự hay được ra đời, nhiều người đọc. Có nhuận bút, ai cần, anh giúp, còn bao nhiêu anh đưa hết cho chị. Anh ăn mặc rất chỉnh chu, lịch sự, chu toàn khi đi đến một sự kiện nào đó hay khi tiếp bạn. Anh giải thích: " Tất cả phải lịch sự, em ạ, dù đó là việc nhỏ nhất, bạn bè tôn trọng mình, mình phải tôn trọng họ". Anh làm đúng như thế với chị, với bạn. Vì thế, những cuộc hẹn hò hay đọc thơ, bình thơ... chị có cảm giác, ai cũng mong anh đến. Sự có mặt của anh làm cuộc gặp gỡ, hay liên hoan đó náo nhiệt hẳn lên. Những buổi đọc thơ, bình thơ có anh, gần như không có khái niệm thời gian, vui thâu đêm. Còn với chị, anh lo chu tất, từ việc giúp chuyên môn đến những sinh hoạt nhỏ hàng ngày. Anh không muốn chị buồn, như muốn bù lại những tháng năm cô đơn của chị. Có những ngày chủ nhật, anh đưa chị ra ngoại thành tránh đi sự ồn ào, bụi bặm phố phường. Không gian tinh khiết chỉ có mùi thơm của cây cỏ, ánh nắng sớm, nhẹ, phớt vàng lên từng tán lá, thảm cỏ, phía xa những con cò trắng nhẫn nại, bước những bước chậm chạp tìm mồi bên bờ ruộng lúa vừa gặt xong. Chị nhìn anh, thấy nét mặt anh đẹp lạ lùng, cảnh này, chị ước ao, sẽ là mãi mãi. Một bài thơ hay về tình vợ chồng, được nhiều người khen, nguồn cảm hứng chính là lúc anh đưa chị đi chơi trong dịp này. Thấy nhiều người khen bài thơ đó, anh hôn chị, nói thực lòng:

- Không có tình yêu của em, làm sao anh có thể sáng tác bài thơ "đẹp" như vậy. Bài thơ đó là của em...

- Bài thơ đó là của anh!

- Không phải, của em!

- Của anh !

- Của em!

Cứ như vậy, rồi hai người ôm nhau, rít chặt như hòa làm một trong ngọt ngào, hạnh phúc...

Cuộc sống của anh, chị tạm đủ trong hạnh phúc muộn màng. Nói thật, chị không mong gì hơn, chỉ mong anh đi với chị trọn vẹn trong quãng thời gian còn lại của cuộc đời...

Mong ước là thế, nhưng thực tế đâu có chiều lòng người. Chị phát hiện anh có những biểu hiện lạ, ví như, bài in báo nhiều nhưng tiền nhuận bút đưa cho chị cũng ít dần, rồi anh hay ngồi bần thần. thỉnh thoảng lại có tiếng thở dài, đi, về thời khắc không đúng như ngày xưa nữa. Chị âm thầm theo dõi và phát hiện anh có bồ, mà cô bồ ấy, đâu có tử tế gì cho cam, chị tìm hiểu, nghe có người nói, hình như trước đây cô gái ấy làm một nghề "không đứng đắn". Anh thuê cho cô ta một ngôi nhà trọ và sắm sửa một chiếc xe quay nước mía, một vài bộ bàn ghế bán cà phê, bán trước hiên căn nhà trọ ấy. Bài thơ " Chiều mưa, thương em gái nhỏ" được giải A của báo "Văn Hiến" tả đúng cô gái này: đẹp hiền, ăn nói nhỏ nhẹ, cam chịu. Nhưng với chị là sự tức giận trào sôi:

- Tại sao anh lừa dối em? Tại sao anh đành đoạn bỏ em mà đến với cô gái ấy? Cô ấy so với em, xem ai hơn mà anh phải lao vào?

Anh im lặng, càng làm cho cơn tức giận của chị bùng phát mạnh mẽ hơn. Chị gào lên:

- Em tưởng anh tử tế, hóa ra không phải vậy, anh chỉ là "Sở Khanh" đi lừa hết người đàn bà này, đến người đàn bà khác hòng thỏa mãn sự sung sướng ích kỷ của mình...

Anh nhìn chị, ánh mắt không hề biểu hiện tức giận rồi lặng lẽ cầm tay chị dẫn đến một chiếc ghế, nói nhỏ nhẹ :

- Em ngồi xuống đây!

- Tôi không ngồi - Chị vùng vằng - kệ tôi!

Anh nói, giọng nói gần như tâm sự :

- Em không ngồi cũng được, nhưng nên bình tĩnh nghe anh trình bày lại toàn bộ sự việc, rồi sau đó, nếu như em không chấp nhận, anh vẫn đồng ý. Hoàn cảnh gia đình cô ấy, anh trực tiếp chứng kiến, thấy rất khổ, buộc phải làm cái nghề mà bản thân cô ấy không muốn. Tính anh, em biết rồi, những hoàn cảnh như vậy, chịu không được. Không muốn cho em biết việc anh giúp cô gái ấy, vì hiểu, người vợ nào, dù có độ lượng bao nhiêu vẫn ích kỷ, không muốn tình cảm của chồng san sẻ cho ai.

Anh nói như thế khác nào đổ thêm "xăng vào lửa", chị khóc tức tưởi:

- Anh có thương được hết xã hội này không, nhà thơ ơi là nhà thơ! Anh ra đường mà xem, ăn mày, bán vé số, đĩ điếm... đầy! Anh đừng bao biện, lừa dối em để đến với cô ấy. Qua việc này em rõ rồi, anh không phải là người tử tế như em tưởng. Giá như tỉnh táo một chút, em cũng tìm ra câu trả lời, vì sao bây giờ anh mới đến với em? Những người phụ nữ anh quen trước kia, họ tỉnh táo hơn em rất nhiều...

Hình như câu nói đó của chị là "giọt nước tràn ly", anh nhìn chị rất lâu, ánh mắt không chớp, như đang nghĩ một quyết định khủng khiếp, rồi giọng anh cố giữ, thực bình tĩnh:

- Em sống với anh đã mấy năm, tưởng hiểu anh mà đến tận bây giờ vẫn nghĩ như thế, anh rất buồn. Anh quyết định - Anh dừng lại, cân nhắc một lúc, rồi nói dứt khoát - Anh tặng em căn hộ này cùng toàn đồ vật, ngay ngày mai anh và em ra công chứng xác nhận đàng hoàng.Anh sẽ đi khỏi nơi đây, em yên tâm, anh không bao giờ làm phiền em. Anh cảm ơn em đã cho anh những ngày hạnh phúc nhất, đẹp nhất. Chỉ tiếc - Anh lắc nhẹ đầu - Em không hiểu anh. Nhưng anh tin, sau này em sẽ hiểu!

Nghe anh nói vậy, thâm tâm, chị muốn níu kéo, nhưng máu tự ái cũng còn cao, chị nghĩ, anh ấy có đi vài hôm, vài tháng có khi lại về. Tuổi anh lớn như thế, còn định đi đâu? Ai sẽ lo cho anh bằng chị? Hạ mình lúc này, van xin chẳng nên, đâu phải chị làm sai. Dứt khoát anh ấy sẽ về lại, chứ không thể cho không chị căn hộ của anh ấy dễ dàng như thế này được?

Anh nói và làm thật. Anh ra khỏi căn hộ, chỉ một chiếc ba lô đựng vài bộ quần áo, một chiếc xe máy, một máy vi tính xách tay...

Anh đi.

Ánh mắt cuối cùng anh quay lại nhìn chị và căn hộ, đượm buồn nhưng không hề oán trách.

Chị đã toan chạy theo, định cất lời: " Anh đừng đi!", mà không hiểu sao, chân cứ chôn chặt vào một chỗ, lời không cất lên được...

Chị nghĩ, nếu không quay lại, chắc anh lại đến với cô gái kia.

Chị lầm.

Gần hai tuần, rồi cả tháng, kể từ ngày anh rời đi, không hề có một cú điện thoại hay một lời nhắn tin. Sốt ruột, chị vội chạy đến ngôi nhà trọ mà anh thuê cho cô gái. Ngôi nhà "cửa đóng, then cài", chiếc xe chở máy ép nước mía nằm khuất cạnh hiên nhà, phủ bụi. Cô gái chuyển nhà.

Chắc anh đi với cô gái ấy, không muốn cho chị biết chỗ.

Nghĩ thế, chị cười chua chát...

Chịu cho mấy ông nhà văn, nhà thơ. Nếu có kiếp sau, chắc chắn chị phải cân nhắc nếu định chọn một trong những ông ấy làm chồng.

Nghĩ là nghĩ thế thôi, nhưng làm sao quên được!

Hình ảnh của anh cứ ám ảnh, thậm chí trong giấc ngủ, hình ảnh đó lúc rõ, lúc mờ, không rời chị dù chỉ trong khoảng khắc. Không cầm lòng được, buộc chị phải điện thoại cho anh. Chuông điện thoại reo nhưng anh không cầm máy. Chị dùng số điện thoại khác liên lạc với anh, nghe tiếng chị, anh liền buông máy, im lặng. Anh xóa luôn cả facebook, zalo... như không muốn cho chị biết...

Dù thế nào, chị cũng quyết tìm bằng được, xem anh và cô gái ấy sống, liệu có hạnh phúc bằng dạo nào anh ở với chị không?

Chị chưa kịp thực hiện dự định đó, thì hay tin anh mất.

Anh mất vì bạo bệnh.

Đám tang của anh đông lắm, tề tựu là bạn hữu, những nhà văn, nhà thơ thân thiết, nổi tiếng, những "fan" hâm mộ đủ mọi lứa tuổi. Xung quanh chỗ anh nằm bao nhiêu là vòng hoa trắng, tinh khiết.

Đến đám tang, bất ngờ chị gặp cô gái ấy:

- Em là...

- Chị cũng đến viếng anh ấy ạ, trông chị không khác lắm trong tấm ảnh mà một lần anh đưa em xem. Anh ấy nói nhiều về chị và rất thương chị! – Cô gái đó khóc.

- Em với anh ấy ...

- Anh ấy thấy hoàn cảnh của em quá khổ, liền giúp đỡ, tạo điều kiện để có việc làm. Trước đây gần hai tháng, anh ấy nói với em, đã xin cho em được một việc làm gần nhà, em không cần bán nước mía, cà phê nữa. Chị ơi, em ổn định công việc, chưa kịp trả ơn, thì anh ấy ra đi. Anh ấy biết mình bạo bệnh nhưng không muốn cho ai hay. Đau quá, em coi anh ấy còn hơn anh ruột - Cô gái khóc to hơn.

Còn chị.

Chị đến, anh nằm đấy như đang ngủ. Bên chỗ anh nằm là tấm ảnh chụp chân dung của chị. Như một bạn thân của anh cho chị biết:

- Đó là kỷ vật thiêng liêng nhất, kể cả lúc chết anh ấy không muốn rời! ./.

Hội An 3/2020

NGƯỜI NỮ CA SỸ

...Chị hát như chưa bao giờ được hát. Chị có cảm giác, tối nay chị được trở lại với sân khấu thực sự, trở lại với những người nghe thực sự. Chị hát không biết mệt, nhưng bài hát từ tuổi thanh xuân hát dọc dãy Trường Sơn trước bao nhiều người lính chuẩn bị ra trận, thấm vào máu, vào tim... " Trường Sơn đông, Trường Sơn tây", "Qua sông", " Xuân chiến khu"... Bên dưới, người nghe vỗ tay liên tục, yêu cầu chị hát hết bài này đến bài khác, có người còn lên tặng hoa. Với chị, là nghệ sỹ, được người nghe ái mộ như vậy, còn sung sướng nào bằng. Đúng như một người bạn nói, tối nay, tại nhà hàng này, là tối của chị...

Khi hát xong bài cuối cùng, oà trong cảm xúc lớn lao, chạy vội vào cánh gà, chị khóc!

Thế mà ...

Có lúc chị tưởng tiếng hát của chị không có ai nghe. Tên tuổi của chị cũng không ai nhớ, cả những bài hát đó người ta cũng quên. Chị nhầm, tại nhà hàng này, người nghe vẫn tôn trọng chị, vẫn nhớ những bài hát chị từng hát, ủng hộ chị thật nồng nhiệt. Không gian và những tình cảm của khán giả tối nay đã động viên chị rất nhiều. Chị vui, hát như thể bung hết nội lực, hát như quên tất cả những nhọc nhằn thường ngày, quên đi cả những nổi tủi hờn mà chị từng gặp phải ...

Phía xa trong bóng tối, có một người đàn ông nhìn chị, anh cũng xúc động, chùi vội nước mắt.

... Ngày ấy anh và chị cùng trong đoàn văn công xung kích phục vụ các đơn vị bộ đội đang hành quân dọc dãy Trường Sơn vào Nam. Bộ đội đi vào chiến trường nghe chị hát, bao giờ cũng vỗ tay yêu cầu chị hát thêm ... Tiếng hát của chị còn vang trên đài, được báo chí gọi : " Con chim vàng oanh của dãy Trường Sơn".

Hôm ấy đoàn văn công xung kích đang biểu diễn cho một đơn vị bộ đội bất ngờ bị trúng bom của máy bay Mỹ. Cảnh người chết, tiếng rên la của người bị thương, khói bom còn ám vào từng nét mặt... anh quá hoảng sợ, rủ chị trốn về lại hậu phương: " Đi nữa, cả anh và em sẽ chết, nếu cứ như thế này!", Chị cương quyết không chịu: " Về người ta sẽ nói anh và em là hèn!"

Thâm tâm phục chị, nhưng anh vẫn trốn, một mình bí mật, quay ra bắc

Đất nước hòa bình, anh làm đủ thứ việc, lao vào kinh doanh... thành một doanh nghiệp thành đạt, giờ nghỉ hưu, nhường chuyện làm ăn cho các con. Bây giờ, mọi người gần như không ai biết có một thời anh là diễn viên. Anh giấu kỹ vì không muốn nhắc lại kỷ niệm đó. Dẫu thế, anh vẫn nghe thấy tiếng hát của chị trên đài, ti vi... Biết chị được nhà nước phong là " nghệ sỹ ưu tú", anh mừng. Nhưng ... một thời gian sau, anh cũng không thấy ai nhắc đến chị, trên ti vi, họ cũng không phát những bài hát chị từng hát...

Một tối...

Anh vào nhà hàng của bạn thân, đúng lúc đông thực khách. Trên sâu khấu nhỏ đặt trong nhà hàng, M.C giới thiệu chị ra hát, anh ta còn nói rõ đây là " Nghệ sỹ ưu tú" từng biểu diễn trong chiến tranh, cả ở nước ngoài, thậm chí nhiều lần biểu diễn cho lãnh đạo nhà nước xem... Nghe M.C giới thiệu như vậy, anh sững sờ, không nghĩ lại gặp chị trong trường hợp đặc biệt như vậy. Sững sờ đau đớn hơn khi chị cất tiếng hát, hát lại những bài hát mà anh và chị từng hát trong đoàn văn công xung kích năm nào ở dãy Trường Sơn thì tiếng la ó, trêu chọc của đám thanh niên đang ngồi ăn uống nhồm nhoàm trong nhà hàng nổi lên:

- Thôi, " Mẹ" ơi! Về nhà ngủ với chồng cho con nhờ!

- Già thế kia, giọng "cô" lại như giọng vịt đực, hát cái gì!

Có thằng nói rất tục:

- Vú dài đến rốn, còn ham hố...

...Chị mới hát được nửa bài, trước những lời nói vô văn hóa, tiếng cười khả ố... không thể hát tiếp, chị chạy vào trong, gục đầu vào thành bàn, nước mắt chảy dài...

Anh hỏi bạn: " Sao ông lại mời chị ấy đến đây hát!". Bạn của anh trả lời: " Chị ấy sống rất khổ, nghệ sỹ ưu tú mà phải đi bưng bê ở một nhà hàng, tôi thấy thương, mời chị ấy đến hát ở nhà hàng của tôi. Được tôi mời, chị ấy vui lắm, vì lâu lắm rồi không được đứng trên sâu khấu. Đây là buổi đầu tiên chị ấy hát ở nhà hàng này. Có ai ngờ... khán giả, nhất là bọn trẻ, chúng nó đâu có cần những bài hát ấy, và cả chị ấy nữa, không đúng "gu" và sở thích của chúng nó...".

Con của anh cũng có một nhà hàng lớn. Anh yêu cầu con mời chị đến hát trả tiền " cát sê" cao, điều quan trọng phải có khán giả lịch sự thích nghe những bài hát mà chị hát.

Và đêm đó trong khung cảnh lịch sự, trang trọng, chị hát được khán giả nhiệt liệt hoan nghênh, ủng hộ. Điều chị không bao giờ nghĩ tới, nhất là ở thời điểm này...

... Thực ra vì quá thương và nể trọng người nữ ca sỹ, một thời là đồng đội, anh đã nói với con, phục vụ người ăn miễn phí, tất cả những bài hát chị hát, khi kết thúc, mọi người phải vỗ tay thật nhiệt tình. Khách của bàn nào vỗ tay to, lâu, nhiệt tình... được nhà hàng thưởng thêm một thùng bia... Điều này anh không cho chị biết.

Và thực tế diễn ra đúng yêu cầu của anh...

Vừa lúc đó thằng con, chủ nhà hàng, chạy vào nói với anh

- Con đưa tiền "cát sê" mà bà ấy cương quyết không nhận!

- Sao thế! - Anh hỏi.

- Bà ấy nói cảm ơn nhà hàng đã cho bà một tối hạnh phúc. Bà ấy nói, không cần tiền bạc...

" Tính của chị ấy vẫn vậy! trọng danh dự" anh nghĩ thầm thì thằng con anh nói tiếp:

- Cũng chỉ một tối này thôi, bố nhé. Con chiều bố! Lần sau con không mời bà ấy nữa đâu! Hát những bài hát ấy, bây giờ không ai thích cả! ./.

SAU NHỮNG BỨC THƯ

... Tôi phụ trách mục "Tâm sự với anh Tâm", trong một tờ báo dành cho tuổi mới lớn. Hàng ngày tôi nhận được hàng chục bức thư bày tỏ nỗi niềm của các bạn trẻ từ khắp nơi trong cả nước gửi tới. Có một bức thư làm tôi chú ý:"*... Em đang ở trong một tâm trạng rất buồn. Em sinh ra, sau bạo bệnh, không may bị liệt một chân. Mẹ mất sớm, bố gửi em cho ngoại nuôi, rồi đi làm xa, vài tháng mới về nhà một lần. Mỗi lần bố về, nhà em như có hội, vui lắm, bố ôm rồi hôn em. Tối hai cha con ngủ chung, bố kể cho em nhiều chuyện. Em thương bố vô cùng...Nhưng rồi, gần năm nay bố không về, cũng không một lời nhắn gửi, em rất buồn! Càng buồn hơn khi em biết bố đã có vợ, ở với người ấy, hoàn toàn quên em và ngoại! Anh Tâm ơi, Sao bố em lại làm thế? Không lẽ trên đời lại có một người bố đành đọan bỏ rơi con đẻ của mình, mà nào em có làm gì nên tội mà bố nỡ bỏ em...*".

Đọc thư, tôi buồn cho người đàn ông này. Cách đối xử với con của ông ta không thể chấp nhận được. Xã hội khinh mà ngay cả đứa con gái tật nguyền, rất cần ông, nhưng với cách đối xử đó, chắc cũng coi ông không ra gì. Nghĩ thế, nhưng trong thư tôi viết trả lời, lại động viên em: "*... Em đừng viết về người cha như vậy, để người khác nghĩ không hay về bố của em. Anh tin bố vẫn* *là người tốt, nhất định bố sẽ về lại với em. Phải tin vào lòng tốt em ạ! Nhất đó lại là người thân của mình...".*

Tôi tưởng đó chỉ là lời động viên, không hy vọng. Có ai ngờ...!

Độ một tháng sau, tôi nhận được thư em. Trong thư với những dòng chữ như có tiếng reo, có cả nụ cười và niềm vui sướng: "*... Bố em về rồi, anh Tâm ơi! Bố lại ôm em vào lòng, xin lỗi nhưng ngày đi làm xa, giải thích vì sao không viết thư, không về được. Hóa ra chuyện bố có vợ chỉ là lời đồn thổi! Bố cười rất to khi nghe em kể chuyện đó. Bố nói với em: " Trên đời này bố chỉ thương con với ngoại thôi!". Bố em thật tuyệt vời. Anh suy nghĩ rất đúng về bố em...".* Trong thư em còn dặn tôi: " *Chuyện em nói với anh, anh đừng nói cho ai biết nghe. Em xin anh đấy!".*

Tôi mừng thật sự, có đôi chút ân hận với những suy nghĩ không đúng về người đàn ông này, nhất là sau đó, cứ độ hơn chục ngày tôi nhận được thư của em. Có thư em khoe bố đưa em đi chơi, thăm họ hàng, có thư lại nói tuần tới, bố đưa em vào Sài Gòn tham quan...

Những bức thư đẫm tình cha con, thật đẹp.

Nhân một chuyên công tác về tỉnh N... tôi quyết định đến thăm em, tặng một món quà nhỏ.

Hỏi thăm em theo địa chỉ ghi trong thư cũng không quá khó khăn.

...Một xóm chài nghèo, ven biển.

Những dãy nhà lụp xụp, mái tôn loang lổ màu nâu hoen rỉ, thủng lỗ chỗ, những hàng dừa thân gầy, không thẳng, vênh vao mệt mỏi cố vươn với những tán lá xơ xác, những mảng lưới rách vá víu phơi khắp nơi, oi nồng tanh mùi cá, cát lầm từ ngoài đường cho đến tận trong sân...

Nhà em ở cuối xóm.

Tiếp tôi là ngoại của em. Bà ngạc nhiên trả lời khi nghe tôi hỏi chuyện: " Bố nó đã về đâu anh! Đi suốt từ đó đến giờ, không thư từ, không một lời nhắn...". " Nhưng sao em lại cho cháu biết là bố đã về ?". " Để tôi gọi nó ra cho anh hỏi.".

Em gặp tôi nói nghẹn lòng để tôi hiểu:

- Em gửi thư cho anh rồi ân hận, lẽ ra không nên viết như thế. Nên sau đó em viết một loạt thư, nghĩ, dù thế nào, cũng không cho người bên ngoài nghĩ xấu về bố. Em rất thương bố, em vẫn tin, nhất định bố sẽ trở về, vẫn thương em, vẫn đi chơi với em...Nhất định như thế, đúng không anh!

Em khóc thành tiếng./.

CHIẾC MAY Ô

...Ra khỏi tòa án, chị lôi con đi xềnh xệch.

Thằng bé cố quay đầu nhìn lại.

Anh ấy vẫn đứng như bất động trên bậc thềm của phòng xử, nhìn theo...

Tính chị là thế, yêu thì yêu đến tận cùng nhưng khi đã ghét, thì cũng ghét đến tận cùng. Anh viết văn, làm thơ... dành thời gian nhiều cho bạn bè, cho viết lách, chị chấp nhận nhưng không chấp nhận tình cảm bị san sẻ. Anh cố giải thích rằng mọi chuyện không phải như vậy? Chị cương quyết không nghe. Không khí gia đình ngày càng căng thẳng, không còn cách nào khác, hai người đồng thuận ký giấy li hôn.

Anh chị ra tòa để giải quyết chuyện này cũng nhẹ nhàng. Không hề trách cứ chị bất cứ một điều gì, mà anh thấy như có lỗi, để lại cho chị tất cả, đồng ý ra khỏi nhà với bàn tay trắng. Nhưng anh đừng tưởng làm như vậy chị sẽ tha lỗi!!! Về đến nhà những đồ vật gì thuộc về anh, chị vứt hết. Ngôi nhà do công sức của cả anh chị cùng chung, lập tức chị bán với giá rẻ, dọn đi chỗ khác. Chị cấm con nhắc đến từ "ba" khi chị chưa cho phép. Phát hiện con giấu tấm ảnh của chồng trong túi, chị lấy bằng được rồi đốt đi. Thấy nước mắt của thằng bé chực trào, chị quát : " Im!" và tát nó một cái.

Tối đó chị ôm con, khóc vùi. Chị biết, thằng bé rất thương ba, nhưng sợ chị.

Giá như... Không có chuyện " Giá như..." – Chị nghĩ.

Trong một bữa cơm, có mẹ, con đột nhiên thằng bé hỏi: “ Con đó mẹ, hai cộng một bằng mấy?”. Như một phản xạ tự nhiên, chị trả lời ngay: “Ba”. Thế là thằng bé cười như nắc nẻ, nói với chị: “ Đấy nhé, mẹ cũng nói từ “ba” sao mẹ lại cấm con!”.

Tiếng cười của con vẫn còn, mà sao chị thấy nghèn nghẹn. Quay vội đi chỗ khác, chị chùi ngay hai giọt nước mắt, không muốn con nhìn thấy.

Đến khuya, thấy phòng của con vẫn mở hé, không đóng kín như mọi lần, chị lên xem. Nó học bài xong, chắc mệt, ngủ say không để ý, trên mặt đắp một chiếc may ô. Chị lấy lên nhìn kỹ, đấy là chiếc may ô của chồng. Thế là nó vẫn cố giấu những kỷ vật của anh ấy, không cho chị biết. Nếu như mọi lần, chắc chị sẽ đốt chiếc may ô này, nhưng nhìn nét mặt con ngủ không chút tư lự, tiếng cười của con khi nhắc đến từ “ba”, chị không muốn làm điều đó nữa.

Thấy chiếc may ô có vẻ bẩn, khẽ khàng chị khép cánh cửa, mang chiếc may ô đó đi giặt.

Chị giặt thật sạch, ủi cho thật khô rồi chị mang chiếc may ô lên, đắp lại vào mặt con trai...

Sáng sau, chị chưa kịp ngồi dậy nghe tiếng cửa đập ầm ầm. Chị ra mở cửa, trước mặt chị là thằng con trai, trên tay nó cầm chiếc may ô. Nó hỏi, giọng tức giận, lần đầu tiên chị nghe thấy:

- Có phải mẹ giặt chiếc may ô này?

Chị gật đầu thừa nhận, cũng có phần ngạc nhiên:

- Đúng rồi, thấy nó hơi bẩn, mẹ giặt cho con, nhưng mà làm sao...?

Thằng bé gào lên:

- Trời ơi! Thế là mẹ giặt mất mùi mồ hôi của ba rồi. Tối nào có mùi mồ hôi ba, con mới ngủ được... Mẹ giặt mất rồi... ba ơi!

Thằng bé ôm chiếc may ô vào lòng, khóc tức tưởi./.

CHUYỆN GIA ĐÌNH

Chị phạm một sai lầm nghiêm trọng. Một sai lầm, chỉ một chút nữa, đổ vỡ hạnh phúc gia đình. Nếu chuyện này lộ ra, chồng của chị sẽ nghĩ về chị như thế nào? May chị dừng đúng lúc, chứ nếu không...

Nhóm bạn của chị, toàn những người ham vui, họ muốn lôi chị vào. Chị lưỡng lự, có nên không? Mình già rồi, chồng và con trai biết được, mặt mũi nào mà nhìn, mà thanh minh. Không cẩn thận, chồng vợ dẫn nhau ra toà ly hôn trong khi chồng của chị, anh ấy tuyệt vời thế cơ mà!

Nhưng rồi, phải công nhận, dù đã ngoài bốn mươi, chị vẫn muốn đi tìm... hình như đó là nhu cầu chính đáng của tuổi "hồi xuân", như một người bạn nói. Cũng trong thời gian này, chồng của chị tự nhiên thay đổi mọi nếp sinh hoạt từ tâm tính đến cả việc ăn, ngủ. Gần cả tháng nay anh không muốn ngủ chung với chị, hay ngồi lặng lẽ một mình, suy tư. Có lúc chị hỏi, anh không trả lời, lại gắt gỏng... Sau đó, như ân hận, anh xin lỗi, nhưng nhất quyết không nói cho chị biết vì sao anh có thái độ như vậy? Anh vẫn lo cho chị từ bữa ăn, giấc ngủ, kể cả những chi tiết nhỏ như sắp xếp quần áo gọn gàng trong phòng tắm để chị tắm xong có đồ thay... Tôn trọng chồng, chị không hỏi nữa, nhưng thoáng buồn, thoáng suy nghĩ. Tại sao chồng mình lại thay đổi tâm tính như thế? Người bạn đồng niên, ham vui, có tiền, biết chuyện, liền kéo tay chị đi:

-" Mụ" đi với tôi, chồng không muốn nói chuyện với mình, không quan tâm thì mình cần chó gì. Ngu nhất là khóc lóc, van xin. Làm như thế thằng chồng nó càng khinh. Tung tẩy đi, vui chơi đi cho nhẹ mình, nhẹ người, nhẹ suy nghĩ, thằng chồng mới sợ. Bọn đàn ông chơi được thì bọn mình cũng chơi được!

Người bạn kéo chị đến chung vui với một đám bạn đồng niên, có tuổi sàn sàn. Có người cũng có hoàn cảnh giống tương tự như chị. Cả bọn thi nhau hát hò trong phòng karaoke sang trọng, rồi đi nhà hàng chung tiền liên hoan bằng những bữa tiệc mặn hoành tráng, ra ngoại thành tung tẩy leo núi, tắm biển... Quả thật, tham gia những cuộc chơi như vậy, chị như trở về lại với tuổi thanh niên, nụ cười rạng rỡ hơn và cả nước da có vẻ hơi rám nắng nhưng trông tươi tắn, mượt mà hơn. Bạn chị dáng khoẻ, ăn nói mạnh bạo, chi tiền bạo khi cùng tắm biển, ngắm chị, rồi nói :

-Dáng "mụ" còn đẹp lắm, nước da có thua gái mười tám đâu. Thế đêm hôm chồng có làm được " trò trống" gì với "mụ" không?

Chị nói thật với bạn về chuyện gia đình, về sự thay đổi có vẻ hơi "lạ" của chồng. Bạn chị khẳng định ngay:

-Bỏ mẹ rồi! Kiểu ấy là lão có "bồ" đấy, chuyện rõ như thế mà "mụ" không để ý.

Chị nghe vậy, nói có ý phản đối:

-Chồng của tôi, tôi biết chứ. Giờ giấc ông ấy nghiêm chỉnh lắm, với lại, tôi cũng hỏi nhiều người chơi thân với chồng, họ đều nói, không có chuyện đó đâu...

-Thế, theo "mụ", vì sao chồng của "mụ" lại thay đổi như thế?

-Tôi cũng không biết nữa... đang tìm hiểu... nghĩ nhiều lúc cũng bực mình, cũng thấy chán!

Nghe chị nói vậy, người bạn cười, lắc đầu:

-Việc gì mà "bực mình", việc gì mà "chán". Tối nay "mụ" đi với tôi, hết "bực mình", hết " chán" ngay!

Tối ấy, bạn yêu cầu chị trang điểm thật đẹp, mặc một cái váy đen ôm gọn thân, tôn thêm làn da trắng, tóc xoã ngang vai... trông chị trẻ hơn tuổi rất nhiều. Làm theo yêu cầu của bạn, chị hỏi:

-Để làm gì thế này?

-Để vui, vui cho hết mình"mụ"ạ! Vui cho chồng biết mình là ai! Nhưng tôi cũng cho "mụ" biết... - Bạn nói nhỏ vào tai.

Thấy chị có chút phân vân, bạn "bồi" thêm:

-Một tối cực vui, rồi ai đi đường nấy, ai về đường nấy, không ai biết ai, có gì mà sợ!

Nghe bạn nói vậy, chị chấp nhận. Bạn liền đưa chị đến cuộc vui cùng đám bạn trong phòng kín của một khách sạn. Chỉ khác mọi lần, lần này bạn sắp xếp cho chị ngồi cạnh một người thanh niên. Người thanh niên đó có dáng khoẻ mạnh, mặc một áo pun xanh bó, lộ rõ bộ ngực nở nang, mái tóc cắt ngắn, nét mặt rất đàn ông, trông hơi ngang tàng. Người thanh niên này, đặc biệt, có ánh mắt nhìn rất cuốn hút, đã vậy giọng nói khiến chị phải chú ý:

-Em rất vui được ngồi gần chị, chị cho phép nhé!

Đi đâu mà không cho phép! Bạn của chị đã cố tình bày trí cách ngồi như thế để chị và người thanh niên này dễ nói chuyện, dễ tâm sự. Người thanh niên nói vậy cho phải phép! Cuộc vui cứ theo đà, càng lúc càng nhiều tiếng cười, tiếng nói và cả những ly rượu liên tục rót, liên tục uống. Ai nói " đàn bà uống rượu thua đàn ông", sẽ phải thay đổi nhận định đó khi nhìn vào cuộc vui tối nay của chị và các bạn. Không hiểu sao tối đó, chị lại uống được nhiều rượu như thế! Chị nhìn mọi người, ánh mắt ai cũng vui, nụ cười ai cũng tươi, đặc biệt... chị thấy trong người hình như có sự rợm rạm, muốn bùng nổ, khi người thanh niên ngồi cạnh lúc đỡ cho chị, uống chung ly rượu. Lúc anh ta lại ôm eo chị, cả hai cười nghiêng ngả, lúc kéo sát chị vào người để chị khỏi ngã... Chị lả đi trong vòng tay của người thanh niên đó. Điều gì đến, đã đến, bạn chị ngồi gần nói nhỏ:

-Để tôi nói với nó đưa "mụ" lên phòng, thoải mái đi, việc gì mà tự giam mình!

Chị không định hình mình đang ở đâu? đang là ai! xung quanh mọi người làm gì! Chị chỉ biết trong người như có sự bùng nổ, tung hê, cào cấu... Không một chút phản ứng, không một lời phản đối, như một "người máy" để người thanh niên dìu chị lên phòng ngủ của khách sạn.

Tối ấy người thanh niên cùng với chị đi đến tận cùng của sự hoan lạc.

Sáng sau, sau khi đưa cho người thanh niên hai triệu đồng, tiền "phục vụ", như gợi ý của bạn trước đó, chị còn cho thêm năm trăm ngàn đồng nữa, vì nghĩ : " Tối qua nó cũng vất vả". Người thanh niên thấy tiền chị cho thêm, có vẻ vui:

-Em đã có số điện thoại của chị, lần sau em gọi cho chị nhé!

Chị im lặng, không biểu hiện thái độ đồng ý hoặc không đồng ý, vì chị nghĩ chuyện này cũng không hay ho gì, nếu như "lộ" ra, phải có chỗ "dừng"!

Nhưng người thanh niên quá đáng, lại không muốn mọi chuyện dừng lại. Mới có non tuổi mà rất mất dạy, biết ràng buộc, biết cách bắt chị phải nghe theo nó. Mấy lần nó điện thoại cho chị, chỉ chỗ hẹn, chị không đến. Nó vẫn điện thoại dai dẳng, chị không bắt máy, nó liền nhắn một tin: "Em rất muốn gặp chị, không phải để làm những việc như tối đó đâu mà em tặng chị mấy bức hình em bí mật chụp chị với em tối đó. Tuỳ chị suy nghĩ!". Việc này thực sự làm chị suy sụp, sao thằng này có thủ đoạn ghê gớm như thế! Nó biết cách tống tiền, thằng quá khốn nạn. Chị nói với nó:

-Tôi không ngờ... em có hành động này. Tôi hỏi thẳng, em cần gì ở tôi? Muốn tôi đưa cho em bao nhiêu tiền để tôi lấy lại những tấm hình kia.

Nó trả lời trong máy điện thoại, giọng rất nhã nhặn:

-Thưa chị! Năm tấm hình chụp chị với em không quần áo, rõ mặt chị, mỗi tấm hình em xin chị mười lăm triệu đồng. Tổng số tiền cần có của năm tấm hình là bảy mươi lăm triệu. Sau khi chị giao tiền, em giao luôn chiếc điện thoại, trong đó có lưu năm tấm hình trên.

Bảy mươi lăm triệu đồng, số tiền có thể chị lo được. Nhưng ... điều chị căm tức nhất là nó lấy tiền của chị dễ dàng quá. Mà chắc gì, sau khi lấy tiền, đưa chị máy diện thoại có lưu năm tấm hình, nó vẫn để mấy tấm hình khác dự phòng... rồi tiếp tục, dùng những tấm hình đó "tống tiền" chị. Đã có bản chất lưu manh thì thằng này còn nhiều thủ đoạn, thủ đoạn sau nham hiểm hơn thủ đoạn trước. Càng nghĩ, chị lại càng ân hận vì sự dại dột của mình.

Không thể...

Sau bao đắn đo, dằn vặt, suy nghĩ đến mất ngủ. Chị quyết định...

Chỉ đưa cho người thanh niên năm mươi triệu đồng, lấy lại năm tấm hình. Nếu đồng ý, chị hẹn nó ở một quán cà phê...

Sau mấy lần cò cưa, bên thêm, bên bớt, người thanh niên đồng ý với chị số tiền đó.

Người thanh niên đúng hẹn, đến gặp chị trong một quán cà phê với bộ dạng cùng nét mặt có vẻ mãn nguyện. Người thanh niên vừa nhận tiền từ tay chị, chuẩn bị giao chiếc máy ảnh thì cách chỗ chị và người thanh niên đang ngồi mấy cái bàn có ba người đàn ông mặc thường phục, lao đến, khoá tay người thanh niên này. Một người trông có vẻ lớn tuổi, nét mặt nghiêm, lạnh, đưa cho người thanh niện xem chiếc thẻ công an rồi nói dứt khoát:

-Chúng tôi là công an. Anh bị bắt cùng hiện vật vì tội tống tiền. Anh ra xe, cùng chúng tôi về đồn...

Nét mặt người thanh niên biến sắc, hoảng sợ, tra tay vào còng số tám, cun cút theo mấy người công an ra xe...

Chị phải làm như vậy, vì biết không còn con đường nào khác. Chỉ có như vậy mới ngăn được người thanh niên này gây tội ác.

... Trước đó.

Sau khi trình báo với một người công an, chị có một yêu cầu:

-Tôi đến báo cho các anh chứ thực tình bản thân thấy xấu hổ và rất ân hận. Nếu như... chuyện này chồng và con biết được, gia đình tôi sẽ tan nát. Tôi không còn mặt mũi nào để nhìn mọi người, để giáo dục con. Tôi xin các anh giữ bí mật cho...

Người công an nhìn chị nói từ tốn:

-Lẽ ra... chị không nên có chuyện này thì hay hơn. Ở đâu tôi không biết, chứ đạo lý phương đông không cho phép. May cho chị là dừng đúng lúc, báo cho chúng tôi biết. Không phải thế, chị sợ hãi, cứ lún sâu vào, hậu qủa rất khó lường, không ai cứu chị được đâu. Còn chuyện bắt người thanh niên vì tội "tống tiền" chúng tôi sẽ thực hiện. Ý kiến của chị, tôi sẽ đề đạt lên cấp trên... - Người công an dừng lại có vẻ như đang suy nghĩ, rồi nói tiếp - Tôi tin, cấp trên cũng đồng ý thôi, vì đây là vấn đề nhân văn, vì cái chung...

Và mọi chuyện đúng như chị dự tính...

Sau chuyện đó, chị không bao giờ dám nghĩ đến chuyện đi chơi với bạn, chị sợ thực sự. Hơn nữa, ngoài lao vào công việc, muốn như không có thời gian trống, thì chị thấy chồng mấy tháng vừa rồi làm việc có vẻ tất tả hơn, điều gì cũng vội, nước da anh ấy xuống lắm, không hồng hào như dạo nào. Chị cần có thời gian quan tâm, chăm sóc nhiều hơn đến chồng:

-Thấy anh dạo này không khoẻ đấy, em rất lo! Có gì anh phải báo cho em biết!

Chồng chị nói như tảng lờ:

-Không sao, anh không sao! - Nội vậy nhưng anh lại ôm ngực ho sù sụ.

... Ngày đến ngày, biết không thể giấu được, sau bữa cơm chiều, để thằng con trai đi học thêm, anh mới lấy trong cặp ra một tập bệnh án, nói cho chị biết:

-Bây giờ thì anh không thể giấu em, bệnh án của anh đây. Anh đã bị ung thư phổi ác tính. Dấu hiệu bệnh có từ mấy tháng trước, nhưng anh giấu, không muốn em và con lo, cố tự tìm bác sỹ và phương pháp điều trị . Nên vậy, anh biết, có lúc em bực mình với anh. Nhưng anh tin, sau này biết chuyện, em sẽ hiểu... Đến bây giờ, vợ chồng mình phải hết sức bình tĩnh để sẵn sàng đón nhận chuyện xấu nhất... Thời gian còn lại, anh sẽ cố gắng chữa. Nếu khỏi được thì tốt, còn nếu không được, thì chuyện đó cũng nên coi bình thường... anh không lo đâu - Anh ôm chị, xiết chặt - Anh chỉ lo cho em và con. Anh thương em lắm, cũng chỉ vì không quan tâm, không chú ý đến tình cảm, quan hệ vợ chồng, có lúc anh đẩy em đến chỗ sai lầm...

-...

-Em ngạc nhiên phải không? Bạn anh, trưởng công an quận, cho anh biết chuyện. Anh không giận em mà lại trách anh. Sau này, nếu trời không cho anh sống, em và con "lo" cho anh xong, thì tuỳ em tính. Em nên chọn một người đàn ông thương em, thương con thực lòng, như anh đã thương em...

-Chồng ơi! - Chị khóc thành tiếng./.

GIÁ NHƯ HỒI ẤY...!

Anh “gặp” lại chị trên facebook, những dòng chữ của chị hiện lên trong máy điện thoại của anh như một tiếng reo:“ Tôi là ... đây. Gần bốn mươi năm, tôi với “ông” chưa gặp nhau. Tôi về hưu rồi, có thời gian, gặp nhau nghe, cùng ôn lại kỷ niệm, “ông” thấy có được không? ”.

Anh mừng và đồng ý ngay.

Anh hẹn gặp chị ở một quán cà phê sang trọng, nằm ven sông. Bên trong với không gian đẹp, có hàng cây cọ lá loà xoà sát người ngồi, ánh sáng dịu vừa phải, không chói đủ nhìn rõ mặt người ngồi đối diện, tiếng nhạc nhẹ, du dương tạo thêm không khí đầm ấm cho cuộc trò chuyện...

- “Ông” chọn chỗ đẹp, đúng ý thích của tôi, chứ ngần này tuổi, vào chỗ mấy đứa trẻ hay ngồi, ngượng chết đi được! - Chị xưng hô với anh có phần bỗ bã, thân mật.

- Tôi vẫn nhớ sở thích của “bà”, “bà” thích nhất là được ngồi ngắm sông, khi hoàng hôn buông xuống - rồi anh nhìn chị, nhận xét - Mấy chục năm gặp lại, trông “bà” không khác lắm.

-Khác chứ “ông” ơi, già nhiều rồi!- Chị nói ngay.

- Đó là quy luật của thời gian “bà” ạ, ai mà không thay đổi, nhưng với “bà”, tôi thấy không thay đổi nhiều - Anh nói thực lòng...

... Anh với chị học khác lớp, trong một khoa... của một trường đại học. Hồi ấy, thời bao cấp, không biết có bao nhiêu chuyện khốn khó, anh chị vẫn đến với nhau, nhiều kỷ niệm đến bây giờ nhắc lại, thấy y nguyên, đầy đặn. Những tối thứ bảy hai người chở nhau trên một chiếc xe đạp, đạp xe từ trường ra bãi Cầu Giấy xem phim, tiền chỉ đủ mua hai vé vào xem, vẫn vui. Rồi những buổi đi thực tập, nhường nhau một đoản mía, người này đẩy qua, người kia đẩy lại, nhớ như in... Nhưng tình yêu của chị với anh không thành cũng do nhiều lẽ...

-Hồi đó, không hiểu sao tôi hay bị "bà" chê thế nhỉ! - Anh gợi lại cho chị kỷ niệm cũ - Cứ gặp, tôi chưa kịp hỏi là "bà" đã chê rồi - Anh cười - Nào là... anh đến gặp em sao ăn mặc lôi thôi thế! Rồi nữa...cái áo này anh mặc được mấy hôm rồi... Ối giời! Thời sinh viên bao cấp, nước ít, chỉ dám tắm qua loa, để đi nhanh đến gặp em. Được như thế là "thơm" thế mà "bà" cứ chê !" Bà" lại còn "chê" tôi cả trong cách ăn nói... Khiếp! Hồi đó "bà" yêu tôi, không khen tôi một câu nào toàn thấy chê là chê. Kinh thật!

Hai người cùng cười, tiếng cười hồn nhiên, không chút tự lự như không phải tiếng cười của hai người đã ở bên kia dốc cuộc đời. Chị nhìn anh, nói với giọng vui:

-Không phải tôi "chê" mà là góp ý cho "ông" sửa ...

Anh gật đầu:

-Nói đùa thôi, tôi biết hồi đó là "bà" muốn tôi toàn vẹn hơn, đẹp hơn trong cái nhìn của "bà", có điều, khi tôi biết sửa... thì muộn...

Chị lặng im một lúc, nhìn ra xa xăm, bao nhiêu hình ảnh của hai người thời sinh viên ùa về trong ký ức, thở dài nhè nhẹ rồi chị nói:

- Giá như hồi ấy "ông" nói câu đó, thì chưa chắc... Mà nói thật nhé, - Chị nhìn anh, hồi tưởng - Chê những điều đó, chưa là gì cả, hồi đó, " tôi" chê "ông" một điều nữa, điều gì " ông" biết không?

-Tôi biết thừa. "Bà" chê tôi có tính " ghen" chứ gì!

- " Ghen" là còn nhẹ đấy! Phải nói là "ghen bẩn", "ông" hiểu chưa! – Chị nói.

-Kỷ niệm ấy vui nhỉ - anh không giận mà thừa nhận.

Anh chị muốn nhắc đến kỷ niệm, đúng đêm hẹn, anh bắt gặp chị đi với một người đàn ông, rồi chứng kiến hai người ngồi trong một quán vắng thì thầm to nhỏ... Anh cứ đứng ngoài chờ muốn xem hai người còn đi đâu, mặc cho muỗi cắn, trong lòng tức không để đâu cho hết. Mãi cho đến hơn mười giờ tối, chị với người đàn ông ấy bước ra khỏi quán, anh lao lại, giáp mặt, nhìn chị với ánh mắt tức giận cao độ, nói với giọng không thể kìm lại được: "Cô là đồ khốn nạn!" rồi đi thẳng, không cho chị thanh minh. Anh có biết đâu, tối đó chị có người anh họ, anh ấy đến nhờ chị góp ý giải quyết gấp một chuyện khó nghĩ trong gia đình. Hồi đó làm gì có điện thoại di động như bây giờ để báo cho anh biết mà chị nhờ một người bạn trong lớp nói hộ chị, nếu như anh đến gặp...

Sau này gặp lại chị, biết chuyện, anh muốn xin lỗi, nhưng chị cương quyết không tha thứ. Tính chị như vậy, rất cực đoan. Chị nói thẳng với anh:

-Bát nước đã đổ, không thể lấy lại được. Em với anh không thể hàn gắn, chỉ một điều, trước lúc chia tay, em muốn góp ý với anh, trong tình yêu phải có sự tôn trọng, hiểu nhau. Còn không được như thế, khó đến với nhau.

Trong đêm cuối cùng của hai người, biết không thể đến được với chị, anh rất đau khổ, nhưng không còn con đường nào khác, khi chị đã quyết...

-Sau tối chia tay đó, "bà". biết không? Phải đến mấy đêm, tôi không ngủ được, cứ đi lang thang như thằng bị bệnh mộng du... - Anh kể.

-Thế cơ à ! - Chị ngạc nhiên.

-Chứ gì nữa, "bà" tính, tôi với "bà" không biết bao nhiêu kỷ niệm, dễ gì quên. Đã vậy, những lời "bà" góp ý cho tôi, tôi thấy dễ như thế mà tại sao mình không làm, để tình yêu "trôi" mất. Quá đau! Còn một chuyện nữa, bây giờ tôi mới kể cho "bà"...

Anh kể cho chị nghe, khi chị làm đám cưới với người yêu sau, anh đứng đằng xa, trong một ngõ nhỏ lặng lẽ theo dõi. Nghe thấy tiếng pháo nổ mà nước mắt của anh cứ thế chảy dài.

Giá như... anh ân hận vô cùng...

-Rồi tôi biết, "bà" lấy được một người đàng hoàng, có chức vị, tôi cũng mừng - Anh nói với chị.

Nghe anh nói vậy, chị im lặng một lúc rồi cho anh biết:

-Anh ấy về hưu rồi. Chồng tôi đối xử với tôi tử tế, khác hẳn tính "ông" hồi ấy tôi mới yêu và lấy chứ. Chứ đàn ông mà có cái tính như ông hồi đó, "ma" nó yêu! - Giọng chị như trẻ lại, quên đi tuổi tác .

- Cũng nhờ những lời góp ý của "bà", tôi mới được như ngày hôm nay...- Anh kể cho chị nghe chuyện anh lấy vợ...

Sau khi chia tay với chị, anh gặp một người phụ nữ khác. Lần này anh quyết không cho tình yêu trôi vụt mất bằng việc thay đổi mình, từ cách ăn mặc cho đến lời nói, như chị từng góp ý với anh " phải chỉnh chu". Qua một lần đổ vỡ của tình yêu, anh đã tìm ra nguyên nhân để tự răn mình, không đối xử quá đáng, không xúc phạm danh dự của người mình yêu. Cách đối xử cao thượng anh dành cho vợ và vợ dành cho anh, nên tình vợ chồng được giữ vững, bền chặt cũng hơn ba mươi năm... Gia đinh anh, một gia đình hạnh phúc...

-Nghe “ông” kể, tôi mừng, đàn ông phải thế chứ - Chị khen anh.

-Tôi muốn mời “bà” về nhà tôi chơi, cho biết nhà, hơn nữa cũng làm quen với vợ của tôi, tôi hay kể với vợ chuyện ngày xưa tôi với “bà” yêu nhau thế nào. Vợ tôi nghe, cứ cười suốt!

- Thật không? “ Ông” nói, tôi không tin!

-Thì... “bà” đến chơi đi, để xem tôi nói có đúng không? - Anh mời chị, thực tình.

... Chị đến thăm gia đình anh. Một gia đình ấm cúng, con cái phương trưởng, anh và vợ sống an nhiên, tĩnh tại trong tuổi chiều, xế bóng. Vợ anh, tuổi cũng gần bằng chị, có nét mặt phúc hậu, ánh mắt viên mãn, nụ cười đón chị thư thái, nhẹ nhàng:

-Anh ấy nói với tôi về chị nhiều lắm, giờ mới gặp, đúng như tôi tưởng tượng, không khác bao nhiêu!

-Anh ấy nói gì về tôi? - Chị hỏi.

Vợ của anh nói cho chị nghe, không giấu diếm:

-Hồi ấy sở dĩ tình yêu của chồng tôi với chị không thành vì, như anh ấy nói, lỗi do anh. Chị là người chuẩn mực nhưng trong cách đối xử với chị, anh có nhiều sai lầm không thể tha thứ. Sau này gặp tôi, anh nói, những sai lầm đó không để lặp lại

Anh làm đúng như thế. Vợ của anh lại kể cho chị nghe những điều anh đã làm với vợ, với con, nhất là trong cách đối xử để tình cảm vợ chồng ngày càng khăng khít mà tất cả... như anh ấy nói với vợ: “ Muốn giữ được hạnh phúc nên lắng nghe, có sự tôn trọng, quan trọng nhất, biết sửa chữa sai lầm”.

Hai người còn nói nhiều chuyện, như quên hết buổi trưa đang đến gần, anh phải từ trong bếp đi ra, giục:

-Thưa “hai quý bà”, cơm nước tôi chuẩn bị xong xuôi, xin mời “hai quý bà” dời gót đến bàn ăn, vừa ăn, vừa nói chuyện...

Nhìn mâm cơm trên bàn anh chuẩn bị tinh tươm, gọn gẽ, nhất là mấy món ăn chị thích. Chị nhìn, nghĩ thầm :“ Ngày xưa ông ấy có được như thế này đâu ”. Thấy chị để ý và có vẻ khen mấy món ăn trên bàn, vợ anh khoe ngay:

-Anh ấy nấu ăn ngon lắm, hơn tôi nhiều. Có khách đến, không riêng tiếp chị, mà với cả khách của con, của vợ là anh ấy “lăn” vào bếp, không cho người khác nhúng tay - Giọng vợ anh có vẻ tự hào.

Nghe vợ của anh nói vậy, chị nhìn anh với ánh mắt cảm mến. Bữa ăn trôi qua trong không khí vui vẻ. Có lẽ lâu lắm rồi, chị mới có một bữa cơm do bạn đãi mà ngon thế này. Còn anh, buổi gặp mặt hôm nay, một bên vợ, một bên là người yêu cũ giải toả cho anh sự áy náy. Nhắc lại chuyện quá khứ, đừng coi đó là kỷ niệm buồn mà nhắc lại để hiểu nhau hơn, sống với nhau tốt hơn, với gia đình tốt hơn. Thời gian chẳng còn bao nhiêu…

… Chị chia tay với vợ chồng của người yêu cũ, ra về, một câu nói cứ lởn vởn trong đầu chị :“ Giá như hồi ấy…”.

Chị về đến nhà, chồng của chị nhìn chị gườm gườm, giọng gằn lên:

-Bà đi đâu, cả ngày giờ mới về, tôi điện thoại không bắt máy!

Đi hẳn vào trong, chị không muốn trả lời chồng.

Chị nói dối người yêu cũ, không muốn cho anh ấy biết hoàn cảnh gia đình mình hiện tại. Chồng chị có “bồ “ trẻ, ở chung nhà nhưng vợ chồng sống gần như ly thân. Chồng của chị còn “dính” vào một vụ tham ô lớn, tuy về hưu, nhưng vẫn bị kỷ luật, chờ ngày ra toà…

“ Giá như hồi ấy…!” - Câu nói ấy cứ lởn vởn… lởn vởn… mãi trong đầu của chị./.

Houstọn 5/2021

TRUYỆN NGẮN KHÓ ĐẶT TÊN

Chị nhận được điện thoại của anh, trong lòng có nhiều cảm xúc buồn, vui... lẫn lộn.

Những kỷ niệm cũ, cứ như những đợt sóng ngầm, nhân có núi lửa bất ngờ phun lên từ phía dưới, bây giờ trào lên dữ dội...

-Sao anh lại có số của em? - Chị hỏi trong điện thoại.

-Giọng em vẫn vậy nhỉ, đến hơn hai mươi năm mà chẳng thay đổi. Anh mừng đấy! - Anh cười, rồi giải thích - Ảnh chụp trên báo... đăng bức hình em cùng các anh, chị trong cơ quan của em gói hàng từ thiện chuyển ra miền Trung, thế là anh biết chỗ em làm việc. Có điều... làm anh không ngờ...

-Anh không ngờ...điều gì ! - Chị hỏi.

-Nét mặt của em trong bức ảnh, thấy không thay đổi nhiều, anh nhận ra ngay. Anh rất muốn gặp em, vì anh đang ở thành phố này... Anh điện thoại theo số điện thoại của cơ quan có trên bức ảnh, họ cho số điện thoại di động của em. Chuyện chồng con của em thế nào? - Anh hỏi vội.

-Vẫn độc thân như hồi anh với em biết nhau! - Chị cười nhẹ

-Thật không? Anh không tin, em đẹp thế cơ mà ! - Giọng anh ngạc nhiên thực sự.

-Em chưa bao giờ biết nói dối! Anh biết tính em rồi!

-Ồ, thế à ! - Giọng anh có vẻ vui - Anh muốn em cho anh một cuộc hẹn. Cũng đến gần hai mươi năm, anh em mình chưa gặp nhau... Em đến được không?

- Để em suy nghĩ đã, đang có việc mà!

- Em đến đi, anh em mình chỉ gặp nhau có mấy tiếng thôi, ôn lại kỷ niệm. Anh đang ở khách sạn số... đường... tối nay đến nghe, anh đợi đó. Anh rất mong gặp em - Giọng anh giục.

Trong máy điện thoại, chị nghe rõ tiếng thở hồi hộp của anh.

- Thôi, được rồi... khoảng tám giờ tối, em sẽ đến... - Chị trả lời.

... Hồi ấy, chị là sinh viên mới ra trường. Anh yêu chị nhưng cũng cho chị biết, anh đã có vợ, có con, có việc làm ổn định. Chính điều này, khác với nhiều người phụ nữ khác, chị lại chấp nhận :" Em yêu anh, có nhiều người nói lắm, nhưng em vẫn yêu vì ít nhất trong anh có sự thành thật". Một điều nữa, không nói ra, anh như một chỗ dựa về tình cảm, về lý trí, cả những lối thoát khi chị gặp khó khăn.

Chỉ cần chị có ánh mắt hơi khác một tý, là anh biết :" Em có chuyện buồn phải không?" rồi động viên chị nên làm thế này, nên làm thế khác trong những lần tâm sự. Đi đâu, dù xa hay gần, anh cũng đưa đón chị nhiệt tâm. Rồi, chính anh đi tìm việc cho chị, một việc làm với mức lương không cao lắm, nhưng cũng đủ cho chị chi tiêu giữa một thành phố có giá cả sinh hoạt đắt đỏ ...

Và cứ mỗi lần như vậy, xong mọi việc, anh đưa chị vào nhà nghỉ hoặc khách sạn nào đó :"... Anh em mình nên nghỉ ngơi một chút...". Gần như đó là câu cửa miệng của anh. Vào chỗ đó, dù có cố giữ, nhưng chị vẫn"thua" với sức mạnh tấn công của một người đàn ông đầy ham muốn. Chị rất lo, mình sẽ mang thai ngoài ý muốn, anh động viên, giọng trơn tru:

-Em yên tâm, anh biết phải làm gì để giữ cho anh và giữ cho em. Anh không muốn làm khổ em...

Tình yêu giữa anh với chị, giấu gia đình, bạn bè... cũng được ba, bốn năm. Sau một cơn đau phải đi viện, bệnh chữa khỏi, nhưng bác sỹ cho chị biết " Bệnh này cần tiếp tục uống thuốc điều trị cho dứt điểm, nếu không, sẽ dẫn đến nguy cơ của một căn bệnh khác, nặng hơn. Mà muốn bệnh khỏi hẳn, tiền thuốc hơi nhiều đấy...". Ông bác sỹ kê một cái đơn có tên thuốc rất lạ cùng với giá tiền. Chị đọc đơn thuốc đó thấy lo, còn anh rất lúng túng.

Thấy sự lúng túng của anh, chị hơi buồn, tự trách, có lẽ mình không nên làm khổ anh ấy nữa, anh ấy còn gia đình. Đó cũng là một nguyên nhân chia tay, ngoài ra còn một nguyên nhân nữa...

Một lần bất ngờ, quả thật rất bất ngờ, chị thấy anh đèo vợ trên chiếc xe máy, vợ chồng nói chuyện vui vẻ, vợ anh ngả đầu vào tấm lưng của anh, âu yếm, tin cậy. Chị giật mình, sững người. Chị với anh, quan hệ còn quá quan hệ "vợ chồng" nhưng chưa bao giờ chị có được những giây phút như thế! Đàng hoàng như thế! Tất cả cứ phải lén lút, bí mật, như làm một việc "ám muội, không trong sáng" tránh mọi ánh mắt, mọi lời đồn thổi. Sao mình lại ngu như thế nhỉ? Dại dột như thế nhỉ? Đâm đầu vào một mối quan hệ "ngoài luồng", dư luận lên án, luật pháp không cho phép rồi tự mình lại làm khổ mình!!! Còn anh ấy, nếu có lộ, sẽ rũ bỏ mọi trách nhiệm vô cùng nhẹ nhàng. Bạn bè nhắc nhở, khuyên bảo nhiều lần, sao mình bỏ ngoài tai ...

Lần này, sau cuộc gặp bất ngờ ấy, chị dằn vặt, trăn trở, nhiều đêm không ngủ được, chị quyết định:

-Anh với em không nên giữ quan hệ này. Nếu giữ, chỉ làm khổ em, khổ anh, khổ chị, khổ các con anh. Đó là điều em không mong muốn...

Anh nghe chị nói vậy, phải trấn tĩnh một lúc, giọng sụt sùi, lấy tay quệt nước mắt:

-Anh cũng định nói với em điều đó, nhưng thấy tình cảm của em dành cho anh quá chân thành, thành ra... anh khó nói. Em nói đúng! Cả em và anh không nên giữ quan hệ này - Anh nắm tay chị, bóp nhẹ, giọng không thể buồn hơn - Trước mắt em nên lo sức khoẻ, đây là chuyện lớn. Không có anh bên cạnh, không biết em có vượt được không? Anh lo lắm. Cố vượt em ạ. Bây giờ... anh em mình nên nghỉ ngơi một chút... - Lại câu cửa miệng quen thuộc của anh, chị vẫn thường nghe.

Anh định kéo tay chị đừng dậy, đi theo anh. Như mọi lần, chị sẽ đi theo ngay, không một chút lưỡng lự. Nhưng lần này... không hiểu sao, nghe anh nói xong, chị lại ngập ngừng, không còn một chút háo hức, nhẹ nhàng như những lần trước. Lúc này, trong chị rất rõ ràng không còn hứng thú, chấp nhận để anh làm "tình", dù bao lần trước, anh như con hổ đực, mỗi lần gặp chị là y như đúng kỳ " động đực" lao vào như bão, cuồn cuộn như sóng lớn... chị ngợp thở trong khoái cảm. Còn lần này... có thể là lần gặp cuối, nhưng không còn cảm xúc đó nữa, chị lắc đầu:

-Không! Lần này không thể được. Em rất cảm ơn anh, những ngày, tháng anh giúp em. Còn bây giờ... kể từ giờ phút này của ngày hôm nay, anh với em hãy coi nhau là bạn, cả anh và em hãy giữ lại những kỷ niệm đẹp, đây là chỗ dừng, không nên tiếp tục.

-Sao em nghĩ như vậy! Anh vẫn rất quý em. Nào ta đi - Anh nói là làm, cương quyết kéo chị đi theo mình.

Chị cũng cương quyết, mạnh mẽ không kém, giằng tay của chị ra khỏi tay anh, nói mạch lạc, rất rõ ràng:

-Em đã nói rồi. Không được!

Nghe chị nói vậy, thái độ của anh có vẻ không bằng lòng:

-Em không đi thật sao?

Chị khẳng định, chắc nịch:

-Không! Em nói " không" là "không"!

Anh vùng vằng:

-Đã vậy, anh không ép em!

Rồi có vẻ bực tức, anh bỏ đi.

Chị nhìn theo, nghĩ quyết định của mình là đúng nhưng cũng hơi ân hận: " Không biết mình làm như thế có quá không ?".

... Sau cuộc gặp gỡ không lấy gì làm "vui" ấy, chị chuyển công tác, đến sống và làm việc trong một cơ quan ở thành phố này. Có mấy người định đến với chị, nhưng rồi do nhiều nguyên nhân, không thành. Gần bốn mươi, chị vẫn ở một mình. Chuyện chị với anh cũng dần nhạt nhoà trong ký ức. Thỉnh thoảng những kỷ niệm về anh thoáng vụt hiện lên, thế nào nhỉ? Trên một bãi đá vắng, anh ngồi sát, cùng cái ôm ghì chặt, môi dính môi, trời đất giao hoà...Còn gì nữa, trong phòng nghỉ của một khách sạn, cả hai, như một, không còn biết thời gian, không gian... Nghĩ về những kỷ niệm đó, người chị lại nóng bừng... nhưng nghĩ lại, chị thấy xấu hổ với những kỷ niệm đó. Lẽ ra không nên có những kỷ niệm đó thì hay hơn. Chị cố xoá cảm xúc về những kỷ niệm ấy, thay bằng tìm hứng thú trong công việc, trong tiếng cười với bạn bè, trong giấc ngủ say mỗi lần đi công tác hay trong những đợt đi du lịch cùng với đồng nghiệp...

Cũng vì lẽ đó, đến gặp anh, khi biết anh mời chị lên phòng nghỉ của khách sạn... chị khéo léo từ chối:

- Anh với em ra ngồi nói chuyện ở một quán cà phê gần đây thì hay hơn!

-Có vấn đề gì đâu mà em ngại, anh đề nghị người của khách sạn dọn phòng rất sạch sẽ, đúng với sở thích của em như ngày nào...- Anh cố níu kéo.

- Không, em không muốn. Em muốn anh với em ra quán cà phê ngoài kia. Nào, nghe em đi!

Không còn cách nào khác, anh đành nghe theo.

Vào quán cà phê cạnh khách sạn, chọn một chỗ vắng, hai người ngồi. Thấy ánh mắt của anh nhìn chị, chị ngạc nhiên:

-Em có cái gì mà anh nhìn ghê thế! Em già quá phải không?

-Không! Không! Anh không nghĩ gần hai mươi năm mà em vẫn giữ được dáng đẹp, khoẻ như thế này - Giọng anh có vẻ như say...

-Sức khoẻ của em tốt, thậm chí còn khoẻ hơn trước, không phải như hồi anh với em chia tay. Được như vậy là do em tập yoga, em còn tập"gim" nữa, tập thường xuyên. Chị và các cháu như thế nào? Kinh tế gia đình anh ổn chứ! - Chị hỏi, quan tâm.

Anh trả lời vội:

-Ờ, ờ, cũng bình thường, em! Nét mặt em không thay đổi, lạ nhỉ, cả làn da nữa, trắng đẹp như ngày nào, dù đã có tuổi. Anh hơi ngạc nhiên, em đẹp như thế này mà không có chồng - Anh trầm trồ rồi nhìn quanh. Trong quán, xung quanh nhiều bàn vắng, không có khách. Anh đứng dậy, tự động thay đổi chỗ, kéo một chiếc ghế đến ngồi cạnh chị - Cho anh gần em một chút được không ? Cũng rất lâu, mới được ngồi gần em...

Chị kéo ghế ra xa:

-Thế này là "gần" lắm rồi! Công việc của anh dạo này có tốt không? Chứ đúng mùa covid -19, nhiều nơi "chết" lắm, chắc chỗ anh ...

Anh lại ờ, ờ như không để ý đến câu hỏi của chị, mà nói theo suy nghĩ của mình:

-Hồi đó em với anh có nhiều kỷ niệm đẹp nhỉ! Anh vẫn giữ nguyên cảm xúc của kỷ niệm đó cho đến tận ngày hôm nay, khi gặp em...

-Cảm ơn anh! - Giọng chị vui, nhắc với anh - Em kể cho anh nghe một kỷ niệm này nhé, chắc anh quên rồi, em lại nhớ !

Chị kể lại kỷ niệm đó say sưa. Anh "Ờ, ờ" như nhớ, ngồi nghe có vẻ chăm chú, nhưng thỉnh thoảng kín đáo xem đồng hồ. Chính điều đó làm cho chị ngạc nhiên, phải đặt câu hỏi:

-Sao nghe em nói mà anh cứ xem đồng hồ như vậy?

Anh lúng túng:

-Ờ, ờ...anh sợ ... quá giờ, đêm khuya... em về nguy hiểm, hay là... em ở lại...

Chị thoái thác ngay:

-Em nói với anh rồi, có khuya em cũng về, vì ngày mai em có việc phải cùng các anh chị trong cơ quan đi sớm ra miền trung làm từ thiện... Anh đừng nghĩ chuyện đó nữa, em nhắc lại với anh một kỷ niệm vui nữa nhé...

Anh ngăn lại:

-Thôi, em! Kỷ niệm của chúng ta có quá nhiều, kể cả một đêm không hết, bây giờ anh muốn đưa em lên phòng nghỉ, tham quan rồi nghỉ ngơi một chút được không? - câu cửa miệng anh hay nói với chị ngày nào.

Chị nhìn anh, có phần lạ lẫm.

Sau cuộc điện thoại của anh, chị cứ tưởng anh hẹn chị ra đây là để nhắc lại những ngày tháng nghèo khó, cùng giúp nhau vượt qua khó khăn hay hỏi thăm, động viên nhau cho công việc làm ăn hiện tại. Hoá ra không phải, không hiểu lý do gì, chị thấy cuộc trò chuyện này rất nhạt. Có lẽ cuộc gặp lại giữa chị với anh đến đây là vừa đủ. Chị còn bao việc phải làm.

Nghĩ vậy, chị đứng dậy :

- Gặp lại anh, em rất mừng, nhưng có lẽ không thể ngồi ở đây lâu được. Công việc cơ quan còn rất nhiều, em phải về, mong anh thông cảm. Em về, anh cho em gửi lời thăm gia đình, thăm chị, thăm cháu...

-Sao vội thế em, thế thì ... em ngồi lại đây với anh một chút nữa - Anh lại xem đồng hồ - Còn sớm mà!

Chị không nói nữa, cương quyết đi ra khỏi quán.

Anh nhìn theo, có vẻ tiếc nuối, ngẫm nghĩ:

-Tất cả mình chuẩn bị sẵn sàng rồi. Tưởng tối nay sẽ "sướng", đỡ mất năm trăm ngàn cho gái ngành ... Ai dè... không được. Chán thật! ./.

—-----------------

CHỊ SƯỚNG

Chị hơn tôi cả chục tuổi, nhưng nét mặt trông vẫn trẻ, đặc biệt tính cách của chị thì sôi nổi, làm việc hết sức nhiệt thành. Với bạn bè, ai cần, chị giúp tận tình... Tôi học được ở chị nhiều điều. Chị cũng coi tôi như một người em, thân tình, hay tâm sự chuyện đời. Chị vẫn dặn tôi, sống ở đời, hãy tránh thù hận, sống lấy chữ "thiện" làm tâm. Chị thường xuyên đi làm từ thiện, những nơi nào có khó khăn là chị cùng những bạn bè trong nhóm "thiện nguyện" đều tới. Lúc thì vận động quyên góp giúp xây dựng trường học, bệnh viên vùng khó khăn, lúc đi đưa hàng cứu trợ vùng bị thiên tai, lúc lại vào bệnh viện thăm, tằng quà cho người nghèo bị bệnh nặng... Chị cứ đi về như vậy, tất tả như con thoi.

Tôi hỏi:

-Chị làm thế này không thấy mệt à!

Chị cười:

-Mệt gì em. Chị thấy sướng, tên chị là "Sướng" mà lại!

Chị nói vậy, rồi lại cười, nụ cười vui, trông có vẻ nhẹ nhàng...

Tôi biết, chị làm từ thiện là mục đích, cũng là cách sống của chị, nhưng... cũng như, một lần chị tâm sự với tôi, khoả lấp đi nỗi cô đơn, để vô tư sống...

Với ai, tôi không biết, riêng với chị Sướng, đường tình duyên của chị vô cùng lận đận, hình như đó là cái " số" đã vận vào, không tránh được.

Với người đàn ông thứ nhất, tình đang nồng, thì anh bị tai nạn bất ngờ rồi "đi", để lại một người mẹ già yếu. Cái chết của anh làm cho chị đau đớn, sững sờ, phải đến vài năm sau, mới ổn định lại tinh thần. Những năm đó, chị vòi või một mình chăm sóc mẹ già của người yêu. Chị tận tâm, nhiệt tình lo cho bà như người con gái ruột lo cho mẹ. Rồi bà mất, trước khi mất, bà nắm tay chị, hai bên khoé của bà từ từ chảy ra hai dòng nước mắt. Lo cho mẹ người yêu cũ "mồ yên mả đẹp" thì chị đã hơn ba mươi tuổi, cái tuổi cũng hơi muộn để "yêu". Giá như ... chọn được một người đàn ông đàng hoàng, chắc chị đỡ khổ. Ai ngờ, một gã đàn ông, ăn nói nhẹ nhàng, dáng có vẻ phong lưu, lại mang danh " trí thức", tưởng sẽ là người tử tế, đến với chị, hoá ra là một gã "sở khanh" trên cả từ "khốn nạn".

Biết chị có nhà, có cửa, gã ấy "tấn công", chị "đổ". Một lần đi xa về, khi quét dọn phòng ngủ của vợ chồng, chị phát hiện, hình như trong phòng có mùi gì đó hơi... là lạ. Cả trên gối ngủ, dù giặt sạch, vẫn có một vệt son mờ mờ, nhìn tinh sẽ thấy. Chị nghi ngờ... không lẽ! Biết đâu...!!! Trong đầu, có rất nhiều giả thuyết, nhưng sự nghi ngờ chồng có "bồ", cố gắng để ở mức thấp nhất, không tin anh có chuyện đó, khi anh vẫn có cái nhìn âu yếm, vẫn có những chiếc hôn mặn nồng dành cho chị. Dẫu vậy...

... Vài ngày sau.

Sáng ấy, chị nói với anh:

-Chín giờ là em ra sân bay, vào Sài Gòn, anh không phải tiễn làm gì, cứ đến cơ quan, em tự lo được.

Anh cứ nằn nì, van nài như đang bí không có phương tiện đưa người đi cấp cứu thì gặp ngay một chiếc xe trên đường:

-Dù cơ quan đang có cuộc họp quan trọng, rất cần anh, nhưng anh có thể xin vắng độ một tiếng, để đưa em ra sân bay, chứ một mình em đi, không ai đưa tiễn, anh thấy buồn lắm! Để anh đi tiễn em. Em cứ để anh đi...

Chị cười nhẹ, ngăn lại :

-Anh làm như em đi nước ngoài không bằng. Em vào Sài Gòn có vài hôm rồi lại về, có việc gì mà anh lại nói "buồn"... khổ thân anh!

Anh khoác tay rộng bao quát cả phòng khách của ngôi nhà mà chị đứng tên sở hữu:

-Ngôi nhà của em đây, chỉ vắng em có một tiếng, anh đã thấy nhớ, thấy trống trải vô cùng, huống hồ là em vắng đến mấy ngày. Thôi, em đừng cản, cứ để anh ra tiễn em... - Anh cố kéo chị lại gần, ánh mắt nhìn chị có vẻ đắm đuối - Nào, em đứng gần lại cho anh hôn em một cái...

Chị đẩy nhẹ anh ra xa, không cho hôn:

-Thôi, anh! Khiếp, sao hôm nay tình cảm thế! Anh cứ đến cơ quan, đang có cuộc họp gấp chờ, cuộc họp đó quan trọng hơn là tiễn em. Em gọi tắc xi rồi, năm phút nữa xe đến...

Ngoài cổng có tiếng còi xe.

Anh đành bịn rịn chia tay:

- Anh nghe em vậy, thương em quá! Nhớ đi nhanh rồi về, anh đợi...

Chị gật đầu, khó nhọc kéo chiếc valy nặng ra bên ngoài.

Anh đứng yên trước cửa nhà, bàn tay giơ lên, vẫy vẫy...

Chị không đi Sài Gòn mà yêu cầu lái xe tắc xi chở đến nhà một người bạn. Chị ở đấy đến hơn mười giờ tối mới về lại nhà. Chị khẽ khàng mở cổng, mở cửa, phát hiện đôi dép phụ nữ giấu nhưng rất hở ngay chỗ cửa ra vào. Thế là sự nghi ngờ đã thành sự thật, chị phải bắt tận tay. Chị bỏ va li, rón rén đến phòng ngủ, định mở cửa phòng. Đi nhẹ nhàng như thế, cẩn thận cốt không gây ra một tiếng động nhỏ nào, thế mà chồng của chị "tinh hơn cáo" như biết sẵn, mở cửa đứng trước phòng ngủ, nói rất tỉnh, không hề có một chút gì gọi là ngỡ ngàng hay ngạc nhiên. Sau này chị kể với tôi, chị phục "hắn" vô cùng, khi nghe "hắn" nói:

-Em về lại à! Chắc bị nhỡ máy bay... em mệt không, ngồi nghỉ đi... để anh pha cho em một cốc nước chanh...

Chị làm như không nghe câu nói đó của chồng, mà để ý đến cửa phòng toa lét trong phòng ngủ, khi chồng của chị đi đến và quay lại, cố tình đứng chắn. Chị cũng không hiểu sao lúc ấy mình lại bình tĩnh đến thế. Chị nhìn chồng, ánh mắt của chị không biết biểu hiện thế nào mà gã chồng cố giữ nét mặt bình tĩnh nhưng ánh mắt đã có phần thất thần, môi của hắn hơi run run. Chị nói với gã:

-Anh mở cửa phòng toa lét, gọi đứa con gái nào đó ra ngoài này đi!

-Có ai đâu? - Gã chồng cố tình chối

-Anh có gọi không?Anh không gọi, tôi phá cửa phòng đó - Chị nói to.

-Không có thật mà ! - Gã chồng vẫn chối, nhưng giọng cũng đã thay đổi, không bình thường.

-Anh không giấu tôi được đâu, đôi dép nữ ngoài cửa kia đủ bằng chứng tố cáo anh. Anh muốn không ai biết, để giữ danh dự, hoặc không muốn tôi làm to chuyện, anh phải gọi cô gái ấy ra đây. Nhanh lên! - Chị giục gã chồng.

Không còn cách nào khác, gã chồng đành phải mở cửa phòng toa lét. Tưởng ai, hoá ra là "đứa cháu" gái ở quê, mà mấy lần đến nhà chị chơi, gọi là thăm "chú"!!! Mà những lần ấy, con bé này "ngoan"lắm, một điều "thưa chú, thưa cô ", hai điều " Thưa chú, thưa cô", áo quần ăn mặc giản dị, đi đứng khép nép, trông có vẻ đoan trang. Có ai ngờ...! Chị nhìn con bé, đáng tuổi con, mà lắc đầu ngán ngẩm, rồi nhìn gã chồng, "khinh" không còn chỗ nào trên thân thể gã

-Thế tối đó chị giải quyết chuyện ấy thế nào? Cho con bé một trận rồi đuổi cổ gã chồng đốn mạt kia ra khỏi nhà, đúng không? – Tôi hỏi.

Chị cười thành tiếng, tiếng cười rất lạ, như không hề có chuyện đó, mà đó là tiếng cười của một người khi nghe một chuyện tiếu lâm:

- Đuổi con bé ấy đi đâu! Nó lang thang ngoài thành phố trong tâm thế hoảng loạn nhỡ có việc gì mình lại ân hận. Mà cũng có phải lỗi của nó đâu, mà đó là lỗi của gã chồng đốn mạt kia chứ. Chị nói với gã: " Tình cảm vợ chồng cũng như về pháp lý, tối này giữa tôi với anh, tôi nói đúng một câu: Chấm dứt! Tôi cho anh và con bé ở lại đây đêm nay. Sáng ngày mai phải ra ngay khỏi nhà tôi...

- Gã chồng ở lại hả chị?

- Không em à! Gã nói với chị, giọng lí nhí: " Anh có lỗi với em! Anh không dám ở nhà này nữa". Ngay tối đó gã dắt con bé ấy đi... - Chị lại cười - Lão ấy cũng có vẻ biết lỗi đấy... Nhưng lại hoá ra không phải !

- Sao chị?

- Sau này chị nhận được điện thoại của con bé đó, nó khóc mếu máo : " Cô ơi, chú lại lừa cháu, chú bỏ cháu rồi đi theo một cô khác, như chú ấy nói: " Anh không muốn em khổ, em còn trẻ có thể tìm được người yêu trẻ hơn anh, giàu hơn anh, chăm sóc em tốt hơn. Chứ anh chỉ là một trí thức nghèo, yêu em mà chỉ làm em khổ, là điều anh không muốn...". Đó chỉ là lý do bên ngoài thôi, cô ạ. Thực ra cô kia tuy lớn tuổi nhưng giàu, có nhà riêng, nên chú theo mà không yêu cháu nữa... -

Chị cười lớn - Đàn ông sao có người nhân cách "tởm"thế em!

Cũng từ đó, từ cái ngày "giã biệt" gã chồng đốn mạt, chị không yêu ai nữa. Chị thành trưởng nhóm của nhóm những người bạn cùng tuổi, cùng sở thích, hợp nhau... tổ chức đi "phượt", rồi liên hoan, sinh nhật...

-Vui em ạ, cho quên đi tuổi tác, thời gian, cả những chuyện "dớ dẩn" như chị kể với em... cái "già" nó đến sau lưng rồi, chẳng mấy hồi sẽ đến giai đoạn "đi thăm"ông bà, ông vải – Giọng chị vô tư.

Để tìm được những phút tự tại, bình tĩnh chấp nhận rồi vượt qua giông bão cuộc đời, tự động viên, tự tìm niềm sung sướng, có tiếng cười "chôn" được sự cô đơn như chị, không dễ.

Tôi phục!

Tưởng thế là xong, câu chuyện của chị Sướng còn kéo dài thêm một đoạn nữa, tôi hầu với bạn đọc.

Con bão lũ miền Trung vừa trải qua thật khủng khiếp, người chết, dân đói, nhà mất, của cải, trâu bò...trôi sạch, cần phải giúp đỡ gấp chăn màn, đồ ăn, thức uống, tiền bạc ... Chị Sướng lại làm trưởng nhóm vận động gây quỹ giúp đỡ người dân vùng bị thiệt hại nặng do lũ lụt. Chị cùng với mấy người nữa đi vận động từ thiện, đi cả ngày lẫn đêm, làm quên cả mệt. Chỉ có mấy ngày mà đồ ăn, thức uống, chăn màn, gạo, áo quần... chất thành đống. Chị Sướng cùng các anh, các chị trong nhóm ngồi phân loại, sắp xếp gọn, cho ra xe ô tô.

Chị sẽ đi cùng những chiến xe ô tô này đến những nơi đồng bào gặp nạn đang chờ.

Xe chở hàng cứu trợ sắp chuyển bánh, thì chị điện thoại cho tôi:

-Em đến ... đến ngay nhé, chị nhờ em một việc. Em cố gắng đến ngay vì chị chuẩn bị đi ra Trung rồi.

Tôi vội phóng xe đến, chị đưa cho tôi một gói nhỏ, nói:

-Đây là ít tiền riêng của chị, em cầm đến bệnh viện... Khoa U Bướu, phòng ... gặp bệnh nhân... đưa hộ chị số tiền này. Anh ấy bị ung thư giai đoạn cuối... Cũng là luật "nhân, quả", mình làm phước, em ạ!

-Anh này là ai, chị?

-Ừ nhỉ, chị quên, không nói với em. Anh ấy là gã chồng bị chị đuổi khỏi nhà cùng "con bé quê" mà chị kể cho em nghe đấy. Giờ bên cạnh anh ta chẳng còn ai, kể cả bà vợ sau mà anh ta lấy, sau khi bỏ con bé. Bà ấy cũng bỏ anh ta, đi rồi... Em giúp chị. Nếu anh ta tỉnh táo hỏi ai đưa, em tuyệt đối không được nói là của chị nghe... Chị đi đây!

Chị Sướng trèo vội lên chiếc ô tô chở đầy quà từ thiện ra Trung...

Chiếc ô tô nổ máy, từ từ lao đi..../.

CHUYỆN DÌ CỦA TÔI

Dì là em ruột của mẹ, hồi trẻ dì đẹp lắm. Thời dì học đại học, chiều thứ bảy về chơi thì buổi tối, xe đạp phải dựng trước hiên nhà tôi vài chiếc (Thời bao cấp, có xe đạp ngang với ...có ô tô bây giờ) của mấy "ông" sinh viên theo đuổi dì.

Bây giờ tuổi dì đã cao, tóc bạc, nét mặt đậm nỗi buồn, chịu đựng nhưng vẫn không giấu được một thời xuân sắc.

Gia cảnh của dì hiện tại, tôi không dám gợi nhiều về nỗi tủi thân và sự cô đơn mà dì phải chịu đựng. Sống chung với chồng nhưng ở trong nhà trông dì như một cái bóng di động, không nói chuyện với ai. Còn chồng của dì, tôi gọi bằng "chú", tóc bạc trắng, mắt đeo kính trong có vẻ hiền từ nhưng rất khó tính, nói nhát gừng, tâm trạng luôn không ổn định, đi đứng như dò xét, hay nổi nóng bất tử. Hiện trong người của chú, đi khám bác sỹ nói "đang có mầm bệnh rất nặng".

Nhân lúc chú đi vắng, trong nhà chỉ dì cháu, tôi hỏi:

- Con chẳng hiểu, ngày xưa dì đẹp thế , bao nhiêu là người muốn đến, dì không lấy lại lấy chú, một người rất khó tính, rất khó gần. Mà cũng phục dì thật, ở được với ông ấy mấy chục năm...

Dì cười buồn, trả lời:

- Cái thời ấy con ạ! Lấy được một người làm ở trung ương, trong cơ quan ấy đâu phải dễ. Con nghĩ đi, chiều thứ bảy, chú đến đón dì bằng một chiếc xe đạp Favorit, nhiều người đã thầm ghen tị, rồi nữa, có khi đi công tác bằng xe ô tô Com măng ca, chú cho dừng xe trước cổng trường, ghé thăm. Ai nhìn thấy cảnh đó, cũng trầm trồ. Mà cũng hồi ấy, mọi chuyện đều giản đơn, ước mơ của đơn giản, kể cả chuyện tình yêu...

- Thế là dì yêu rồi lấy...

- Ừ thì chú của con vẽ ra một tương lai rất đẹp từ kinh tế, sự nghiệp... không phải lo gì cả, nếu dì lấy chú. Phận con gái, từ nông thôn lên đây học, còn mong gì hơn khi có một người chồng như vậy!

Tôi thương cho sự ngây thơ của dì, nhưng không trách. Nếu giả như mình lúc ấy, có khi cũng giống như dì. Chỉ có điều...

Chú nghiêm chỉnh từ áo quần đến cách nói năng, còn dì lại hay mơ mộng và muốn tự do trong giao tiếp. Chú thích đọc báo đảng, nhất là xã luận thì dì thích xem phim, đặc biệt là phim tình yêu, dì thích quản giao rông rãi với bạn bè, chú lại không muốn điều đó vì cho rằng, càng quảng giao rộng, dì sẽ " hư"... Mâu thuẫn từ cách sinh hoạt đến tính tình, khó hằn gắn giữa hai người, lẽ ra ly hôn từ lâu, bởi sự cực đoan của chú. nhưng dì cam chịu:" Bỏ chú không được con à! Theo chú bao nhiêu năm, nay tuổi lớn, không làm được việc gì nữa, bỏ chú, dì về đâu...". Tính dì do dự, làm điều gì cũng sợ, được thể chú lấn tới, nhất nhất dì phải nghe theo chú. Hai đứa con, chú cũng yêu cầu như vậy, trong nhà, ý kiến của chú là nhất, là tuyệt đối. Quả báo nhỡn tiền ngay, hai con của chú nổi loạn, mỗi đứa theo một kiểu, đều bỏ nhà đi.

Khi về hưu, như hoàng hôn sắp tắt, chú cố níu kéo. Vẫn giọng ăn to, nói lớn, dáng cố đứng thẳng, pha chút oai vệ của một thời, dẫu thế cũng chẳng dọa giẫm được ai vì bây giờ chỉ ở trong nhà, đố dám ra đường vì ra đường cái gì chú cũng sợ, từ tiếng ô tô chạy, đến tiếng quát của một thằng đầu đường, xó chợ... Chú chỉ háo hức khi được nhận lương hưu đầu tháng rồi ngồi tỷ mẩn đếm từng đồng tiền, chia đều cho từng ngày để khỏi chết đói.

Trông khốn khổ không thể tưởng.

Khổ thân dì!

Một người phụ nữ cam chịu, có lúc tôi nói: " Dì cứ sống thế này, quá khổ. Bỏ chú đi! Còn ngày nào được tự do, thì cố hưởng...".

- Chú bây giờ không tỉnh táo nữa, con nhìn đó, như người điên. Dì sợ lắm! Mà cũng không cần bỏ, dì nghĩ, mầm bệnh của chú càng ngày càng nặng, chắc chẳng sống bao lâu nữa đâu... Lúc đó hãy hay con ạ! - Dì thở dài, nói với tôi./.

HAI NGƯỜI LÍNH

Hai người đàn ông, tuổi đã già, nét mặt khắc khổ. Người này cụt một tay, thường buổi sáng bán hàng xôi trước nhà, còn người kia cụt hai chân, đi xe lăn, bán vé số. Có lẽ do hoàn cảnh đều cô đơn nên họ chơi thân với nhau.

...Tôi biết, ông cụt tay vợ mất, không có con. Còn ông bán vé số cụt hai chân kia, không có nhà, ban đêm tá túc ở trong chợ. Họ nói chuyện, có lần tôi ngồi gần lắng nghe, nhưng nghe được một lúc thì nản, vì hai ông toàn kể chuyện đánh nhau... Có lúc tôi thấy cả hai người kể xong một câu chuyện rồi cùng khóc...

... Nước mắt đàn ông có tuổi chảy trên hai gò má nhăn nheo, hình như chậm hơn, đặc hơn...

Cũng có lúc tôi thấy hai ông vui. Ông cụt hai chân ngồi xe lăn kiếm đâu được mấy lon bia, ít mồi nhậu, hai ông ngồi lai rai kể chuyện, ôm vai nhau thân thiết, tôi thấy cũng hay hay... Cũng có lần, ông cụt một tay cãi nhau với ông cụt hai chân to lắm. Tôi tưởng chuyện gì, té ra ông cụt hai chân có vay của ông cụt một tay ít tiền, giờ trả lại, ông cụt một tay cương quyết không nhận. Chuyện đơn giản chỉ có thế thôi, mà hai ngươi cũng giận nhau mất một ngày:“ Tính ông ấy khí khái lắm, không muốn ai thương hại !”. Ông cụt một tay kể với tôi : “ Đã mấy lần chú mời ông ấy về ở chung nhà cho vui. Giờ chú chỉ có một mình, ông ấy ở với chú, chú có bạn, còn ông ấy khỏi phải ra ngoài chợ để ngủ... Nhưng dứt khoát ông ấy không nghe!"...

...Đến khi ông cụt một tay ốm nặng, tôi giúp đưa ông vào bệnh viện, hỏi ông có bảo hiểm y tế không? Ông lắc đầu : " Không có". Biết ông từng là bộ đội, tôi hỏi sổ thương binh, ông nói lại với tôi, giọng buồn buồn: " Trận lụt năm... nước dâng nhanh, giấy tờ mất tất cả, chú tính làm giấy xin lại nhưng phải chịu rất nhiều nhiêu khê, vì không có tiền, rồi vợ bị bạo bệnh mất, đã chán càng chán. Từ đó đến giờ, có ai công nhận chú là thương binh đâu! May còn bạn...". Ý chú nhắc đến ông cụt hai chân đi xe lăn kia. Mà cũng tội, ông cụt hai chân đi xe lăn, ngày bạn đau, bỏ hẳn việc đi bán vé số, vào bệnh viện chăm sóc bạn. Ông tiết kiệm được ít tiền, gói gém để sau xe lăn, vì bạn, tiêu sạch...

... Tôi đang đi công tác thì nhận được điện thoại của ông cụt một tay:

- Con ơi! Bạn của chú mất rồi... chú không muốn sống nữa!

Sao lại nhanh, đường đột như thế! Tôi vội về.

...Ngày đám giỗ vợ, ông cụt một tay mời ông cụt hai chân đến dự. Gọi đám giỗ cho to chứ cũng chỉ vài người thân quen. Ông cụt hai chân muốn ra chợ mua thêm một số đồ để lên bàn thờ của vợ ông cụt một tay cho có lễ, có nghĩa... Ai ngờ! Một chiếc xe hon đa của hai thanh niên phóng nhanh, tông vào chiếc xe lăn của ông.

Thế là ông "đi"!

Dẫn tôi đến ngôi mộ của bạn, nước mắt ông cụt một tay rơi lã chã, giọng đau đớn:

- Con biết không? Hoàn cảnh của chú ấy rất tội. Chú ấy và chú cùng tham gia mặt trận Bình Long, khác chăng, hai người ở hai bên chiến tuyến. Chú ấy bị thương, cụt hai chân, gia đình vượt biên, chết tất cả. Chỉ còn mình chú ấy, sống vất vưởng, không nhà, không cửa, không tiền bạc... nhưng khí khái lắm! Còn chú, cháu biết rồi, cụt một tay... nhưng chế độ chính sách cũng không có gì. Sống có hơn chú ấy đâu. Còn may, chú và chú ấy gặp nhau, vì cùng là lính, cùng số phận khổ nên hiểu và thương nhau. Bây giờ... chú ấy mất, chú dựa vào ai!

Ông cụt một tay lại khóc./.

NỘI

...Nằm cạnh tôi ở một phòng, trong bệnh viện là một ông già, nét mặt hiền từ, tóc và râu đều bạc... Điều đó chưa gây cho tôi ấn tượng lắm, ấn tượng là ông có quá nhiều con cháu, bà con... Chiều nào cũng có người vào thăm, người hỏi han sức khỏe, người nhờ ông tư vấn một vấn đề gì đó, thậm chí có đội vợ chồng, chắc có chuyện xích mích với nhau, nhờ ông hòa giải... Tất cả những chuyện đó ông nói với giọng thuyết phục nhẹ nhàng...

Ai cũng gọi ông là "Nội" một cách kính trọng.

Tranh thủ lúc đợi y tá vào làm thuốc, chỉ còn hai ông cháu, tôi hỏi ông:

- Tất cả người vào thăm đều là con cháu của ông, phải không ạ?

- Không phải đâu, họ quý Qua (1) thì gọi vậy thôi! - Ông cười nhẹ, trả lời tôi

- Vậy ở quê ông làm nghề gì?

- Qua làm nghề bốc thuốc. Mọi người ở quê còn nghèo lắm, vào bệnh viện không có tiền, Qua biết nghề, nên giúp ... - Ông nói từ tốn.

Nghe ông nói vậy tôi nghĩ đến nội. Nội đau khớp, bây giờ tuổi đã cao, uống thuốc tây không thấy đỡ, có khi nhờ ông già này chữa, biết đâu... Tôi lựa lời, hỏi thăm dò:

- Nội của con hay đau khớp, uống bao nhiêu thuốc tây không khỏi! Con muốn nhờ ông, có khi... thuốc nam lại hợp. Ông giúp con được không ?

Ông già nghe tôi nói vậy, gật đầu:

- Hôm nào Qua khỏe về nhà, con đưa nội đến, Qua chữa cho!

...Khi tôi và nội mới đến đầu xã hỏi thăm cụ Lang Thiện, người dân ở đây chỉ rất tận tình, gần như ai cũng biết. Khi gặp ông, nội ngạc nhiên, nói nhỏ:

- Tưởng ai! Nội biết ông ta. Ông ta là đại úy cảnh sát của chế độ cũ, sau năm 1975, đi cải tạo ở trại... nội làm quản giáo ở trại đó. Hồi đó, ở trại ăn uống cực khổ lại lao động nặng, nhiều người dính bệnh tật, trại không có thuốc chữa.... May có ông ấy biết chút ít nghề thuốc nam, biết tìm cây thuốc rồi cả bấm huyệt nữa... nhờ vậy cứu được bao nhiêu mạng người. Có ai ngờ, ra khỏi trai cải tạo ông ta vẫn giữ nghề, làm ông lang... Cũng lạ, thời gian cải tạo của ông ấy trong trại rất lâu, đủ tiêu chuẩn đi đinh cư ở Mỹ theo tiêu chuẩn HO, sao ông ấy lại không đi ?--Nội của tôi thắc mắc.

... Cuộc gặp giữa nội và ông già vốn là cảnh sát chế độ cũ giờ làm nghề bốc thuốc diễn ra trong không khí cảm động. Thời gian lùi quá xa làm lõang dần sự hận thù, vách ngăn ý thức hệ cũng " bung", lộ dần sự thông thoáng giữa quan hệ con người với con người. Tuổi già đã sang bên kia dốc, ai cũng muốn sống những ngày còn lại trong tĩnh tâm, bình lặng. Riêng tôi, sự thành kính của những người dân quanh vùng đối với ông lang bốc thuốc, vốn là một sỹ quan cảnh sát của chế độ Việt Nam Cộng Hoà trước đây làm tôi thắc mắc, muốn tìm ra lời giải.

... Năm 1964, miền Trung có trận lụt khủng khiếp, người ta vẫn nói dữ như lụt "năm thìn", khu vực của một người cảnh sát thuộc chế độ Việt Nam Cộng Hòa quản lý, nằm trúng "rốn" của cơn lụt. Nước cuốn đi tất cả, quật đổ tất cả chỉ trong chớp mắt... Người cảnh sát với trách nhiệm của mình, chỉ đạo bằng mọi cách, huy động hết lực lượng, phương tiện... để cứu người, cứu của... Chính sự nhiệt tình có đạo đức của người cảnh sát, mà bao nhiêu người dân trong vùng được cứu sống. Nhưng... người cảnh sát cứu được bao nhiêu người lại không cứu được gia đình mình. Vợ và bốn người con của ông bị lũ cuốn trôi...

Còn nỗi đau nào lớn hơn!

Ông được an ủi phần nào, khi mộ của vợ và các con được người dân xây cất đàng hoàng. Họ biết ơn ông!

Sau năm 1975 ông phải đi "học tập cải tạo", cũng hơn mười năm ... Khi cải tạo xong, có tiêu chuẩn định cư ở Mỹ theo diện HO, ông không đi, mà ở lại :" Qua phải ở lại đây, vì đây là quê hương và cũng cho gần vợ, gần con, sau này có nhắm mắt, cũng nằm cạnh. Hơn nữa dân nghèo vẫn cần nghề của Qua...". Ông nói.

Và ông tiếp tục làm nghề bốc thuốc, cứu giúp người nghèo. " Đạo làm người Qua vẫn giữ con ạ!".

Có lẽ thế mà dân quanh vùng gọi ông là "Nội"./.

Chú thích : (1) Qua – tiếng miền nam giống như Tôi – Tiếng miền bắc

GIÁ NHƯ...!

Chị nhận được điện thoại của anh.

Mừng, vui lẫn lộn...

Cách đây hơn ba chục năm, thời sinh viên, anh chơi ghita có hạng, giọng hát nổi, mái tóc xoăn bồng bềnh, phủ nhẹ trước vầng trán cao, dáng chuẩn, là " mục tiêu" của nhiều người con gái trong khoa. Nhưng tình yêu đầu, anh chọn chị, bởi chị đẹp, đoan trang, cả hai người cùng "tôn thờ" một tình yêu thánh thiện.

Cũng tưởng chỉ có lòng tin là nền vững chắc cho tình yêu đó, có ai ngờ, anh bỏ chị, bỏ một cách phũ phàng, để lấy một người con gái trong thành phố, mà không một lời giải thích, ngoài mấy chữ viết trong thư : " *Anh với em không hợp, lấy anh, em sẽ khổ!*".

Hơn ba mươi năm, hiện đã thành đạt, chủ một doanh nghiệp lớn, nhưng chị vẫn không lấy ai. Vì sao? Chính chị cố tìm lời giải thích, không giải thích nổi, trong khi có rất nhiều người đến với chị, chị đều từ chối. Với mối tình đầu, chị cố quên, nhưng không thể nào quên được và cũng không thể lý giải: Tại sao một tình yêu đẹp như thế, mối tình đầu trinh nguyên như thế, nỡ nào... Hay là mình có lỗi? Lúc tĩnh tại, chị vẫn cứ tự hỏi mình rồi tự dằn vặt...

Chị quyết định đến gặp anh, như anh nói trong điện thoại, để mong tìm lại một lời giải đáp thoả đáng:

-Anh muốn gặp em, đó là điều ước muốn khao khát cuối cùng của đời anh. Là một lời xin lỗi chân thành, anh đã làm em khổ. Em có trách, hay căm thù, anh cũng sẵn sàng nhận, không một lời trách cứ hay biện minh...

Anh gặp chị, dáng tất bật, cố tỏ ra phong độ như ngày nào, nhưng tuổi tác, thời gian và nhất là căn nhà chật hẹp, đồ đạc như lâu không có người dọn trông tàn tạ không xóa được dáng "chiều muộn hoàng hôn" của đời người, da mặt đầy nếp nhăn, mái tóc lưa thưa, nhiều sợi bạc. Anh nhìn chị nói, giọng cố thật lòng:

- Biết em thành đạt, công ty của em phát triển, báo chí nói nhiều, anh mừng

- Thôi, chuyện đó nói sau đi, anh sống thế nào! - Chị nhìn anh, hỏi

Anh không để ý đến câu hỏi của chị, nói như trôi đi với dòng suy nghĩ:

-Giá như... Hồi đó anh giữ tình yêu với em. Anh có lỗi... Nhưng giữa anh và cô ấy cũng thôi nhau lâu rồi. Rồi anh cũng định đến với một, hai người nữa, nghĩ đi, nghĩ lại, cũng không thể bằng em được. Anh định tìm em, lại nghĩ, chính mình đã gây ra lỗi này, dễ gì em tha thứ... mà tìm em, cũng khó quá!

- Anh và chị ấy ... thôi nhau lâu chưa?

- Cách đây cũng hơn hai chục năm, giờ thì vết thương ấy cũng liền sẹo... – Anh trả lời ngay, như đã chuẩn bị sẵn câu trả lời này trong đầu.

Hơn hai chục năm, lúc ấy anh tìm chị đâu có khó.

Tốt nghiệp đai học, giã biệt mối tình đầu, không thể tìm được công việc ở thành phố, chị về quê dạy học. Việc này thậm chí cả địa chỉ của chị, anh biết rõ cơ mà. Chỉ có điều lúc ấy, chị vừa dạy học, vừa làm thêm, trăm điều cơ cực, khốn khổ... - Chị nghĩ, lắc đầu nhẹ.

Có lẽ anh không đoán được suy nghĩ của chị, nói tiếp:

- Gặp em ở đây ...! - Anh nhìn chị đắn đo - Anh rất mừng, nghĩ, không gì anh em mình cũng là mối tình đầu, nên lưu giữ, giữ cho nhau những kỷ niệm mà đến chết anh cũng không quên... - Giong anh tự nhiên nghẹn ngào, khoé mắt ươn ướt.

- Ý anh là em vẫn nên giữ ...- Chị cười, khi nhìn thấy ánh mắt anh nhìn chị đắm đuối...

- Anh có thể giúp em, những lúc em vất vả, những lúc em cô đơn và cả trong quản lý doanh nghiệp của em nữa...

Nghe anh nói vậy, chị không nín được cười, phải quay đi chỗ khác, không cho anh thấy...

- Cách đây hai mươi năm anh tìm em, nói câu nói này, em tin. Giờ thì... muộn rồi ! - Chị nói, rồi để lại cho anh một gói tiền, rồi bươn bả quay ra, đi thật nhanh.

Ra đến cửa, nghĩ thế nào, chị quay lại, nói câu cuối cùng :

- Anh cố giữ sức khỏe, trông anh cũng yếu đấy. Anh cũng không nên tìm em nữa, vì công việc của em rất bận, không tiếp anh được đâu!

Chị đi khuất.

Giá như ...- Anh cầm gói tiền, nhìn theo, tiếc nuối! ./.

MAIL

... Hơn một tuần nay, nhớ mẹ quá, thằng con bị ốm. Mỗi lần tỉnh, nó lại nói anh:" Mẹ về chưa ba?". Anh nói dối:" Mẹ nói sắp về rồi!". Nó khẽ gật đầu, mắt nhắm nghiền lại, trên môi nở nhẹ một nụ cười.

... Anh đi công tác nước ngoài hơn năm, ở nhà vợ "có chuyện" với một người cùng cơ quan. "... Chỉ một lần, em không tự chủ được". Vợ thú nhận tất cả, dù trước đó anh thoáng nghi ngờ...

Cơn tức giận bộc phát, anh không thể tha thứ. Vợ quỳ xuống, van xin, anh cũng cương quyết ly hôn. Đẫm nước mắt, chị rời khỏi nhà:" Em có lỗi với anh...". Con gào khóc, chị hôn con rồi chia tay:" Con ở với ba, mẹ không xứng đáng...".

Chị đi!

Ngôi nhà vắng bàn tay của vợ tự nhiên cô quạnh hẳn. Với thằng con, lúc nào cũng nhắc mẹ:" Chỗ này mẹ ngồi nhớ ba nè!". " Chỗ này con với mẹ ăn cơm, mẹ lại nhắc ba nè!". " Mẹ đứng chỗ này, nói với con sao ba lâu về thế nè!"...

Nghĩ lại anh cũng thoáng ân hận, việc làm của mình hơi quá đáng...

Sau đó anh lại nhận được mail của vợ. Thằng con thấy anh đọc mail của chị, mừng lắm:" Ba tha lỗi cho mẹ nhé! ...". Anh không nói với con nhưng qua ánh mắt, anh tin, nó hiểu: " Ba sẽ tha thứ cho mẹ".

Đang suy nghĩ như vậy, có một người công an đi vào, gọi anh ra một chỗ riêng, hỏi: " Vợ anh có đặc điểm nhận dạng như thế này không?". " Đúng rồi! Sao anh?". " Chúng tôi phát hiện xác một phụ nữ đã bị phân hủy. Qua giám định, xác người phụ nữ không có ngoại lực tác động, chết cách đây hơn một tháng. Trong túi xách để bên cạnh có bức thư gửi cho anh, vì thế xác định được nguyên nhân cái chết của nạn nhân là do tự tử...". Anh như không tin vào tai mình, hỏi lại đường đột: "Cách đây hơn một tuần, tôi còn nhận được mail của cô ấy mà!". Người công an suy nghĩ một lúc rồi nói: "... Chắc ai đó viết cho anh, chứ chúng tôi khẳng định chị ấy chết hơn một tháng rồi...". Anh giật mình: "Vợ anh rời gia đình cũng hơn một tháng... Còn mail, trước khi thằng con ốm, cứ hai, ba ngày anh lại nhận được mail của vợ, dù rằng ở nhiều địa chỉ khác nhau, mail nào cũng gần như trùng nội dung:***"... Nhớ anh và con, em muốn về với anh. Anh cho em về nhé!".*** Còn hơn một tuần nay lại không nhận được! Vậy ai viết mail này? ". Đọc bức thư vợ để lại: ***" Đến tận lúc này em vẫn thương anh và con vô cùng..."*** rồi anh nhìn thằng con.

Thằng con của anh vẫn nằm thiêm thiếp, như không biết chuyện gì xảy ra..../.

QUÊN !

Ông ở vị trí lãnh đạo này, quá vất vả! Một ngày hai mươi tư tiếng không đủ, giá như bốn mươi tám tiếng, một ngày... Công việc nhiều, bề bộn, toàn việc lớn, nhưng là một người con hiếu thảo, ông vẫn không quên những việc rất nhỏ lo rất chu toàn, ai cũng nói về ông như vậy.

Ví như...

Hôm ấy phải triệu tập một cuộc họp bất thường để xử lý một dự án trì trệ gần chục năm, đội vốn cả nghìn tỷ đồng, báo chí viết nhiều, toàn những bài phê phán, người dân ca thán, thậm chí đòi biểu tình... Ông phải giải quyết ngay, bất chấp thời gian, tưởng không thể ngơi chân, ngơi tay,,. Ấy vậy ông vẫn không quên ngày giỗ của ông nội. Mọi việc thu xếp gọn lại, ông vội lái xe về ngay trong ngày, thắp một cây hương lên bàn thờ ông nội, ông mới an tâm.

Rồi lại chuyện khác.

Sinh nhật vợ, ngày nào, chứ ngày này ông không quên, nhớ ghi chặt trong đầu. Hồi còn làm ở tỉnh, cứ đến ngày này bận mấy thì bận, ông cũng xin nghỉ nửa buổi, nói với người lái xe đưa gia đình đến một nơi thật đẹp, vắng người, cả nhà quây quần trong một bữa tiệc nhỏ ngoài trời, có bánh sinh nhật, có hoa và nhất là có nụ cười.

Ra ngoài này, làm việc ông không còn khái niệm tuần, thứ, ngày, đêm...Dẫu bận như thế ông vẫn không quên, trước sinh nhật vợ hai, ba ngày ông đã vôi giục thư ký tìm mua một món quà thật đắt tiền, đúng sở thích cuả vợ cùng một bó hoa hồng thật đẹp gửi về nhà mừng sinh nhật vợ. Vợ của ông nhận quà của chồng nghẹn ngào xúc động, nói với ông qua điện thoại:

- Anh chu đáo quá, không quên một thứ gì. Thế mà em cứ tưởng.. anh quên. Thương chồng vô cùng.

Ngoài chuyện gia đình, còn ngoài xã hội, những chuyện rất nhỏ như vị trí treo khẩu hiệu trong thành phố nhân ngày lễ lớn, ông nhớ kỹ, dặn dò treo cẩn thận. Hay như sinh nhật vợ chồng con cái của lãnh đạo cấp trên, ông đêu nhớ đúng ngày tặng quà có "ý nghĩa" rất chu đáo... ai cũng phục.

...Chuyện "nhớ không quên". khi ngồi một mình, ông ngẫm nghĩ, thầm tự hào về trí nhớ của mình, không quên bất cứ một việc gì, đâu dễ có người thứ hai. Cũng nhờ trí nhớ tuyệt vời, lo tỷ mỉ, cẩn thận từ những việc nhỏ nhất đến việc lớn nhất trong gia đình, ngoài xã hôi, ông tin, uy tín sẽ nâng cao, đạo đức một người lãnh đạo sẽ được mọi người ngưỡng mộ...

Nhưng có một chuyện ông lại "quên"!

Thư ký báo với ông một tin :

- Thưa anh! Bà mẹ Việt Nam anh hùng Nguyễn Thị B... của tỉnh Q... hôm anh trao bằng chứng nhận của Chủ tịch nước, mất rồi. Báo vừa đưa tin!

Ông sững sờ:

- Hôm ấy tớ thấy Má mạnh khỏe lắm cơ mà! Sao lại mất đột ngột thế?

- Má mất vì bị cảm lạnh do hôm anh trao bằng chứng nhận bị trời mưa...

- Thế hôm ấy, không có dù che cho Má sao?

- Dạ, hôm ấy ban tổ chức chỉ có một chiếc dù mà...

- Có một chiếc dù! Sao không che cho Má, mà che cho ai ? - Ông tức giận

- Dạ! Cái dù đó ban tổ chức lại che cho anh khỏi ướt, để anh trao bằng cho mẹ. Anh quên sao! – Người thư ký nhắc.

Ông:

./.

...

CHUYỆN CỦA MẸ

Mẹ anh mất đột ngột.

Con anh gào khóc đau đớn, trong nhà nó thương bà nội nhất. Bà hay kể chuyện, ru nó ngủ...

Anh nói:

- Con có im đi không? Để ba mẹ lo cho nội...

Anh đi tìm quần áo đẹp mặc cho Mẹ, nhưng không thấy:

- Quái lạ, mấy bộ quần áo lụa, anh may cho Mẹ để Mẹ mặc đi thăm bạn... sao bây giờ không thấy đâu - Anh hỏi chị - Em có thấy Mẹ để đâu không?

Chị khóc, lắc đầu. Anh còn nói:

- Cả tiền nữa, mỗi sáng anh đưa cho Mẹ hai chục ngàn, mà Mẹ chỉ ăn xôi của bà Ba bán trước ngõ ,có năm ngàn, vậy số tiền còn lại...?

Con nhắc anh:

- Nội nói với con, tiền tiết kiệm để dành... sau này nội với con đi chơi ở Thái Lan, không lấy của ba mẹ nữa!

Vợ anh nghe vậy khóc nấc lên:

- Tội Mẹ quá, mẹ ơi, chúng con đâu để mẹ phải lo lắng như thế?

Con anh vừa khóc, vừa kể thêm:

- Nội còn giấu ba mẹ, đi nhặt lon, chai nhựa... bán cho người mua phế liệu... kiếm thêm tiền... Nội bảo con, đừng cho ba, mẹ biết.

Anh trách:

- Trời ơi! Sao chuyện đó bây giờ con mới nói -Trong anh hiện lên vết thương ở chân của Mẹ, mà Mẹ nói không may đi bị ngã. Chắc hôm đó đi nhặt lon bị xe đâm, Mẹ giấu anh. Một nỗi ân hận khôn nguôi, tại sao mình không để ý những chuyện như vậy, rồi có lúc anh lại trách Mẹ, không ở nhà,mà ra ngoài đường làm những việc đâu đâu... Nhưng có một điều anh thắc mắc: Như vậy Mẹ có tiền, không thấy sổ tiết kiệm, vậy tiền Mẹ để đâu? Cả mấy bộ quần áo lụa nữa, Mẹ cất chỗ nào?

Con anh mách:

- Hay là...Nội để trong hòm gỗ, Nội không cho ai mở ấy!

Nâng chiếc hòm gỗ nhẹ bỗng, anh mở ra, chỉ thấy mấy chiếc kẹp ba lá và chiếc khăn tay. Anh bồi hồi cảm động vì biết những kỷ vật này. Kỷ vật của ba tặng mẹ trước khi vào Nam chiến đấu... rồi ba hy sinh, Mẹ ở vậy, nuôi anh...

... Điều anh, vợ và con thắc mắc, mãi đến ngày làm tuần của Mẹ, mới có lời đáp...

... Trưa ấy có mấy người phụ nữ trạc tuổi của Mẹ, tìm đến. Nét mặt người nào trông cũng có vẻ chịu đựng, lo toan, quần áo mặc biểu hiện người lao động tần tảo. Một người nói:

- Tìm mãi mới ra địa chỉ, vì Mẹ anh giấu, không muốn cho chúng tôi biết. Chúng tôi biết ơn chị ấy lắm. Hồi còn sống cứ hàng tháng Mẹ anh lại gửi tiền cho chúng tôi, để giúp một chị có cuộc sống rất khổ, do bị nhiễm chất độc da cam. Đến đây chúng tôi cũng muốn cảm ơn anh về mấy bộ quần áo lụa anh gửi tặng chị ấy vì như trong thư Mẹ anh viết: " Đây là quà của con tôi gửi tặng... nói chị ấy nhận, đừng ngại!".

Anh mím chặt môi, không cho nước mắt trào ra./.

THẰNG TÙ

Nó có tính nghĩa hiệp hay giúp đỡ người lương thiện lại có hiếu với mẹ, ở xóm ai cũng mến.

Trên đường đi làm về, thấy một thằng lưu manh định cướp tiền của người bán vé số dạo, nó can ngăn, thằng đó rút dao định đâm, nó bẻ quặt con dao, đâm mạnh ngược lại vào sườn thằng lưu manh. Thằng lưu manh chết, nó ra toà lĩnh án vì tội "Vô ý giết người" với án năm năm tù.

Biết có kháng án cũng không ăn thua, nó an tâm cải tạo. Nhớ mẹ lắm, mẹ ở nhà vòi või đợi, nhà có mỗi mình nó là con trai, bao lần mẹ vào thăm, dặn: "Con cố cải tạo tốt, để mau về với mẹ".

Nó cải tạo tốt nên được giản án, chỉ còn vài tháng nữa là ra tù.

Đang như vậy, nghe tin mẹ ốm nặng, dạ như lửa đốt: "Làm sao về thăm mẹ đây? ". Mẹ có làm sao chắc nó không sống được. Nó lên xin giám thị trại giam, họ không cho.

Nhân một dịp đi lao động ngoài trại, nó quyết định trốn...

Nhưng cuộc trốn đó bị lộ, nó bị công an trông coi trại giam đuổi theo.

Giỏi bơi, nó đi ngược con sông, núp vào một bụi cây, đợi tối sẽ bơi qua. Công an truy lùng, mấy lần đi qua chỗ nó núp mà không biết.

Đang ngồi trốn như vậy, nó thấy hai đứa bé có lẽ đi vớt củi, bị ngã xuống sông. " Phải cứu!" chỉ nghĩ có vậy, nó lao xuống bờ sông, chạy như cuồng chân đến chỗ hai đứa bé.

Những người công an đi làm nhiệm vụ truy đuổi nó phát hiện được, họ hô to:" Đứng lại! ", nhưng nó cứ chạy. Người chỉ huy giơ súng lên:" Anh không đứng lại, chúng tôi bắn!". Nó hua hua hai tay lên trời, nói một câu gì đó, do quãng cách quá xa nên mấy người công an không nghe thấy, rồi nó quay người lại định lao xuống sông...

Hai phát súng nổ.

Nó ngã sấp người xuống bên mép sông.

Giữa dòng nước xoáy, hai, ba cánh tay trẻ con giơ lên vẫy vẫy...

Mất hút.../.

"THẦN TƯỢNG "

...Thế là em được gặp "thần tượng", một diễn viên đóng phim nổi tiếng. "Thần tượng" đứng ngay trước mặt em, cười, nói, ký ngay vào quyển sổ em đưa rồi khen:" Em đẹp lắm! ".
"Thần tượng" nói vậy làm em xấu hổ.

Em đẹp thế nào được, so với "thần tượng". Ánh mắt "thần tượng" trong phim nhìn kẻ thù đầy uy vũ, nhìn người thương chan chứa tình, còn dáng nữa, đẹp khó tả, giữa chiến trận dáng ấy vươn cao, như đang đạp sóng dữ... Những lời "thần tượng" nói về lẽ phải, về đạo đức hay vô cùng...

Xem phim có " thần tượng" hành động, nói... như một người cao thượng, em ngất ngây.

Em ước ao, nếu được gặp trực tiếp "thần tượng", ngày ấy là ngày hạnh phúc nhất.

Ước mơ thành sự thật khi đoàn làm phim về thị trấn nhỏ quê em để quay, trong đoàn làm phim có "thần tượng".

...Cứ có thì giờ rảnh em lại đến chỗ đoàn làm phim. Biết em say "thần tượng", "thần tượng" nháy mắt, hẹn em:

- Tối nay anh rảnh, em có thể đến chỗ anh được không?

- Đến làm gì, anh? - Em nói, trong lòng cũng hơi ngại.

- Đến để nói chuyện, để tâm sự... để em hiểu nỗi vất vả của những người diễn viên như anh!

Tối ấy em đến.

Em vừa vào phòng, ánh mắt "thần tượng" nhìn em đắm đuối, và chưa để em kịp ngồi xuống, "thần tượng" lao vào ôm em, định... Em ngỡ ngàng, định thần, rồi nói:

- Khoan đã anh, ít nhất giữa anh và em nói chuyện gì đi chứ!

"Thần tượng" cười:

- Có chuyện, nếu em chiều anh... ngày mai anh đề nghị đạo diễn cho em vào một vai...

- Thật không anh? - Giọng em như reo lên.

- Anh hứa!

- Thế thì em vui quá... nhưng bây giờ anh vào buồng tắm đi ... cái miệng của anh... em thấy...

- Ờ, ờ ! Lúc nãy nhậu xong quên đánh răng, anh xin lỗi - "Thần tượng" dặn em - Em cởi quần áo ra, nằm đây đợi anh, chỉ một lúc thôi, không lâu đâu!

...

Khi từ buồng tắm bước ra, trên người chỉ quấn một một chiếc khăn hờ, "thần tượng" ngạc nhiên, nhìn quanh quất không thấy em đâu: " Em chạy đi đâu nhỉ? "- "Thần tượng" thắc mắc.

Khi "thần tượng" đi lại chiếc bàn kê ở góc phòng, trên mặt bàn có để lại mảnh giấy. Trên mảnh giấy ấy viết một chữ rất to: " **KHINH**"./.

NGOẠI TÌNH

Cậu đạo diễn trẻ cao ráo, đẹp trai, mới về đài, nói nhẹ, sau ánh mắt nhìn chị đắm đuối:

- Em muốn mời chị bữa trưa nay tại nhà hàng...

Chị cười nhẹ nhưng khẽ khàng lắc đầu.

Thực trong lòng, chị muốn lắm chứ. Ngồi với một chàng trai trẻ, dáng đẹp, trong một nhà hàng sang trọng, vừa ăn, vừa tâm sự, với chị, cũng là sự giải tỏa. Nhất là lúc này, sau một buổi làm việc căng thẳng, nhưng chị không muốn...

Ngồi như vậy, nếu có người nhìn thấy, biết đâu sẽ có lời dị nghị, rồi đồn thổi... Lời thiên hạ mà, làm sao chị có thể "thanh minh " hết được. Người ta sẽ nói: Chị ngoại tình.

Mà chị rất sợ hai từ này!

Chồng chị giữ một chức vụ rất lớn trong chính quyền, có uy tín trong xã hội, đến đâu cũng được trọng vọng. Anh luôn giữ tư thế, đạo mạo khi tiếp khách, nghiêm túc trong công việc. Trong gia đình, anh chu toàn từ việc nhỏ đến việc lớn, như anh nói với chị:" Gia đình mình là một gia đình đặc biệt, được dư luận chú ý, nên anh không được phép sai lầm, dù đó là sai lầm nhỏ để dư luận phê phán". Anh rất tôn trọng sở thích của chị. Chị có thể đi đâu đó với bạn bè, đồng nghiệp thâu đêm suốt sáng, anh ấy không thắc mắc, chỉ cần chị thông báo cho anh biết là được. Chị nấu ăn không ngon, chồng cũng không có ý kiến. Đặc biệt hơn, nếu so với nhiều người chồng khác, anh ấy không hề soi mói những tin nhắn, những cuộc điện thoai riêng mà có khi, chị cố tình để cho anh ấy thấy...

Một bộ phim chị làm đạo diễn gây tiếng vang trong dư luận, hầu như các báo chí đều đưa tin, rồi đến cả quán nước, họ cũng bàn tán, anh không có thì giờ để xem, nhưng khuyến khích:

- Em phải thông cảm cho anh, anh quá bận việc mà không xem phim của em được. Dẫu vậy, anh mừng, vì phim của em gây được hiệu ứng tốt trong dư luận. Cố gắng làm thêm nhiều phim như thế!

Lại một lần, một ý tưởng rất hay hiện lên trong đầu, chị vội ngồi dậy, bật máy vi tính, ghi vội. Anh nói nhẹ nhàng:

- Thế này nhé, ngày mai anh với em không ngủ chung nữa, anh tôn trọng sở thích của em. Em ở phòng riêng, muốn dậy lúc nào cũng được, viết gì cũng được, chứ thế này... Cả ngày anh đã mệt vì công việc, đến tối cần sự yên tĩnh, nghỉ ngơi.

Từ đó anh với chị ngủ riêng, mà lạ, anh lại thấy vui. Còn chị, một nỗi buồn thoáng qua, không lẽ là vợ chồng, giống con đực, con cái, chỉ khi cần mới đến với nhau!!! Nhưng có lẽ do công việc, mình cần tôn trọng anh ấy - Chị nghĩ.

Đến chuyện thằng con trai lớn sắp lấy vợ, một tay chị quán xuyến. Còn anh, anh rút ra một tập tiền, thậm chí đưa cả thẻ ATM mà anh đứng tên, anh đưa hết cho chị:

- Công việc của anh bù đầu, không cùng lo với em được. Đây, tiền đây, em cầm mà lo cho con, từ chuyện mời khách, đãi đằng. Sau chuyện này, để thư giãn đầu óc, em nên dành thời gian đi du lịch một chuyến nước ngoài. Đi nước nào tùy em, nhưng báo trước để anh lo liệu...

- Thế một mình em đi thôi sao? - Chị hỏi lại.

- Lúc đó hãy tính, nếu anh bận, em có thể cùng bạn bè, anh sẽ tạo mọi điều kiện...

Chị nghe vậy, một nỗi buồn lặng lẽ ập đến. Chị nói điều này với người bạn thân, người bạn thân bật lại ngay:

- Mày có người chồng tuyệt vời, thế lại còn" Có voi đòi... hai bà Trưng". Tao chỉ mong chồng của tao được một phần mười như chồng của mày!

Sau đám cưới của con, giữ đúng lời hứa, anh lo cho chị một chuyện du lịch nước ngoài, có điều, anh không thể đi với chị, chị đi theo một đoàn du lịch có nam, có nữ. Biết chị đi một mình, không có người thân, cậu đạo diễn trẻ xin đi theo. Không hiểu sao, khác mọi lần, lần này chị đồng ý.

...Bờ biển một nước thuộc vùng biển Địa Trung hải chan hòa ánh nắng, mênh mang của biển xanh, những dải cát trắng dài tít tắp, nam thanh, nữ tú ăn mặc bikini thật đẹp, đùa giỡn... cảnh ấy, người ấy làm cho chị như quên hết mọi mệt nhọc, phiền muộn, nhất là bên chị có cậu đạo diễn trẻ. Cậu đạo diễn nhìn chị, khen:

- Dáng của chị đẹp thật! Mấy bạn nữ của em nhìn thấy, cũng phải ghen với chị mất thôi - Cậu chàng nâng cả người chị lên cao, dưới là làn nước trong xanh...

- Em khen chị thật không? chị cấm em khen đấy! - Chị cười, tiếng cười lan tỏa dưới làn nước lấp lóa.

Hai người lại bơi, lại té nước, quấn chặt vào nhau...

Buổi tối...

Mọi người quây quần trong bữa tiệc ngoài trời.

Chị và cậu đạo diễn trẻ chọn một bàn riêng, trong góc khuất.

Giữa bàn là một ngọn nến, ánh sáng lung linh đủ rọi khuôn mặt hai người. Cả nụ cười như hiểu, như thân. Cả ánh mắt, như hút hồn, như đắm đuối...

Chị và cậu đạo diễn trẻ tâm sự nhiều, bộc bạch tất cả. Mặc cho tít trên cao những vì sao nhấp nháy, mặc cho xa kia là tiếng sóng vỗ ì ào... và gần hơn là tiếng nhạc, tiếng hát náo nhiệt.

Thâm tâm chị sững sờ, sao lại có một buổi tốt tuyệt vời như thế này, mọi điều trở nên hư vô, chỉ còn chị và cậu đạo diễn trẻ...

Tối khuya ấy, chị và cậu đạo diễn trẻ về lại khách sạn...

...

Đưa cho cậu đạo diễn trẻ một gói tiền và tiễn cậu ta ra khỏi phòng, quay lại, nhìn lại mấy tấm ảnh mà cậu ấy đưa cho, anh nghĩ thầm:

- Thằng này khá, thực hiện đúng ý đồ của mình. Giờ thì... mình có thể thỏa mái đi với em, mụ ta biết cũng buộc phải im lặng, không thể phá hay kiện cáo...

Anh cười mỉm.

Chỉ một mình anh hiểu nụ cười đó./.

LỜI NÓI DỐI CUỐI CÙNG

...Em nằm đấy, anh chạy vào nhìn mà thương vô cùng.

Mắt em nhắm nghiền, hơi thở mệt nhọc, xung quanh là dây nhợ, bình truyền. Anh hỏi người bác sỹ đang đứng cạnh:

- Liệu có thể cứu được không, thưa bác sỹ?

Người bác sỹ không trả lời anh mà hỏi lại:

- Anh là thế nào với bệnh nhân?

Anh nhìn em, im lặng có vẻ đắn đo. Một lúc sau anh trả lời người bác sỹ:

- Tôi là anh họ của em, mới nhận được tin sáng này...

Người bác sỹ nghe anh nói vậy thì ngạc nhiên:

- Bố, mẹ của cô ấy chưa biết sao?

Anh không biết trả lời với người bác sỹ như thế nào?

... Gia đình em rất nghèo, khi mẹ sinh em được sáu tháng thì bố bỏ đi. Rồi mẹ cũng bỏ đi, để em sống với bà ngoại. Không có tình thương của bố mẹ, em như một cây non, thiếu nước, gắng gượng sống. Hết lớp chín, em nghỉ học, lao động nuôi bà ngoại và tự nuôi em.

Em lớn lên, dẫu có nghèo vẫn không ngăn được cơ thể phổng phao, má hồng, tóc mượt đen, mắt lúng liếng...

Cái nghèo không xóa được nét đẹp của người thanh nữ.

Đúng lúc ấy, anh về công tác, gặp em.

Tình yêu đến với hai người.

Anh hứa:

- Em yên tâm, độ hai, ba năm nữa, anh sẽ kiếm một việc đàng hoàng cho em làm...

Em nói lại:

- Hai, ba năm nữa lâu quá anh ạ! Giá như, bây giờ có tiền... hay là, em lên thành phố kiếm việc làm.

Nghe em nói vậy, anh sợ. Thành phố có bao nhiêu cạm bẫy, mà em xinh đẹp thế kia, liệu có bị ngã lòng!!! Anh vội vã vay bạn, lấy tiền đưa cho em. Em hỏi:" Tiền đâu thế này?". Anh nói dối :" Tiền anh làm ngoài giờ, rồi tiền bồi dưỡng... em cứ cầm đi, mở tạm một quán nước xem thế nào...".

Cũng tưởng như vậy, nghe anh, em sẽ ở nhà. Có ai ngờ...! Em cầm tiền nhưng không mở quán mà mua sắm áo quần rồi không nói với anh, tự động ra thành phố.

Anh bương bả đi tìm.

Tưởng em làm trong một chỗ nào đó an toàn, có người chở che, hóa ra em lại làm tiếp viên trong một quán Karaoke. Hình hài em thay đổi, tóc nhuộm, mắt kẻ xanh đỏ, áo quần cũn cỡn, cả tiếng cười nữa, tiếng cười của em, nó không còn vô tư như thủa nào anh mới gặp em mà cứ rờn rợn. Tình yêu của anh dành cho em, giờ thì bị tiếng cười kia khỏa lấp mất:

- Em về, anh có nuôi được em không... hơ... hơ... số tiền anh đưa em đâu có thấm.

Nghe vậy, anh vừa giận, vừa thương:

- Nghe anh, em về lại quê, làm việc lương thiện, anh sẽ giúp, sẽ có tiền cho em...

Anh van nài, cố níu kéo.

Tất cả đều vô vọng.

Em khước từ tình yêu của anh, khước từ cả lòng tốt của anh, vẫn lao vào chốn ăn chơi như con thiêu thân, bất chấp.

Anh đau đớn, nhìn em, bất lực.

Còn đâu em như con sáo vô tư bay, nhảy giữa cánh đồng sau gặt, và anh là ánh nắng sáng, rộng, rõ, rất đẹp... đưa con sáo bay đi.

Cái hố sâu thăm thẳm, đen ngòm kia "nuốt" em mất rồi.

Để bây giờ...

Sa chân vào một ổ những thằng "ngáo đá", chúng làm hại đời em. Rồi chúng quẳng em ra một bãi trống ngoại thành, gần như là một xác chết không hồn. May có người cứu đưa em vào đây...

Có người nhắn tin, anh chạy vội đến.

Có lẽ không kịp. Nhưng "còn nước, còn tát"...

...Người bác sỹ nói với anh:

- Tội quá! Cô ấy bị chúng giày vò quá dã man. Hiện trạng bây giờ chưa thể nói điều gì, chúng tôi sẽ cố cứu, nhưng cũng cần một số thuốc quan trọng, phải mua ở ngoài...

Anh nói ngay:

- Nếu cần, tôi đề nghị bác sỹ cứ mua, tôi có tiền đây ...

Nhờ số tiền đó, em sống thêm được mấy ngày, anh cũng ở cạnh em được mấy ngày. Những lúc tỉnh em nhìn anh, giọng nói ngắt quãng:

- Em ...ân hận lắm... giá nghe anh...

Anh dỗ dành, nắm tay em:

- Đừng nói nữa... em đang mệt, nghỉ đi!

Em nhắm mắt, hơi thở nhẹ...mệt nhọc...

Rồi trước lúc "đi", tự nhiên em mở mắt, nhìn anh, nói rất tỉnh:

- Anh vẫn yêu em, đúng không?

Anh gật đầu, trong lòng rất xúc động, anh cố nén.

Em nhìn anh, miệng em nở một nụ cười an bình, nhưng có hai giọt nước mắt lăn trên má, rồi đôi mắt của em từ từ nhắm lại...

Lặng lẽ...

Anh nhìn em, khóc thực sự.

Anh chỉ còn tình thương với em và làm hết trách nhiệm của một người con trai chân chính để trước lúc "đi" em cảm thấy nhẹ nhàng.

Anh buộc phải nói dối em.

Lời nói dối cuối cùng.

Tháng sau anh làm đám cưới với một người bạn gái hiền, hiểu và thương anh./.

CHUYỆN KHÔNG NGỜ...

Anh vào tù!

Nguyên nhân của điều đau đớn đó, chính là anh quá tin người. Có ai ngờ, nói năng nhẹ nhàng, nhất mực, nét mặt vô cùng thân thiện:“ Trong ban lãnh đạo, tôi chỉ tin anh”, rồi “ Giữa cuộc sống hỗn tạp này, chỉ cần nhầm một bước chân là có thể vào tù, nên tôi và anh hết sức cẩn thận...”, nói thế, nhưng chính nó lại đẩy anh vào tù. Trong ban giám đốc Tổng công ty mọi việc nó toàn chỉ đạo, số tiền chênh lệch nhận qua dự án, nó không bao giờ để lộ, mọi chứng từ liên quan, không bao giờ nó ký. Khi công an điều tra thu thập những chứng từ này đều có chữ ký của anh, còn nó phủi tay:“Tôi không biết chuyện này” đã vậy còn tố cáo ngược anh:“ Lừa lúc tôi đi công tác nước ngoài, anh ấy chỉ đạo làm sai sự chỉ đạo của tôi...”. “Tình ngay, lý gian”, anh không chứng minh được, phải ra toà lãnh án, còn nó ôm tiền, bình an vô sự.

Lãnh án tù anh hận với thằng tổng giám đốc nhưng nỗi hận đó không bằng nỗi đau tổn thất tinh thần do vợ của anh gây ra.

...Vợ từng cảnh báo anh:

- Anh hay tin người! Em không tin ông ấy đâu. Linh tính mách bảo em, ông này đối xử với anh có vẻ giả dối lắm.

Nghe vợ nói như vậy, anh quát:

- Em nói với anh thế à! Sao em lại nhận xét anh ấy như thế? Đừng có ăn nói hồ đồ.

Biết tính anh nóng, vợ vội im lặng vì tính chị hiền lành, nhẫn nhục.

Nó cũng từng đến nhà anh mấy lần, luôn khen vợ anh đẹp, thậm chí có lúc trong một bữa liên hoan với gia đình, nó còn nói nhỏ với anh:

- Ông có cô vợ đẹp quá, giá như đi thi hoa hậu quý bà, không hoa hậu thì cũng á hậu một.

Ánh mắt nó nhìn vợ anh đắm đuối...

Hồi anh lĩnh án tù, mới vào trại, vợ đi cùng con lên thăm anh. Mỗi lần gặp mặt, chỉ có nước mắt, anh thương vợ vô cùng, giá như hồi đó nghe lời vợ, cảnh giác với thằng khốn đó đâu có lâm vào cảnh ngộ đau đớn như thế này. Anh nói với vợ:

- Được ra tù, điều đầu tiên anh phải xử nó, không đợi đến tòa án. Nó nhận cái chết mới xứng đáng!

Vợ nhìn anh, ánh mắt như thấu hiểu nỗi căm giận của anh.

Thế mà bây giờ... trong tù, anh lại được con gái cho biết vợ của anh là bồ của thằng khốn nạn đó!

Quá đau!

... Một mình, không có mẹ đi cùng lên thăm anh, con gái toàn nói lảng sang chuyện khác, không muốn cho anh nghe chuyện ở nhà Nhắc về vợ anh, mắt con bé hoe đỏ:

-Con thương ba lắm! Ba đừng nghĩ về mẹ nữa. Ba ra tù, con sẽ nuôi ba!

- Vì sao con lại nói với ba như thế! - Anh sốt ruột, giục con.

Con bé oà khóc, anh phải giục nó mấy lần, nó mới chịu nói trong tiếng nấc nghẹn ngào:

-Ba ơi! Ở nhà mẹ toàn giấu con để đi lại với ông Tổng giám đốc hại ba đó!

Anh nghe con nói mà thấy như trời đất tối sầm trước mặt. Sao đời lại khốn nạn như thế này. Vợ như thế, anh còn biết tin ai???

Trong anh chỉ còn sự dằn vặt, đau đớn, tủi hổ... đến tột cùng.

Độ hai tháng sau, một tin chấn động, anh không thể tin nổi. Vợ anh phạm tội giết người.

Tính tình của vợ, anh biết rất rõ, luôn nhu mỳ, hiền lành, đến con gián, con chuột thấy còn sợ, sao lại phạm tội giết người!!!

Lần này con lên thăm, con bé mới kể đầu đuôi câu chuyện cho anh nghe:

-... Ba vào tù, lập tức lão ấy đến ve vãn mẹ, mới đầu mẹ đuổi, nhưng sau lần lên thăm ba, mẹ ít nói hẳn với con, tối hay giở những bức ảnh hồi cưới của ba mẹ ra xem, có vẻ suy nghĩ ghê lắm. Con có hỏi, mẹ không nói. Rồi lần sau lão ấy đến, khác với lần trước, mẹ lại xởi lởi đón tiếp, cười cười, nói nói, làm con rất tức. Đã vậy mẹ chủ động mời lão đến nhà chơi, rồi mẹ đi uống cà phê, đi xem phim với lão ấy... Hàng xóm dị nghị, mẹ bỏ ngoài tai, con giận vô cùng, nói nặng lời với mẹ. Mẹ doạ đánh, đuổi con về nhà nội. Con bỏ về liền, ngôi nhà chỉ còn một mình mẹ... và tối ấy lão đến, nhân lúc sơ hở, mẹ lấy con dao giấu dưới đệm đâm lão ấy chết... rồi mẹ bình tĩnh đến nhà nội, đưa con bức thư gửi cho ba, trước khi lên công an đầu thú...

Bức thư gửi cho anh, đoạn cuối chị viết:

"... Không đợi anh trả thù, nó xứng đáng nhận cái chết này. Ra tù, anh cố gắng nuôi con, lúc nào em cũng thương anh, nhớ anh vô cùng ...Vợ của anh ! ".

./.

NGUYÊN NHÂN CHIA TAY

... Em với hắn đang giai đoạn tìm hiểu. Em ao ước có một tình yêu thánh thiện, trinh nguyên. Hỏi vì sao lại mến hắn? Em thấy khó giải thích. Hắn rất chu toàn, rất tâm lý, từ chỗ ngồi trong quán cóc phải thế nào, đến cả những bản nhạc êm dịu của ai sáng tác mà em thích... hắn biết và đưa em đến những chỗ đó. Đó là chưa kể những món đồ hắn định mua tặng, nhưng em không cho, dù rất muốn. Chỉ một lẽ, mình là sinh viên, tiền làm chưa có, mua những thứ đó, lúc này không nên... Em còn yêu hắn một lẽ nữa, hắn không giấu em bất cứ một chuyện gì, kể cả mối tình đầu tiên, nhưng không thành.

-Nguyên nhân vì sao thế, anh? - Một lần em hỏi. Hắn nói thành thật:

- Trong chuyện này, anh thấy mình không có lỗi. Anh hỏi cô ấy: " Vì sao em lại chia tay với anh?". Cô ta nói: " Anh với em không hợp!". Không phải! Hình như đó là cái "cớ" thôi, phải có nguyên nhân gì khác, anh không biết, nhưng chắc chắn không phải do anh!

Nghe hắn nói vậy, em cười. Hắn hỏi:

- Em cười gì thế!

- Với cô ấy không hợp mà anh không biết nguyên nhân, chắc anh với em sau này... nếu có chia tay, em sẽ biết nguyên nhân! – Em nói đùa, ánh mắt nhìn hắn có vẻ tinh nghịch.

Nghe em nói như thế, hắn không đồng ý mà nói khẳng định:

- Với em, khác cô kia, anh tìm hiểu kỹ em rồi, anh với em rất hợp nhau, không bao giờ có nguyên nhân chia tay...

- Chắc không ?

- Chắc chứ! Anh tin như vậy!

...Trong quán cà phê ven sông, bóng cây la đà, nhạc Trịnh miên man, réo rắc, ngoài kia... những con thuyền trôi lờ lững, gió mát vờn nhẹ. Em và hắn nói đủ thứ chuyện, về tương lai, sự nghiệp, tiếng cười nho nhỏ của em và của hắn quyện vào nhau như không biết thời gian...

Cũng như mọi lần, khi đứng dậy ra về, hắn định rút ví trả tiền cà phê, em ngăn lại:

- Em có tiền, để em trả !

Hắn đút vội lại ví tiền vào túi:

- Quán này cà phê rẻ mà, có mười hai nghìn, một ly. Lần này em trả, lần sau đến lượt anh...

Hai người đang đi, chợt nhớ một điều gì đấy, hắn nói với em:

- Hôm nay anh có việc, phải nhờ em giúp. Em đứng ngoài, nếu như trong ấy muốn gây chuyện, em gọi ngay công an hoặc hàng xóm xung quanh...

-Chuyện gì thế, anh ? - Em hỏi.

-Thì em cứ đi với anh!

Đưa em đến một ngôi nhà nằm trong một ngõ vắng. Hắn dừng xe, chỉ:

- Nhà người yêu cũ của anh đấy. Hôm nay anh đến có chuyện phải giải quyết nhưng chuyện này không liên quan đến em.

Hắn lôi trong "cốp" xe mấy trang giấy, ghi chi chít những khoản tiền chi cho người yêu cũ từ ngày tháng, mua quà cho bố mẹ, ngày lễ, sinh nhật, tiền thuê khách sạn khi đi "phượt"... chỉ cho em xem. - Anh đã chi cho cô ấy hơn một trăm triệu chứ ít gì. Không còn yêu nữa, anh yêu cầu cô ấy phải trả lại. Anh với em sau này rất cần khoản tiền này...

Hắn để em đứng đấy, rồi cầm mấy trang giấy ghi nợ đó, băm bổ đi vào...

...Lúc hắn đi ra, ngơ ngác không thấy em đâu, chỉ thấy trên yên xe có để mảnh giấy.

Trên mảnh giấy ấy, em viết: " ***Em đã hiểu nguyên nhân vì sao anh và bạn ấy chia tay, cũng là nguyên nhân em với anh chia tay. Chào anh !" ./.***

TẬN PHÚT CUỐI CÙNG

-Anh cúi xuống thấp chút nữa, cho em sờ vào vết sẹo, đấy, đúng không? Hồi mới yêu, về nhà em, em đòi anh trèo lên cây ổi lấy quả. Anh hăm hở trèo lên rồi bị ngã... chảy máu nè... Vết sẹo...- Chị sờ sẫm vết sẹo bên mang tai của anh, nói thì thầm...- Anh vén áo lên, em muốn sờ vào tấm lưng của anh, muốn giữ hơi ấm của anh... chắc xa anh, em nhớ lắm...

Ông trời thật ác nghiệt, vợ chồng đang sống rất hạnh phúc, gia đình viên mãn thì phát hiện chị bị ung thư. Anh đưa chị đi bao nhiêu nơi, đến những bệnh viện hiện đại, tìm gặp bác sỹ giỏi... Cuối cùng, bệnh quá nặng, đành chịu, chị đến gần... như hoàng hôn sắp tắt.

Nhưng... hình như chị không biết điều đó. Mỗi lần anh vào với chị, chị lại nở nụ cười. Chị không hề nhắc bệnh tình mà chỉ nói những kỷ niệm tình yêu, từ lúc hai người mới quen nhau, đến lúc nên vợ, nên chồng, giữ cho nhau từng hơi ấm đêm đông, che cho nhau một bóng mát khi nắng hè về rát...

-Nhớ lần đi dạy đúng mùa lũ, anh đi cùng, đưa em sang sông, không may thuyền bị lật, em ngã, anh lao xuống cứu. Đến bờ anh nói, hôm nay không phải ăn cơm, anh no rồi. Em hỏi vì sao? Anh cười, lúc bơi dìu em, anh uống no nước... nhìn anh lúc ấy em thương quá!

Anh quay đi chùi vội nước mắt, rồi quay lại nói với chị:

- Em ngủ đi! Đừng nói nhiều, mệt đấy!

Chị như không nghe, vẫn nói, mà hình như chị cố nói hết, nói cho thỏa như sợ đến lúc không nói được nữa:

-Cái lần đấy... anh nhỉ... anh chạy đến... em biết chứ... em biết, anh thương em....nhưng... sau này có lúc em nghi ngại, sợ... hay là... thế mà anh vẫn yêu em, anh hy sinh vì em... thương anh nhiều lắm...

Anh lại giục:

- Nếu em thương anh, em ngủ đi, lấy sức...
- Anh không đi đâu chứ!
- Anh sẽ ngồi đây với em... mãi mãi...

... Hồi chị mới yêu anh, trong một lần hướng dẫn học sinh đi lao động thực tế ở lò ép mía làm đường, một em học sinh mải nghịch, không chú ý bị ngã vào máy ép mía thủ công, chị lao vào cứu. Em học sinh không làm sao, nhưng chị mất một cánh tay.

Tin này đến với anh, chấn động.

Anh thương chị hơn, giữ chặt tình yêu đến bây giờ...

Thế mà ông trời ... ác quá! ./.

GHEN!

...Anh lại nhận được tin nhắn: *" Anh với em nên dừng lại ở đây! Còn quan hệ, em nghĩ anh khổ và em cũng khổ. Nhất là anh có gia đình rồi...".* Anh suy nghĩ, tại sao thế nhỉ? Có lúc cô ấy nói với anh: " Cảm ơn anh nhiều, anh đã mang nụ cười đến cho em...em muốn giữ quan hệ này..." Thế mà mấy ngày nay anh nhận được một loạt tin nhắn của cô ấy, nên chấm dứt !!!

Anh không giấu cô ấy, anh có gia đình, hai con, vợ chồng sống hạnh phúc... có điều, anh nói, cô ấy cũng đồng ý, quan hệ giữa anh và cô ấy nên giữ "bí mật". Anh tạo điều kiện cho cô ấy tốt nghiệp đại học, nhất là về tài chính, ra trường có việc làm. Còn cô ấy, thiếu thốn tình cảm, mẹ mất sớm, bố đi lấy vợ khác, khó khăn về chuyện tiền nong...anh bù đắp tất cả. Cô ấy đi cạnh anh nhí nhảnh, cười vui. Anh đi cạnh cô ấy mọi mệt nhọc phiền toái ở cơ quan như không có, chuyện gia đình khi vợ chồng có những lúc không bằng lòng... tự nhiên trôi vụt mất... Thế mà bây giờ!

Vợ thấy anh đăm chiêu, hay thở dài, hỏi:" Anh có chuyện gì à!". Anh lắc đầu. Vợ nói:" Anh đừng giấu, có chuyện gì buồn nói với em, em sẽ có phương án giải quyết!". " Không có gì em ạ!"... Anh nói thế, nhưng trong lòng phục vợ, nhiều chuyện trong cơ quan, anh tưởng bí, nhưng vợ vẫn chỉ cho anh cách giải quyết thuận lòng. Lại chuyện riêng của người bạn thân nhờ, anh bí rì rì, vợ anh cũng chỉ ra cách đi mà không sợ vấp. Đấy ngay như chuyện này, thấy anh buồn, vợ nói:" ... Hôm nay là ngày nghỉ, em định làm một bữa cơm thật ngon cho anh và các con. Nhưng thôi, thấy anh có vẻ không vui... anh, em cùng các con đi chơi xa trong ngày...". Vợ lấy ô tô đưa cả gia đình đi đến một khu du lịch sinh thái, cảnh rất đẹp cho anh và các con tha hồ vui đùa...

...Cô ấy lại nhắn tin cho anh:" *...Em sẽ đi rất xa, anh và em sẽ không gặp nhau nữa, mà em nghĩ thế là hay hơn! Anh nên thương chị ấy và các cháu. Em biết chị rất thương anh, các con anh rất ngoan...*". Nhận được tin nhắn, anh bần thần, gọi điện thoai, chuông reo, cô ấy không bắt máy. Anh quyết định đến chỗ cô ấy trọ. Thấy anh lập cập lấy xe máy, Vợ khuyên : " Anh có chuyện vội à! Lấy xe ô tô đi cho an toàn! Đường đông thế này...". Anh bảo:" Không cần đâu em!" anh phóng vội, vợ nhìn theo...

... Cô ấy chuyển phòng trọ, không báo cho anh biết. Đến chỗ cô ấy làm việc, mọi người ngạc nhiên: " Cô ấy đi khỏi đây lâu rồi, không tin cho anh sao...!". Thế là thế nào! Tại sao cô ấy có thể chia tay với anh dễ dàng như thế được?

...Anh về lại nhà, trong lòng buồn trĩu. Các con thấy anh về ùa ra đón ríu rít:" Cả nhà vẫn đợi bố đấy! Chưa ăn cơm.". Vợ giục anh thay quần áo, đi tắm, rồi vào phòng tắm kỳ lưng cho anh:" Anh biết em và con lo cho anh thế nào không? Đừng làm việc nhiều, nhất là đừng suy nghĩ những chuyện bao đồng, chỉ khổ anh thôi, không gì hơn vợ với con. Anh có làm sao, mẹ con em sống thế nào được...".

Nghe vợ nói vậy, anh thấy mình như có lỗi. Anh quay lại nắm chặt tay vợ, nói nhỏ:" Em nói đúng!".

Vợ cười nhẹ:" Anh dội nước! Sạch rồi đấy! tắm xong ra ăn cơm với mẹ con em!.".

...

Vợ của anh gặp cô gái ấy, trả lại chiếc điện thoại:

- Cảm ơn em đã nghe lời khuyên của chị và cho chị mượn chiếc điện thoại này. Qua những tin nhắn chị gửi, anh ấy hiểu ra vấn đề. Và em nữa, cũng nên rút kinh nghiệm trong chuyện này. Nếu là người phụ nữ khác, chị tin, họ không giải quyết như chị đâu. Tương lai em còn dài, nên chín chắn...c ó gì khó khăn, điện cho chị, chị sẽ giúp, chiếc điện thoại chị đã thay sim... Chào em! ./.

NHỮNG BỨC ẢNH CƯỚI

Anh chị đang đắm chìm trong hạnh phúc, ngày mai là ngày đám cưới của hai người, mọi việc chuẩn bị xong. Còn chút thời gian thảnh thơi, anh chị muốn xem lại tập ảnh cưới, ôn lại những kỷ niệm đẹp của hai người...

... Một bức ảnh chụp nửa thân, anh đang đưa tay cho chị kéo lên. Nhìn bức ảnh chị nói với anh:

- Sao anh lại muốn để bức ảnh này vào tập ảnh cưới. Bức ảnh này chụp cũng lâu rồi mà!

Anh ôm chị vào lòng, hôn lên trán, nói giọng cảm động:

-Bức ảnh đó phải để vào tập ảnh cưới, em ạ! Lúc ấy thế nào nhỉ, nếu không có em, anh bi quan khủng khiếp. Chỉ nghĩ đến chết thôi... may có em bên cạnh, động viên, chia sẻ. Thế có phải là em kéo anh từ hố sâu lên không? Anh nói với người bạn chụp cho anh bức ảnh này:" Mày phải chụp thế nào mà nhìn thấy khuôn mắt cương nghị, chấp nhận của cô ấy... tao mới chịu". Nó đã chụp đúng như thế làm anh rất ưng ý. Bức ảnh chụp khuôn mặt em rất đẹp.

- Em lại thích bức ảnh này! - Chị lấy bức ảnh chị đang cõng anh trên bãi biển, trong ảnh cả hai người cùng cười, phía xa là sóng biển lấp loá cùng ánh nắng. Nhìn bức ảnh chị nói - Thường người ta chụp ảnh cưới trên bờ biển bao giờ người con trai cũng cõng người con gái, đúng không anh? Nhưng em với anh phải làm ngược lại, mới vui. Hôm đó thế nào anh nhỉ! Anh bán được một bức tranh, khoe với em, với bạn :" Thế là anh làm ra tiền rồi! Ra biển đi! "... Em đang mệt, nghe anh nói vậy, hết cả mệt, anh với em cùng bạn ra biển chụp bức ảnh này. Em cõng anh trên bãi biển, trông lạ nhưng đẹp, đúng không anh ?

- Bức ảnh này cũng đẹp! - Anh gật đầu rồi chỉ vào một bức ảnh chụp anh đang đút cháo cho chị, ánh mắt anh nhìn chị chan chứa yêu thương - Em có nhớ bức ảnh này không? Anh và bạn anh đến thăm em đang điều trị ở bệnh viện. Lúc ấy trông em ốm, xanh xao, anh thương quá. Em cứ bảo anh về, anh không chịu. Rồi bạn anh mang cháo đến, em cứ đòi để em tự làm, anh không cho. Anh lấy thìa đút cháo cho em, em ăn ngon lành. Anh mừng vô cùng. Thằng bạn giơ máy ảnh ra chụp được giây phút đó...

- Hôm ấy miệng em đắng lắm, không muốn ăn gì cả! Nhưng thấy anh vậy, em giả vờ ăn ngon miệng, nhưng thực ra là ... cố nuốt, cho anh vui - Chị cười.

- A! Hôm nay mới nói thật nhé. Phải phạt! Hôn đi - Anh nhắm mắt, chị hôn anh.

...

Ngày vui của anh và chị có rất đông bạn bè gần, xa, họ hàng hai bên, lại có một số phóng viên báo chí nữa đến dự. Ai cũng háo hức đón chờ...

Và kìa, cô dâu chú rể đã đến.

Chú rể trong bộ vét xanh nền nã, lịch thiệp, ngồi trên chiếc xe lăn, tươi cười chào mọi người. Còn cô dâu trong bộ váy cưới trắng lộng lẫy, tinh khiết, nụ cười hạnh phúc viên mãn luôn nở trên môi, ở phía sau đẩy chiếc xe lăn...

Anh chị yêu nhau. Anh là hoạ sỹ, không may trong một lần đi thực tế tìm đề tài anh bị tai nạn, mất đôi chân. Đã có lúc anh rất bi quan, muốn buông xuôi tất cả, may có chị và... có tình yêu rất đẹp của hai người.

Và hôm nay họ làm đám cưới. ./.

TÌNH CHA CON

Tâm cắm phập con dao xuống bàn, lưỡi dao rung lên bần bật, giọng rít lại:

- Bà đừng cản tôi, tôi sẽ cho ông ta một bài học. Tôi đã tự nhủ điều này trong tù. Tôi không có người cha nào như thế! Ông ta không phải là chồng của bà, cũng không phải là cha của tôi.

Mẹ của Tâm nằm trên giường, nghe Tâm nói như vậy, bà cố nhỏm dậy lấy tay bấu vào tay nó, nhưng không được vì sức yếu, bà lại ngã ra giường. Bà nhìn Tâm khóc ròng:

- Mẹ van con, con đừng nói như vậy! Chẳng gì cũng là tình máu mủ. Mẹ biết lỗi này không phải do ba con gây ra, chẳng qua ba con quá nghe lời của dì con. Ở với nhau hơn hai chục năm, mẹ biết chứ, ông ấy không tệ như con nghĩ đâu.

Tâm như không nghe thấy lời mẹ nói, cứ đi đi, lại lại trong phòng, dáng lì lợm như một con gấu. Tâm cảm thấy không khí trong phòng quá chật chội, khó chịu. Nhất là hình ảnh ông Hải, cha của Tâm, cứ nhạt nhòa ẩn hiện trước mặt, lại càng làm cho Tâm khó chịu thêm...

Ba năm Tâm nằm trong trại giam, ông Hải không một lần vào thăm. Mà vì sao Tâm lại vào tù ?!!Ai đã đẩy Tâm vào chỗ phạm tội?!! Nghĩ cho kỹ, chính ông ta. Giả như ông ta không đối xử tệ bạc với mẹ, giả như ông ta không phủi tay trách nhiệm của người cha, giả như gia đình Tâm vẫn sống đầm ấm như những ngày còn ở miền Bắc...thì làm gì có chuyện của ngày hôm nay! Những ngày Tâm ở trong tù, chỉ có mẹ đến thăm nuôi, còn ông Hải phó mặc, gần như không biết có một thằng con trên đời đang ở hoàn cảnh ngặt nghèo rất cần đến ông!!!

...Tuổi thơ của Tâm trôi đi trong những tháng ngày chỉ có tiếng cười hạnh phúc. Nhớ những ngày sơ tán tránh máy bay Mỹ, cứ chiều thứ bảy, ông Hải lại đạp xe từ Hà Nội lên thăm Tâm và mẹ. Sự quan tâm, nụ cười viên mãn của ba, hình ảnh mẹ ngồi nhổ tóc sâu cho ba, rồi cảnh ba tắm cho Tâm, những gói kẹo ba đưa... Đến chiều chủ nhật ba tạm biệt mẹ và Tâm về lại Hà Nội, Tâm lon ton đi theo bên ba đến tận đầu làng. Đến chỗ dừng, Ba để xe bên cạnh bế Tâm lên, hôn vào má. Ánh mắt mẹ lúc ấy nhìn Ba và Tâm đầy thương yêu. Hình ảnh ấy in đậm trong tâm trí Tâm.

Gia đình Tâm đã có những giờ phút như thế cho đến ngày đất nước được thống nhất. Tâm thi vào đại học với số điểm cao, còn ba trở về quê cũ ở miền Nam, nhận công tác mới với một chức vụ lớn. Ba hẹn một ngày sẽ ra đón mẹ và Tâm về lại quê.

Mẹ và chính Tâm tưởng hiểu hết cuộc đời tư của ba, ấy vậy vẫn không ngờ khi điều đó xảy ra. Ông Hải đã có vợ từ trước năm một chín năm tư, nhưng khi tập kết ra bắc, ba giấu tổ chức, để cưới mẹ. Về miền Nam, gặp người vợ trước, ba của Tâm nối lại tình cũ, đành đoạ quay lưng với mẹ và Tâm. Sao ông ấy chóng quên những ngày sống ở miền bắc nhanh đến thế?

Mẹ của Tâm đã một lần khăn gói vào miền nam tìm chồng. Lúc về, Tâm thấy nét mặt của mẹ như già đi cả chục tuổi. Mẹ nói với Tâm trong nỗi buồn khó diễn tả:

- Vợ ông ấy tìm mọi cách không cho mẹ gặp ba con. Rồi mẹ cũng tìm cách nhắn ông ấy ra gặp. Ba của con gặp mẹ dáng lén lén, lút lút, ngó trước, nhìn sau, vội vội vàng vàng, mới nói chuyện dăm câu ông đã giục mẹ: " Em về với thằng Tâm đi, rồi tôi viết thư nói rõ mọi chuyện". Ba đưa vội cho mẹ một ít tiền. Nào, mẹ đâu có cần tiền - Mẹ của Tâm nói qua hàng nước mắt - Mẹ tìm hiểu, Ba con đã ngộ nhận về dì của con, bị dì sai khiến cho đến giờ... Ba sợ... không dám gặp mẹ và con...

- Không... không có ai sai khiến ông ta chuyện đó cả...- Tâm tức tối - Ông ta là một người không tốt, thực sự là một người cha tệ bạc.

Cứ nghĩ về chuyện gia đình, về người cha, Tâm thấy chán nản, sức học đuối dần. Rồi Tâm lao vào con đường nghiện ngập. Hết tiền Tâm đi ăn cắp, trấn lột...

Tâm bị bắt vào tù.

Trong tù, những năm tháng ngồi bó gối giữa bốn bức tường lạnh giá, Tâm nghĩ lại đoạn đường đời mình đã đi qua, cố xoá đi những hình ảnh năm tháng gia đình sống trong yêu thương, nhưng hình ảnh đó cứ hiện về trong giấc mơ. Ba dắt chiếc xe đạp đi cạnh Tâm, dáng của ba vất vả nhưng vẫn nói về tương lai, về hạnh phúc. Cảnh ba múc nước giúp mẹ gội đầu, nghèo thế, vẫn thương nhau. Khi tỉnh dậy, chùi vội vệt nước mắt còn đọng trên khoé mắt, Tâm giữ nét mặt thật bình tĩnh, lắc đầu : " Hình ảnh đó sẽ không bao giờ có. Nhất định không có! Mình đừng nghĩ đến nữa...". Bàn tay Tâm co lại, đấm mạnh vào tường.

Cũng ở trong tù, sống với tầng lớp cặn bã, dưới đáy của xã hội, môi trường đó đã rèn cho Tâm chai cứng đi về cách xử thế. Ở trong một hoàn cảnh khốn nạn như thế này đừng có nói đến đau khổ, đừng nói đến lòng thương người, đừng nói đến tình ruột thịt. Tất cả chỉ còn sự trả thù. Tâm nung nấu ý nghĩ đó cho đến ngày ra tù.

Khi ra tù, Tâm về lại gia đình thấy mẹ nằm bệt một chỗ, tiếng thở nặng nề, Tâm thương mẹ bao nhiêu, càng nung nấu sự trả thù với người cha bấy nhiêu. Biết Tâm có ý định đó, mẹ của Tâm thực sự hoảng loạn, bà cố sức ngăn cản. Tâm lắc đầu cương quyết: " Mẹ đừng có ngăn cản tôi. Tôi nghiện không khí ngồi tù rồi. Ra tù không có không khí đó, tôi chịu không được, phải làm điều gì đó vào tù. Mà tôi nói với mẹ, cái gì cũng có giá cả. Ông ta đã gieo gì thì gặt đúng kết quả đó. Mẹ đừng dùng nước mắt mà cản tôi...".

Một tối, nhân lúc mẹ ngủ say, Tâm lén lấy của bà một ít tiền.Trước lúc lấy tiền bàn tay của Tâm, bàn tay từng đánh đấm giết người không run rẩy, bây giờ lại ngập ngừng, sợ hãi. Mấy lần Tâm tra chìa khoá vào ổ, mà không được đã định quay ra. Nhưng quay ra nhìn thấy mẹ đang nằm trên giường, dáng gầy gò phôi pha, nét mặt khắc khổ quá sức chịu đựng, hơi thở mệt nhọc, tức tưởi ...Tâm lại quay vào quyết tâm mở bằng được ổ khoá. Tâm chỉ lấy đủ tiền đi tàu, số tiền còn lại để vào chỗ cũ...

Ông Hải đã chuyển nhà, không còn ở chỗ cũ. Tâm lại phải đi tìm, tìm mãi rồi cũng phải đến. Đó là một biệt thự lớn, đứng biệt lập với xung quanh. Cái cổng sắt to đùng, suốt một buổi sáng Tâm theo dõi, thấy cái cổng sắt đó cứ đóng im ỉm, trong sân biệt thự không một bóng người. Trước khi đến đây, kể cả lúc ngồi trên tàu, Tâm cương quyết lắm, cố gạt mọi hình ảnh người cha ra khỏi đầu, cương quyết không nghĩ những ngày gia đình sống trong hạnh phúc. Mấy ngày ngồi trên tàu, đêm nào Tâm cũng mở mắt chong chong, không dám ngủ. Cứ ngủ lại thấy hình ảnh ông Hải rồi mẹ nó hiện về. Tâm dặn lòng : " Mày phải xoá hết những tình cảm yếu đuối, nên nhớ đây là sự trả thù. Mẹ của mày đau ốm vì ai ? Mày phải vào tù vì ai ? Mọi sự có vay, có trả, hợp với lẽ đời. ". Nghĩ thế, Tâm nhìn xuống con dao găm dắt ở bụng, cái nhìn sắc lạnh.

... Đứng rình từ sáng đến giờ,Tâm cũng không biết làm cách nào để đột nhập vào bên trong ngôi biệt thự. Ngôi biệt thự rất nhiều cửa sổ, tất có nhiều phòng. Vậy ông Hải ở phòng nào? Đứng đằng sau một gốc cây lớn bên này đường, Tâm lặng lẽ quan sát. Vừa lúc đó có một chiếc ô tô màu đen sang trọng, bốn chỗ ngồi đỗ xịch trước cổng. Từ trên xe bước xuống có hai người. Mới đầu Tâm tưởng mình nhìn lầm, phải hai lần giụi mắt, nhìn kỹ, không thể lầm được! Người đàn ông đi sau người đàn bà béo tốt kia đúng là ba của Tâm rồi. Nhưng sao ông Hải lại già đi một cách nhanh thế? Mới có vài năm mà mái tóc của ba từ đen đã bạc trắng hết, dáng gầy nhỏ thó, bước chậm chạp mất đi sự nhanh nhẹn vốn có mà Tâm nhớ. Hình ảnh đó tương phản rõ rệt với dáng người đàn bà đi trước, bà ta đi với dáng quyền uy, độc đoán, mặt cứ ghếch lên, ông Hải mặt cúi gằm cun cút, đi đằng sau. Tâm nhìn hai người, đoán người đàn bà kia chắc chắn là bà vợ trước của ba. Hai người vẫn cắm cúi đi vào khu biệt thự, dáng vội vã. Có lẽ có một việc gì đó rất hệ trọng, mải suy nghĩ, cả hai quên đóng cổng biệt thự. Thật là một thời cơ thuận lợi để cho Tâm đột nhập. Đợt cho hai người bước hẳn vào trong , nhẹ nhàng và khéo như con mèo rình bắt chuột, Tâm rời gốc cây, biến nhanh qua đường. Thoắt nột cái, Tâm đã ở bên trong khu biệt thự, không hề gây ra một tiếng động nhỏ. Giữa trưa nắng, không có ai để ý việc làm đó.

Tâm nép sau một cánh cửa, tránh người giúp việc, lặng lẽ quan sát.

Ông Hải và người đàn bà ngồi đối diện với nhau trong phòng khách, họ đối đáp có vẻ căng thẳng, không để ý có người thứ ba đang theo dõi câu chuyện của họ.

Người đàn bà nét mặt sát khí đằng đằng, lấy tay xỉa xói ông Hải :

- Ông có nghe tôi nói không? Ông phải đến anh Tám, nói với anh ấy một tiếng, cần chi bao nhiêu tôi sẽ chi. Chỉ có anh Tám mới cứu được vụ này. Ông không đến được anh Tám, là không xong với tôi!

Ông Hải không trả lời, ánh mắt vô hồn như nhìn vào cõi mông lung, càng khiến cho người đàn bà bực mình:

- Tôi nói, ông có nghe thấy không ?Sao đầu óc ông dạo này như gỗ đá thế? Ngu quá, trời ạ!

Ông Hải không nói, lắc đầu. Bà ta đứng dậy, chạy tới chỗ ông Hải ngồi, lấy hai tay lắc mạnh vai ông Hải, miệng gào lên :

- Trời ơi! Ông dốt thế này, ngu thế này, vợ con ông ngoài bắc bỏ ông là phải. Chẳng có người đàn ông nào như ông, chẳng có người chồng nào mạt hạng như ông, chẳng có người bố nào khốn nạn như ông. Vợ, con ông ngoài bắc coi thường ông, giờ đến lượt tôi...

Nghe đến như vậy, ông Hải đứng bật dậy, đẩy người đàn bà ngã bổ chửng ra nền sàn biệt thự. Ông Hải lấy tay chỉ thẳng vào mặt người đàn bà, nói căm giận:

- Tao cấm mày không được động đến vợ con tao ngoài kia. Mày có biết không ? Vì tao ngây thơ, rồi cũng nghĩ thế này, thế nọ nghe lời mày mới ra nông nỗi này, cả người lấm bùn, đến độ không dám ra lại đất bắc, không dám gặp lại vợ con. Mày hại tao, tao mất tất cả, cũng vì mày. Giờ thì đừng hòng... tao thà đi tù còn hơn...

Mụ vợ béo tốt, gượng đứng dậy, nhìn ông Hải cười khinh bỉ :

- Ông bỏ ngay cái giọng sám hối giả vờ kia đi cho tôi nhờ ! Chịu ông thật đấy ! lúc ông ăn sung, mặc sướng, nhờ tôi, ông lên chức vù vù thì không thấy ông nhắc vợ, con ông ngoài kia. Còn bây giờ sa cơ, lỡ vận cả tôi và ông thì ông lại nhắc. Nói cho ông biết nhé! Ngoài kia vợ con ông nhìn ông như nhìn một con chó ghẻ, không có ai thương ông đâu.

Ông Hải định lao vào, nhưng sức yếu bị mụ đàn bà đẩy lại, ông Hải ngã vào góc tường, đầu chảy máu. Mụ ta cầm ngay một lọ hoa sứ để trên bàn, cười gằn, tiến về phía ông Hải :

- Tao sẽ cho mày biết thế nào là lễ độ, thằng chồng khốn nạn...

Mụ ta giơ lọ sứ lên cao, định bổ thẳng vào đầu ông Hải. Nhưng cũng chỉ có vậy, mụ ta kêu lên một tiếng "Ối !" rồi đổ sấp người xuống, lọ sứ rời khỏi tay, rơi xuống nền nhà vỡ tung toé.

Một con dao găm sắc, nhọn đâm mạnh từ phía sau lưng của mụ, trúng tim. Mụ ta chết không kịp chối một tiếng.

Ông Hải thoáng ngỡ ngàng nhiều.

Lúc hai giờ chiều...

Người công an trực ở đồn N... tiếp một người đàn ông đứng tuổi, dáng gầy gò, tóc bạc trắng, nét mặt mệt mỏi. ông ta cầm một con dao găm còn dính đầy máu, nói với giọng điềm tĩnh :

- Tôi tên là Lê Hải. Báo cáo với anh, tôi đã giết vợ lúc trưa nay, vì bà ta quá quắt với tôi. Xác mụ ta, tôi vẫn để trong phòng khách. Đây là con dao găm tôi đã sử dụng làm hung khí. Các anh cho người đến ngay khu biệt thự.... ./.

Hội An 3/1998

ĐƯỢC NHƯ ÔNG NỘI KHÔNG ?

Giả như anh bắt quả tang, hoặc như vô tình biết được thì mọi chuyện chắc sẽ khác. Đằng này vợ thú nhận với anh qua bức thư để lại:

" ... Chuyện là như thế! Em có lỗi với anh, em thấy không xứng đáng là một người vợ để anh tin tưởng. Lỗi lầm này hoàn toàn do em, anh toàn quyền quyết định, ở mức độ nào em cũng đồng ý. Em cúi đầu xin lỗi anh và Nội. Ngàn lần xin lỗi anh...".

Để lại bức thư rồi vợ lặng lẽ dắt hai đứa con, ra khỏi nhà...

Đọc bức thư của vợ, anh trằn trọc, giằn vặt, mất ngủ mấy đêm liền, không làm được việc gì...

Quả thật lúc này anh vẫn thương vợ. Thương lắm ! những ngày anh đi công tác xa, một mình vợ anh ở nhà quán xuyến. Nội bi đau, vợ không báo cho anh biết, đưa Nội vào viện chăm sóc. Hai đứa con, anh nhớ, nhưng để chúng nó thành những đứa trẻ ngoan, học giỏi, có hiếu, công vợ anh phần nhiều. Ngôi nhà này nữa, không có bàn tay vợ đứng ra lo toan liệu có được như ngày hôm nay không!

Nhưng lại nghĩ đến cảnh, dù chỉ là tưởng tượng, anh cũng không thể chịu được.

Làm sao có một người phụ nữ như thế?

Chỉ một lần vợ là thành viên của một đoàn công tác đi ra nước ngoài, thằng giám đốc làm trưởng đoàn, thằng này lại có thể... cho dù như trong thư cô ấy viết: "... Nó là thằng khốn nạn, lừa em, rồi còn dọa tung những bức hình ấy, nếu như không làm theo ý nó. Em cương quyết không chấp nhận...". Cô ấy dễ dãi quá, phải cương quyết chống đối chứ, cần thiết yêu cầu người trong đoàn can thiệp hoặc báo công an. Đằng này... Ai dám chắc, những lần sau cũng được đi nước ngoài, gặp một thằng "giám đốc" khác, nó lại giở trò rồi chấp nhận, rồi lại... xin lỗi!!!. Lúc ấy, trong đầu anh tưởng tượng ra cái miệng cười nhăn nhở của thằng giám đốc kia khi ngồi bên bàn nhậu với bạn bè, rồi nói bô bô: " ...Tưởng con vợ thằng ấy thế nào, chứ tao thấy...". Chỉ thế thôi, anh tức lộn ruột... Nếu như lúc này vợ đứng trước mặt anh...

Mọi việc, kể cả suy nghĩ của anh không qua được mắt Nội, khi anh về thăm, Nội chỉ nhìn thoáng qua đã hỏi ngay:

- Hình như gia đình con có chuyện gì phải không?

Anh im lặng, nhưng thầm cảm phục, Nội là một người già đặc biệt, rất tâm lý, hiểu cháu con.

Đời của Nội vất vả, có một người con trai, là ba anh, không may bị tai nạn, mất. Mẹ của anh đi lấy chồng khác. Còn ông Nội, đi bộ đội, sau năm một chín bảy lăm, được giải ngũ, khi về hưu bị bệnh, một mình Nội chăm sóc. Ba anh mất là cú sốc rất lớn với ông Nội. Chỉ một thời gian ngắn sau khi ba mất, ông Nội cũng "đi" theo. Ước nguyện của ông Nội là được nằm cạnh ba, để cha con có nhau...

Nội đã làm đúng ước nguyện đó. Một lòng thờ phụng ông Nội và ba...

Nghe Nội hỏi, mới đầu anh định im lặng, chuyện gia đình, anh muốn chỉ muốn một mình, mình biết, tự giải quyết. Nhưng lúc này quả là khó, giữa "được" và "mất" giằng xé nhau, anh như không có lối thoát.

Anh quyết định nói hết với Nội, biết đâu lời khuyên của Nội sẽ chỉ cho anh hướng đi đúng mà nhẹ lòng.

Nội im lặng, chăm chú nghe anh kể...

Anh kể xong câu chuyện, Nội hỏi:

- Con nói hết chưa?

- Dạ! Con nói hết rồi. Con buồn lắm, Nội có thể giúp con được không?

- Giúp con điều chi?

- Giờ con phải làm thế nào? Không lẽ ... - Anh khóc.

Nội nhìn anh, lắc đầu, nói độ lượng:

- Thế là Nội hiểu suy nghĩ của con. Thôi, con lau nước mắt đi rồi rửa mặt, ăn cơm. Nội chuẩn bị rồi...

Anh nhìn Nội. Nội như hiểu cái nhìn đó, nói với anh:

- Chuyện của con, tối nay chỉ còn hai bà cháu, Nội sẽ nói...

Buổi tối...

Không gian yên tĩnh, bên ngoài những ngọn cau đưa đẩy dưới ánh trăng, hương đồng theo làn gió thổi vào thơm nhè nhẹ. Im một chút nữa nghe thấy tiếng hát phát trên loa phóng thanh từ xa vọng lại : " ... Giận càng giận... mà thương càng thương...".

Nội hỏi anh:

- Bây giờ con phải nói thật với Nội. Chuyện vợ của con, con định giải quyết như thế nào?

- Con khó xử quá, không biết nên thế nào! Nội cho con lời khuyên...

Nội đưa cho anh ly nước:

- Con uống nước đi... bây giờ Nội yêu cầu con phải thật bình tĩnh...

- ...

- Đến bây giờ Nội phải nói thật với con... Con phải thật bình tĩnh nghe nhé... Ba của con không phải là con đẻ của ông Nội. Nội định không bao giờ nói chuyện này cho con biết, sống để dạ, chết mang theo vì ông Nội, trước lúc mất đã dặn như vậy. Điều đó có nghĩa, hồi còn sống, ba của con vẫn nghĩ mình con đẻ của ông Nội. Ông Nội dành tất cả tình cảm cho ba của con. Con muốn biết vì sao có chuyện này phải không ? - Nội im lặng một lúc... rồi kể tiếp cho anh nghe - Trước năm một chín bảy lăm, ông Nội của con là bộ đội phải vào nam chiến đấu, còn ở ngoài này, Nội tham gia vào đội dân quân nữ. Hồi ấy hay có những đoàn bộ đội qua đây, trong đoàn bộ đội ấy có một anh tên là... quê ở... sau này Nội biết, anh ấy cũng đã hy sinh trong một trân chiến đấu ở trong nam. Đoàn bộ đội ấy dừng ở làng mình hơn một tuần. Vì đội dân quan nữ có nhiệm vụ giúp đoàn bộ đội này nhiều việc, nên Nội với anh ấy có điều kiện gần nhau... nói thật với con... hoàn cảnh lúc đó khó cưỡng lại lắm. Ba của con ra đời trong hoàn cảnh nghiệt ngã ấy. Lúc Nội có chửa ba của con, cũng chịu bao nhiêu điều tiếng, nhưng Nội cắn răng chịu đựng để làm đạo hiếu với bố, mẹ chồng. Biết tin Nội của con còn sống, Nội đã định đi một nơi khác, không cho ông Nội biết. Nhưng ông Nội khi về, biết chuyện cương quyết không cho. Ông Nội của con nói: " ...Em phải ở đây, chính trong ngôi nhà này. Ngôi nhà đó là của anh, nhưng có công em góp phần gìn giữ. Không có em, làm sao ba, mẹ anh sống khoẻ mạnh đến lúc đón anh về. Rồi chuyện ấy... đâu phải lỗi tại em, chung quy lại cũng do chiến tranh, ai ở trong hoàn cảnh ấy, mới hiểu... Hơn nữa, đứa bé đỏ hỏn như thế này đã mất cha, anh không muốn sau này nó lớn lên thành một đứa trẻ mồ côi cha..." - Giọng Nội nghẹn ngào - Ông Nội thương ba của con đúng tình ruột thịt hơn cả tình cha con. Còn ba của con thương ông Nội với tình cảm, cũng còn hơn tình cảm con ruột với người cha, rất có hiếu, vẹn toàn. Khi ba con bị tai nạn, mất đột ngột, ông Nội của con vô cùng đau đớn, phần trong người có bệnh, phần nữa quá thương ba của con, có lẽ chịu không được, chỉ một thời gian sau, ông Nội cũng "đi" theo ba con... Tình cảm cha con giữa ông Nội và ba của con, Nội không có từ nào diễn tả nổi - Nội khóc rồi nói với anh - Nội kể lại chuyện này để con hiểu và tự tìm ra cách đối xử với vợ của con...

Anh nghe.

Lặng người.... /.

NGHỀ "ĐĨ"

... Ông ngồi cúi đầu im lặng sau " vành móng ngựa", kệ cho lũ phóng viên xúm xít vây quanh, cũng kệ những ánh đèn của máy ảnh nháy liên tục, thậm chí cả hai người công an , nét mặt nghiêm nghị, mắt luôn nhìn thẳng, ngồi sát hai bên, ông cũng không để ý...

Cho đến bây giờ, ngồi chờ toà nghị án, ông càng thấm thía câu nói của người đời : " Chính trị như con đĩ.".

Chưa bao giờ ông thấy rõ ràng quan hệ của cái gọi "tình đồng chí chân thành, sống chết có nhau" lại lá mặt, lá trái, tráo trở, đểu giả... như bây giờ.

...Mấy thằng "đệ" được ông nâng đỡ, thậm chí có thằng sắp "chết" vì những "tội" tày đình, ông cũng ra tay, tìm mọi cách cứu vớt.Tưởng sẽ chung thành, ấy vậy ra trước tòa, mặt những thằng này tái dại, trả lời toà lắp bắp, run rẩy, cả người nhũn như con chi chi, nước mắt, nước mũi chảy ràn rụa ... khai tuốt tuồn tuột, trở mặt với ông còn hơn người ta "trở bánh tráng đang nướng". Mọi tội lỗi chúng đều khai là do ông sai khiến, chúng chỉ là kẻ thừa hành vì " ông ấy là ông trời con, không thể chống lại được". Thậm chí có thằng khóc tu... tu... " bác Tổng ơi, cứu con!" hứa trước toà, toàn bộ số tiền được ông ban phát, nó sẽ nộp lại để toà xét mà giảm án...

Nhưng nghĩ lại, ông thông cảm cho chúng nó. Mấy thằng này đều là lính đầu sai của ông, chỉ đâu chúng đánh đó. Ông cũng thừa hiểu, mấy thằng "đệ" này bằng cấp đầy mình, nhưng toàn bằng giả, chỉ duy nhất lòng tham và sự nịnh bợ là

có thật! Lũ ấy làm gì có đạo đức, đừng nói chuyện cương trực, dám làm dám chịu, nên sự hèn mạt thể hiện trên từng nét mặt, lời nói , hành động của mấy thằng này trước toà không làm cho ông ngạc nhiên.

Điều ông ngạc nhiên là những kẻ lãnh đạo ông có một thời rất thân thiết, chỉ thiếu điều "cắt máu ăn thề" đề ra dự án và yêu cầu ông phải trực tiếp chỉ đạo và triển khai những dự án đó. Để thuận lợi thực hiện dự án, những kẻ này cho tay chân tung tiền "mượn" những "giáo sư", "tiến sỹ" viết bài, chứng minh dự án đó có lợi, đúng tầm, đem lại lợi ích cho nền kinh tế hòng lừa dân, lừa dự luận. Để cấp trên tin tưởng ông là người "chỉ đạo có tầm, có năng lực quản lý, có chuyên môn giỏi" chúng chạy tiền cho Ban thị đua khen thưởng, để Ban này trao tặng ông danh hiệu "anh hùng thời đổi mới", huân chương lao động...

Không đánh giá đúng năng lực của mình, thậm chí còn hoang tưởng, ông phạm sai lầm. Thực tế dự án ông chỉ đạo, thực hiện vốn nhà nước rót vào cả ngàn tỷ, không hề đem lại hiệu quả kinh tế, không những thế còn làm ô nhiễm môi trường. Hiện trang dự án chỉ là những nhà máy bỏ không, phân xưởng không người làm, có bán đổ, bán tháo không ai mua, buộc thanh tra, công an vào cuộc. Thanh tra và công an đã phát hiện dự án để thất thoát một số tiền rất lớn. Không thể lý giải được, ông phải gio đầu chịu báng, còn những kẻ ông tưởng là bạn "tốt" từng chỉ đạo, ủng hộ ông làm dự án, bây giờ chúng phủi tay. Đau hơn, khi ông bị"nạn"những kẻ đó lại giở giọng cao đạo lên án ông làm như chúng sống rất "trong sạch" không hề tơ hào đến "một cái kim sợi chỉ " của người dân !!!

Ông bị khai trừ ra khỏi đảng, cách hết mọi chức vụ, bị khởi tố... còn chúng nó vẫn lên xuống xe sang, đánh "gôn", đi đứng có người hầu, ngồi họp trong lạnh, vung tay nói đến những dự án lớn khác...

Lũ ấy đểu giả như mấy con đĩ ... ông nghĩ đi, nghĩ lại "từ" ấy. Được thì ăn chia, còn không được, chửi bới, đổi trắng thành đen, không từ một thủ đoạn xấu nào để "chơi" nhau. Ở đây không nói đến tình người, tất cả lạnh băng, chỉ có tiền. Tiền là tất cả !

Chúng không " giống" mấy con đĩ, thì " giống" gì ? Ông mỉm cười chua chát cho sự so sánh đó...

Ông bị tòa tuyên án 15 năm tù giam.

Sau lời nói sau cùng, ông quay lại nhìn xem có ai là người thân của mình không ? Cả những kẻ chịu ơn ông, đang ngồi kia? Tiện thể xem những thằng "đệ" của mình, sau lĩnh án, nét mặt chúng nó thế nào?

Người nhà ông không có ai. Bố già rồi, hơn tám mươi tuổi đi lại khó khăn, không thể đến tòa. Người con gái bị bệnh tâm thần, ngồi một chỗ, đến thế nào được. Còn người vợ đã ra nước ngoài cùng đứa con trai... Người thân của ông không có ai dự khán. Mấy thằng "đệ" , hai, ba đứa được tòa tuyên án "tù treo" không tịch biên tài sản, có thằng nét mặt giãn ra, mãn nguyện , có thằng cười tủm tỉm. Còn thằng Tổng giám đốc, chức vụ của nó do ông cất nhắc hồi còn đương chức, bị tù chung thân, tịch biên tài sản, khóc sụt sịt, mồm méo xệch, quay lại nhìn người thân, ánh mắt cầu cứu. Còn một số kẻ từng chịu ơn ông, đến toà làm nhân chứng, xong phiên xử, chúng bỏ mặc ông đứng đó, không có một cái gật đầu nhẹ gọi là... lục tục kéo ra khỏi phòng xét xử, không một lần ngoái đầu lại...

Tất cả không có ai quan tâm đến ông, kể từ giờ phút này.

... Bắt đầu từ hôm nay, chính thức ông mang áo tù, ai sẽ vào thăm ông trong những ngày tù dài hạn!!!

Nhìn lại những cảnh vừa chứng kiến, một nỗi buồn lớn lao ập đến trong ông.

Người công an tra còng số tám vào tay ông, ra hiệu cho ông bước ra khỏi phòng xử án...

Ra khỏi phóng xử án, ông toan bước lên lên xe về trại, một người công an chạy lại, nói với người công an áp giải:

- Anh cho người tù này được gặp con gái. Chỉ được gặp trong năm phút!

Ông ngạc nhiên. Con gái ông trí não chậm phát triển, ra khỏi nhà là lạc, người thân, ngoài ông và vợ, nó không biết nhận ra ai, làm sao lại đến đây được? Ai đưa đến?

...Một người con gái nét mặt có vẻ lớn, từng trải, đi đến chỗ ông đứng. Ông không biết người con gái này!!! Người con gái gặp ông, nước mắt ngắn, nước mắt dài, nói nghẹn ngào:

- Họ không cho con gặp ông, con phải nói con là con gái của ông, chắp tay lạy họ, họ mới cho gặp, chỉ được gặp trong năm phút...

- Cô là...?

- Ông cho người xây nhà tình nghĩa, đưa mẹ con đi chữa bệnh... ông gặp con hôm ở cầu... tối ấy... con bị đánh... ông cứu - Người con gái, nói vội, nói vàng, không ra đầu, không ra đũa như sợ không có thời gian, sợ cả cách nói của mình ông không hiểu...

Nghĩ một lúc , ông nhớ ra rồi.

...Tối ấy, sau cuộc họp muộn, ông và người thư ký kiêm lái xe về khuya. Khi đi qua cầu... ông thấy một thằng thanh niên đánh đập dã man một người con gái. Ông nói lái xe dừng lại, xuống xem sự tình thế nào ? Người lái xe sợ không dám mở cửa xe, ông bật nhanh cửa xe bước xuống. Thằng thanh niên kia thấy ông đang lao tới, vội bỏ chạy. Ông đỡ người con gái đó đứng dậy, hỏi nguyên nhân, mới biết cô ấy làm nghề "đứng đường" nói nôm na là "đĩ", thằng thanh niên kia, "chơi" xong, quỵt tiền, cô đòi trả, nó đánh. Khốn khổ hơn, ông được biết, cô ấy làm công nhân, lương không đủ sống, phải " làm thêm". Đó chỉ là một phần, sau này, ông cho thư ký đi kiểm tra, thì sự việc còn đau đớn hơn. Căn nhà của người con gái ông bất ngờ gặp trống hơ, trống hoác, chứa mấy con người. Bà Nội già yếu, bố là thương binh nặng, nằm một chỗ, mẹ đang bị bạo bệnh không tiền thuốc, người anh đi làm xa với đồng lương chết đói. Không còn con đường nào khác:

- Biết nghề này là nhục, nhưng ... con đang cần tiền để chữa bệnh cho bố mẹ, ông ơi! - Người con gái đó khóc, nói với ông.

...Thương cảm, ông quyết định, nói với đơn vị và toàn thể cán bộ công nhân viên nơi mình phụ trách, góp tiền xây một ngôi nhà tình nghĩa cho người con gái này, khuyên cô không nên làm "đĩ", kiếm một việc khác, tốt hơn.

Việc nhiều, bề bộn choáng hết cả thời gian, ông không còn nhớ đến sự việc này nữa. Nhưng người con gái này nhớ...

Người con gái vẫn nói vội vội, vàng vàng:

- Nghe tin ông bị bắt, bị xử như thế này con đau lòng lắm. Cả nhà con vẫn nhớ ông. Ông ở đâu, con muốn đi theo...

Ông đưa hai bàn tay bị còng số tám lên vai người con gái, vỗ nhè nhẹ:

- Tôi nhớ rồi! Cô là... Mà thôi, rất cảm ơn cô, tôi bị tù... cô đi thế nào được! Cho tôi gửi lời thăm cả nhà...

- Không ! Ông ở đâu, còn cũng đi theo! Con thương ông lắm...- người con gái khóc to, lấy hai tay ôm chặt hai bàn tay của ông đang bị còng số tám thít chặt, áp vào ngực của mình...

- Không đi được đâu cô ơi! Cô về đi...- Ông nói hối hả...

- Ông cho con theo ông! Ông ơi - Nước mắt người con gái rơi lã chã... - Khổ mấy con cũng chịu được, ông cho con theo...

Người công an đứng cạnh xem đồng hồ, giục ông:

- Hết giờ! Lên xe đi...

Rồi như một cái máy, người công an giằng mạnh tách hai người ra xa, đẩy ông lên xe, đóng sập cửa, gài nhanh chốt, khóa lại...

Chiếc xe nổ máy, bánh xe từ từ lăn. Qua cửa tò vò của thành xe, ông nói vọng ra:

- Về đi, cô về đi... khổ mấy cũng không làm nghề cũ nghe, cho tôi gửi lời thăm cả nhà...

Người con gái đứng đấy, nước mắt chảy dài, mắt dõi theo... gọi với, cố để ông nghe:

- Ông ở đâu, con cũng đến thăm...đến thăm... ông ơi!

... Có một điều người con gái này không cho ông biết, được ông giúp nhưng cuộc sống gia đình cô không khá hơn thậm chí rất khổ. Cô vẫn phải cắn răng giấu ông làm cái nghề, cái nghề mà ông không muốn cô có.

Nghề "đĩ"! ./.

ĐỒNG HƯƠNG

...Ông hơn bảy mươi tuổi, còn sức khoẻ sang đây định cư theo diện đoàn tụ với con cháu, định cư cũng được hơn chục năm rồi. Để thay đổi không khí, giúp ông vui với tuổi già mấy đứa con góp tiền cho ông du lịch xa một chuyến. Địa điểm du lịch là một hòn đảo nằm giữa Thái Bình Dương. Thằng cả nói với ông:" ... Trước năm 1954, đảo này vốn là thuộc địa của Pháp có nhiều người gốc Việt, họ là con cháu của người Việt yêu nước chống Pháp, bị Pháp bắt đày đến đây, bố nên đến một lần cho biết...".

Ở nước ngoài, xa quê vời vợi, ông vẫn không nguôi ngoai nhớ quê. Đi đây đó để vơi đi nỗi nhớ, cũng nên, ông đồng ý và cùng thằng cháu nội đến du lịch hòn đảo này. Cũng thật bất ngờ, ở đây ông gặp đồng hương. Người đàn ông cũng là người Việt xa quê, còn hơn ông, xa quê hơn năm mươi năm mà ông ấy chưa về. Còn bất ngờ hơn nữa, thông qua cuộc nói chuyện, bao nhiêu kỷ niệm ào ra, vùn vụt, người này kể, người kia kể...

-Thế cây đa đầu làng vẫn còn phải không anh. Hồi nhỏ tụi tôi hay trèo lên đó bắt sáo. Có lần tôi bị ngã, trẹo cả cánh tay.

Ông lắng nghe, gật gù:

-Ừ! Đúng rồi, cây đa đầu làng ấy rễ nó to rủ xuống, tán rộng nữa, trưa hè nằm dưới tán rộng đó, ngước mặt lên trời nghe sáo diều... tuyệt anh nhỉ!

- Anh nhắc sáo diều, tôi nhớ quá. Đêm trăng, lên đê thả diều. Trời ơi, nhìn xuống cả làng, cả xóm ẩn mờ, như lặng đi, tiếng sáo diều lan tỏa... bên này bao giờ mới có điều ấy... – Tự nhiên giọng ông chùng xuống – Tôi chia tay với cô ấy cũng trong một đêm trăng, tối ấy cũng có tiếng sáo diều...
-Thế hơn hơn năm mươi năm xa quê, anh có tin tức gì về người yêu cũ không?
- Giữa biển, ở hòn đảo chơi vơi thế này, may gặp anh mới nói được tiếng Việt làm sao tôi biết tin cô ấy, chắc giống tôi, cô ấy cũng lên chức bà rồi...
- Cô ấy tên gì?
- Tên Hoa, con bà Cả Thuận ...
- Tôi biết, bà ấy tốt lắm, chu toàn, đảm đang, thương chồng, thương con hết mực...
- Tính cô ấy thế mà, khi chia tay với tôi, cô ấy khóc hết nước mắt. Ai lấy được cô ấy là có phúc đấy...

Hai người còn tâm sự nhiều, từ cảnh vật, con người cho đến cả tiếng gà gáy sáng, khói lam chiều vờn trên mái bếp, tiếng mõ trâu trên đường làng, tiếng chào hỏi người đi, kẻ lại thân mật...

Nếu không có đứa cháu nội nhắc, về khách sạn chuẩn bị đồ đoàn sắp đến giờ ra sân bay, ông còn nói chuyện với người đàn ông này lâu nữa, có lẽ không dứt. Người đàn ông già chia tay với ông, mắt đẫm lệ, giọng nghẹn ngào:
-Tôi cảm ơn ông bởi có cuộc hội ngộ bất ngờ đặc biệt này . Gặp ông, được nhắc lại những kỷ niệm làm cho tôi đỡ nhớ quê, nói được tiếng Việt thế là mình vẫn là người Việt. Quê hương, tiếng Việt vẫn ở trong tim tôi... cho dẫu hơn năm mươi năm tôi chưa về...

Cuộc chia tay trong lưu luyến, cảm động.

Đợi cho người đàn ông già đi khuất, thằng cháu nội mới hỏi ông:

-Quê mình ở Thái Bình còn ông ấy ở Hải Dương, sao nội lại nói là "đồng hương"? Rồi ông ấy hỏi cái gì ở quê ông ấy, nội nói y như biết rất rõ...

- Con ơi! Ở Việt Nam nước mình chỗ nào cũng đẹp như thế. Còn người phụ nữ nước mình, hồi nội ở, đâu cũng vậy, toàn đức tính tốt, đi chỉ có nhớ, có thương. Nếu có kể lại, không bao giờ bị nhầm... Nội và ông ấy không những nhớ quê, mà nhớ cả nước, nhớ tất cả. Nhớ lắm con ơi ! ./.

SAO EM KHÔNG ĐẾN ?

Đến gần nhà anh, chỉ mấy bước chân nữa thôi, tự nhiên chị lại ngập ngừng.

Đến... hay... không đến?

Mấy "từ" đấy cứ lặp đi, lặp lại trong đầu, chị thấy khó nghĩ quá. Xem đồng hồ, cũng còn gần ba mươi phút nữa, như đã hẹn, chị sẽ gặp anh. Nghĩ còn thời gian, tìm một quán cà phê nhỏ, khuất, gọi một ly cà phê, chị ngồi xuống.

Chị muốn dành thời gian suy nghĩ cho thật chín...

Trầm lắng, những kỷ niệm về anh hơn ba mươi năm ùa về ...

Anh là mối tình đầu của chị thời sinh viên. Anh ào ạt như gió thổi lúc sắp giông, việc gì tập thể lớp cần, anh cũng làm. Ai cần, anh cũng giúp, giúp vô tư. Chị thì ngược lại, cứ nhẹ nhàng như sương buổi sớm, làm bất cứ việc gì cũng tính toán, cẩn thận như đi bộ đếm từng bước... Hai người tính cách trái ngược nhau như thế, không hiểu sao lại đến được với nhau. Chị nhớ mãi kỷ niệm của anh với chị thời đó.

Thời bao cấp, có bao nhiêu điều cực, sinh viên còn cực hơn, phải giữ hết sức cẩn thận tiền bạc. Sinh viên mất tiền giống như " chết trôi sông". Anh nói với chị như thế, chị cũng thường dặn anh như vậy. Thế mà... sau buổi xem phim, anh lấy tiền ra mua kem, cả ví đựng tiền cùng tem, phiếu bị ai đó lấy mất lúc nào không hay. May túi trên còn một ít tiền, đủ mua một cây kem, anh lẳng lặng vào xếp hàng, mua cho chị. Cầm chiếc kem, chị ngạc nhiên, hỏi. Anh cười trừ: " Họ nói, chỉ bán cho mỗi người một cây kem thôi! Anh mua cho em". Bịa như thế mà ai tin! Biết anh mất cả chiếc ví tiền vì tính không cẩn thận, không có tiền mua kem cho mình, chị vừa buồn cười, vừa giận, vừa tiếc. Không biết một người có tính "đoảng" như vậy, sau này sẽ làm được điều gì!

Rồi nữa, những lần đi thực tế, thực tập của lớp, chị dặn thầm anh, đừng xung phong hay nhận những việc làm quá sức, sẽ có người trong lớp ỷ lại. Tưởng anh nghe, hóa ra, có bao nhiêu việc nặng, nhiều người ái ngại, anh vẫn xung phong, ví như đi lấy gạo, bốc than, rồi mang vác hộ... Mồ hôi nhễ nhại đổ trên trán, ướt đẫm lưng, anh ngồi nghỉ thở dốc. Chị nhìn anh đang lấy vạt áo lau mồ hôi mà vừa thương, vừa ghét. Con người đâu mà... đầu óc cứ như gỗ đá, nói không chịu nghe...

Sau này hai người chia tay, nhiều lúc ngồi một mình, chị hay tự hỏi, hồi đó mình yêu anh ấy vì điều gì nhỉ? Cả lớp mình ai cũng công nhận anh ấy tốt. Nhưng "tốt" như anh ấy, chỉ làm cho chị bực - Chị ngồi nghĩ lại, cười thầm - Thời ấy, cứ thấy anh ấy giúp một bạn gái nào trong lớp là chị ghen, dù anh có giải thích trăm lần, thậm chí anh xin phép chị làm việc đó, chị vẫn giận mất mấy ngày, không thèm nói chuyện. Rồi tiền nữa chứ, cũng cái thời ấy phải tiết kiệm từng xu, từng hào, chị và anh cần tằn tiện, nhưng... có người trong lớp gặp khó khăn, anh sẵn sàng cho vay, không cần hỏi chị. Chị nói, anh trả lời như không có việc gì xảy ra, rất vô tư: "

Cũng còn đủ tiền, sáng mai mua một chiếc bánh mỳ, em với anh chia đôi". Mấy ngày sau đó, hai người không có tiền, chị phải vay bạn, còn anh biết chuyện lại cười trừ, xin lỗi...

Anh ấy quá tốt, nhưng lại quá vô tư, sống với một người chồng như thế, chị sẽ khổ. Thân mình, chắc gì lo đã xong lại phải lo cho chồng, một ông chồng sống quá hồn nhiên, không biết tính toán, vợ có góp ý cũng không bao giờ nghe, cứ thích làm theo điều mình muốn. Những suy nghĩ đó, cứ nhân lên theo từng ngày, từng tháng, y như chị bê một rổ đá, mỗi ngày thêm một viên, đến lúc nặng quá phải buông tay. Nên vậy, sau lễ tốt nghiệp, chị chủ động:

-Em suy nghĩ kỹ rồi. Em biết tính cách của anh không hợp với em. Anh em mình nếu như... nên vợ, nên chồng...em sợ... Có lẽ... anh và em nên dừng lại. Em nghĩ - Chị ngập ngừng, cân nhắc từng từ - ... Anh với em... vẫn là bạn tốt, nghĩ tốt về nhau...

Nghe chị nói vậy, ánh mắt anh sững sờ, nhìn chị rất lâu, rồi anh hỏi:

-Em suy nghĩ kỹ chưa?

Chị không trả lời, không nhìn anh, gật đầu nhẹ.

Không gian đêm ấy thật nặng nề, lặng lẽ trôi đi rất chậm chạp, khoảng cách hai người đứng cũng hình như...xa dần. Mãi một lúc sau, anh nói, khó nhọc, như người bơi được đến bờ nhưng quá sức:

-Anh đồng ý với suy nghĩ của em. Thà như thế... là bạn tốt với nhau vẫn hơn. Vợ chồng mà lúc nào cũng trách móc, giận hờn, không ai, nghe ai. Em tin đi, anh cũng nhận ra nguyên nhân của sự chia tay này. Anh sẽ sửa...

Chia tay với anh, chị có buồn nhưng không tiếc, tay không nắm chặt được với nhau thì thả ra có khi lại thấy thỏa mái hơn...

... Hơn ba mươi năm, thời gian như " bóng câu qua cửa sổ", mới đó tuổi sinh viên nụ cười, mái tóc, làn da... cái gì cũng đẹp mà bây giờ, tóc chị điểm bạc, ánh mắt nhiều ưu tư, hiếm có nụ cười, mà mọi việc đối xử, nhất là trong gia đình, đều là sự nhẫn nhục.

Tốt nghiệp ra trường, sau khi chia tay với anh, chị gặp may, lấy được một người chồng lo cho chị có công việc ổn định, kinh tế đảm bảo. Chỉ có một điều, ngược với tính cách ngừơi yêu đầu, chồng của chị lại là một người có tính gia trưởng, rất tính toán " đo từng cọng dưa, đếm từng củ hành". Mới đầu, tính này tưởng hợp với chị, nhưng sau này làm chị quá mệt mỏi. Còn một việc nữa, chính việc này của chồng làm cho chị nhớ đến anh, và muốn gặp lại. Con phát hiện bố đi gặp "bồ" cũ, nói với chị. Chị hỏi chồng, chồng chị nhận ngay:

-Đúng! Anh có gặp cô ấy, cũng gặp cho vui, hỏi thăm bình thường, ôn lại chuyện xưa, thời sinh viên, chứ có phải "yêu đương" gì mà nói với em. Ngần này tuổi, sắp xuống lỗ, không lẽ em lại ghen, không lẽ em và anh không có bạn. Nếu em muốn gặp ai là bạn cũ, cứ nên đi gặp, anh cho phép. Nhưng anh chỉ có một yêu cầu, em phải nói cho anh biết!

Tuổi này, chị không ghen như ngày xưa nữa. Sống được với chồng, với con, giữ yên ấm được ngày nào, tốt ngày ấy.

Nhờ facebook ,chị với anh kết bạn. Bao nhiêu kỷ niệm xưa ùa về, nhưng có giới hạn. Chị có chồng, anh có vợ, một làn ranh, chị hiểu, không nên vượt qua. Bởi, như anh viết trong mục nhắn tin: " Vợ chồng anh sống hạnh phúc, vợ anh có tính rất giống em ngày xưa, khi chúng mình còn yêu nhau. Hay nhắc nhở anh, mỗi khi anh làm sai và tiếng cười của vợ anh cũng rất giống em, mỗi khi anh làm đúng. Em đến vui với anh nhé! Rất mong ".

Nhận được lời "nhắn tin" của anh trên facebook , nhân chuyên đi nghỉ ở một tỉnh phía nam, chị quyết định đến thăm anh, báo rõ ngày, giờ...

Hẹn như vậy, nhưng bây giờ chị lại phân vân.

Cà phê nhỏ đến giọt cuối cùng vào ly, đồng hồ chỉ quá giờ hẹn, từ đây đến nhà anh ấy chỉ mất có mấy phút... trong đầu chị vẫn lặp đi, lặp lại mấy từ : " Đến...hay... không đến...". Nếu chị đến, anh sẽ đón chị như thế nào ? Khi có vợ con bên cạnh. Chắc chắn anh sẽ không bao giờ giới thiệu với vợ, chị là người yêu cũ,. Như vậy, nụ cười mừng rỡ, vồ vập chắc không có, vì bây giờ hai người đã ở hai bên bờ của một vực sâu, nói có thể nghe, nhưng gặp nhau sẽ khó. Còn lời hỏi thăm, nụ cười ngượng nghịu, giả tạo chị lại không muốn. Rõ ràng sự có mặt của chị ở nhà anh ấy sau hơn ba mươi năm, không cẩn thận sẽ gây khó khăn cho chị và cho cả anh. Điều nữa, như những dòng chữ anh viết trong facebook : " Vợ anh có tính rất giống em ngày xưa...". Gặp chị, biết đâu, vợ anh, giống như chị hồi sinh viên, lại ghen, lại tức, dù bên ngoài vẫn cười cười, nói nói... Chính chị lại là nguồn cơn của những trận giận hờn, cãi vã... như chị và anh hồi sinh viên...

Nghĩ thế, chị quyết định, tắt hẳn điện thoại, không đến thăm anh nữa...

...

... Anh và vợ hết ra lại vào, mong ngóng, thỉnh thoảng xem đồng hồ. Vợ nói với anh:

-Anh thử điện lại một lần nữa xem thế nào ?

--Anh điện hai, ba cuộc rồi, toàn "ngoài vùng phủ sóng..."hoặc "... điện lại".

-Sao lạ thế nhỉ! Em mong gặp chị ấy lắm. Chẳng gì là người yêu cũ của anh, em gặp, sẽ cảm ơn. Vì chị đã "nhường" cho em một ông chồng tốt cực kỳ.

Còn anh, anh cũng muốn gặp chị. Nhờ chị, anh hiểu sống thế nào cho phải đạo, đúng với một người đàn ông, một người chồng. Bên ngoài quan hệ với bạn bè, đồng nghiệp... thật tốt, trong sáng, sòng phẳng nhưng với gia đình phải có trách nhiệm, hết lòng, không để cho người vợ khổ, lo lắng...

Thế mà...

Sao em không đến! ./.

CHUYỆN TRONG PHÒNG GIAM

Hắn bước vào phòng giam. Mấy người trong phòng giam đều nhìn hắn với ánh mắt lạnh lùng, không một chút thân thiện. Hắn rất lúng lúng pha chút sợ sệt không biết "thưa gửi" thế nào cho phải trong môi trường lần đầu tiên đến?

Một thằng trông có vẻ đầu gấu nhất bọn, có cái nhìn sắc lạnh, hất đầu, hỏi hắn:

- Mày bị bắt vào đây vì tội gì?

Hắn chưa biết trả lời ra làm sao, có vẻ ngắc ngứ, thằng đó gầm lên:

-Nói!

Hắn giật bắn mình, mếu máo, nói não nùng, chưa chi mà miệng méo lệch như miệng trai:

- Tôi chỉ làm nghề viết văn, có tội gì đâu, con vợ mua của ai mấy thứ hàng lậu, quản lý thị trường khám bắt được, tôi nhận thay, chứ vợ vào đây, con tôi rồi cả tôi nữa, ai nuôi...

- A! Mày là thằng nhà báo, nhà văn. Tội chúng mày to lắm, ngoài kia dân khổ, chúng tao khổ còn hơn chó, lãnh đạo mất dạy, hành hạ, cướp đất của dân mà chúng mày viết báo toàn nói láo là dân đang sướng, lãnh đạo tốt, đời sống cải thiện, no đủ... Tổ sư chúng mày, lũ viết báo mất dạy! Tao sẽ giần cho mày một trận...

Hắn nghe vậy, vội thanh minh:

-Tôi xin các anh, đừng! Đừng vơ đũa cả nắm như thế, tôi chỉ viết văn với lại... viết báo, cũng tuỳ người, không phải ai cũng như các anh nói đâu... - Hắn nhắc lại - Tôi không viết báo, chỉ viết văn, chỉ viết truyện ngắn, tiểu thuyết thôi. Nếu còn ở ngoài, tôi sẽ tặng các anh mấy tập truyện ngắn ,tôi đã viết - Hắn cố nhấn mạnh để đám tù trong phòng giam hiểu....

Thằng này nghe hắn nói vậy, nhìn gườm gườm nhưng ánh mắt có vẻ dịu xuống, giọng cũng hạ bớt cung độ, nói với hắn:

-Lẽ ra, bọn tao sẽ cho mày làm lễ "nhập phòng ", nhưng thôi, mày gầy thế kia, chắc chịu không được. Mày nói là nhà văn, vậy mày hãy kể một câu chuyện mà tao thấy hay, thấy đúng... thì mày khỏi phải lễ " nhập phòng"... - Nói xong thằng đó quay lại hỏi mấy người đang ngồi xung quanh - Mấy anh em có đồng ý với ý kiến của tôi không ?

Mấy người đó đều gật đầu đồng ý còn hắn thì hơi hoảng, tự nhiên bắt kể chuyện, không có "tứ" trong đầu, bắt đầu kể từ đâu? Chợt nhớ một "tứ" truyện ngắn định viết, bây giờ hắn sẽ kể lại "tứ" câu chuyện định viết đó. Hít một hơi dài, lấy lại bình tĩnh, rồi với giọng lên bổng, xuống trầm, hắn kể :

-...Có một anh bộ đội bị thương ở chiến trường Căm Phu Chia, chữa lành vết thương, về quê. Trên đường anh bị một thằng ăn cắp lấy chiếc ba lô, mất hết giấy tờ để trong đó. Hết lên tỉnh, xuống huyện , về đơn vị cũ xin giấy xác nhận, chỗ nào cũng bắt anh " phòi" tiền.

Phận quá nghèo, không có tiền, chúng nó không chịu xác nhận hoặc hành anh đến độ như không còn ra hình hài con người. Anh nổi nóng, nói với vợ : " Một lũ khốn nạn, tao đ... cần chúng nó làm giấy tờ nữa. Tao sẽ đi đãi vàng. " Nơi đãi vàng là một vùng miền núi khí hậu vô cùng khắc nghiệt, ăn uống rất kham khổ, đãi vàng phải bỏ ra bao nhiêu sức lực, còn chống chọi với rất nhiều tệ nạn, anh ấy trở thành một " lục lâm thảo khấu" lúc nào không biết, không biết sợ ai. Dẫu vậy, anh vẫn nhớ gia đình. Một đêm anh trở về nhà, không báo trước. Có ai ngờ... vợ của anh đang ăn nằm với thằng chủ tịch xã. Điên tiết anh lao vào đánh thằng chủ tịch xã, bẻ gãy một tay của hắn và cho con vợ một cái tát trời giáng, rồi bỏ nhà đi...

Hắn đang kể như thế, tự nhiên có một thằng trong bọn khóc rống lên:

- Không phải, anh kể sai rồi, tôi đâm chết thằng đó. Thằng bị tôi đâm chết vừa là chủ tịch xã kiêm bí thư, còn con vợ, tôi định đâm cho nó chết theo thằng kia, nhưng thấy đứa con gái của tôi đứng khóc, tôi lại thôi...

Nghe thấy thằng này nói thế, hắn vội xin lỗi rối rít:

- Chi tiết này tôi chỉ "bịa" thôi mà không ngờ... là chuyện có thật, còn hơn cả thật, xin lỗi anh, tôi kể khác.

Hắn lại kể, anh bộ đội kia, về đến nhà, thấy cả nhà khổ quá, không ở quê nữa, kéo nhau lên rừng, khai hoang, làm rẫy trồng cà phê, hồ tiêu... Làm ăn được mấy năm, cũng tạm qua cơn khốn khó thì bị một công ty tư nhân móc nối với chính quyền thuê người lên phá nát rẫy cà phê, hồ tiêu lấy lý do đây là đất "dự án"!!! Mặc cho van xin, chúng cứ phá, thậm chí thuê cả đám du côn người dân tộc váo dao, rựa lao vào đánh cả nhà anh bộ đội. Anh bộ đội uất quá, đổ xăng vào người, tự thiêu trước mặt bọn chúng...

Lại một thằng trong bọn, nước mắt rơi, giọng uất hận:

- Anh lại kể sai chi tiết này rồi. Đúng là xảy ra chuyện như thế, nhưng ở quê tôi, anh bộ đội ấy quá căm thù, "chơi" nguyên mấy viên đạn hoa cải vào bọn cướp cạn, máu phải trả bằng máu, chúng để lại mấy xác chết còn anh ấy đã tự nguyện ra đầu thú theo lời kêu gọi của công an, nhưng vẫn bị toà án kết án tử hình... Đau lắm!

Nghe vậy, hắn vội vàng chữa lại cái kết của câu chuyện:

- Chết! Cũng không ngờ chuyện tôi"bịa" lại có thật. Anh kể tôi nghe sợ quá. Anh cho tôi xin lỗi... Có lẽ cái kết của truyện ngắn tôi sẽ viết thế này... Anh bộ đội này về, mất giấy tờ, nhà cửa không có, đến chỗ nào cũng đòi phải có tiền, anh cũng không có. Bước đường cùng, đi ăn cắp, anh bị công an bắt... không ngờ vào tù lại gặp mấy đồng đội cũ của mình...

Hắn mới kể đến đấy thôi...

Tự nhiên cả bọn trong phòng giam ôm nhau khóc.

./.

GẶP LẠI CON TRAI !

Gần bảy mươi năm tuổi đảng, vào sinh ra tử... những người bạn của Nội lần lượt "đi", may cho Nội, ở tuổi này vẫn còn minh mẫn, không quên một kỷ niệm nào. Dẫu vậy, Nội lại dính một cái "đau" càng về già, hai mắt càng mờ, đến giờ thì mờ hẳn, từ việc ăn uống, vệ sinh đến đi lại, không thể tự làm được, toàn phải nhờ mấy người trong nhà, đặc biệt là thằng cháu Nội. Nội yêu cầu gì, nó cũng làm. Với đứa cháu Nội, Nội rất thương, nó cũng cực kỳ thương Nội, luôn ở bên cạnh để trò chuyện. Trong những lần trò chuyện đó, Nội kể cho nó nghe nhiều kỷ niệm về quá khứ, nhất là những kỷ niệm hồi trước năm một chín bảy lăm trên căn cứ ở rừng mà Nội nhớ như in . Ví như có một lần trên một tờ báo đảng của tỉnh có in bức ảnh ông T... đương chức Chủ tịch tỉnh đang tặng hoa cho Mẹ nhân ngày Quốc tế phụ nữ , nhìn bức ảnh đó, lúc còn nhìn thấy, Nội kể , ánh mắt của Nội vui:

- Mẹ của thằng T... ngày xưa là cần vụ cho Nội đấy. Bà ấy tốt tính, lại chu đáo lo cho Nội từ viên thuốc chống sốt rét, cả những lúc đói quặn lòng, khi ấy chỉ còn một củ khoai lang nhỏ bà ấy cũng nhường cho Nội : " Em có sức khoẻ còn chịu được, anh yếu hơn em, cần củ khoai lang này hơn...". Nội thương bà ấy lắm. Tiếc là bà ấy mất sớm quá !

Tờ báo có bức ảnh ấy, Nội giữ rất kỹ, luôn để đầu giường, ngay chỗ Nội nằm.

Mấy hôm nay sau một cơn ốm nặng Nội như thấy trong người rất khó chịu, cảm giác ngày "đi " đã đến gần, nằm trên giường, Nội gọi nó đến nói một chuyện, bây giờ mới cho nó biết :

-Nội phải nói với con chuyện này, cực kỳ hệ trọng. Trước năm một chín bảy lăm, làm phó bí thư Khu ủy, Nội có tình cảm và có con với mẹ của thằng T... Thằng T... chính là con của Nội, chuyện này Nội và mẹ của thằng T... phải giấu kín. Ngoài việc giấu tổ chức, con một nguyên nhân nữa, lúc đó mẹ của thằng T... là vợ sắp cưới của một cán bộ dưới quyền của Nội. Nói với con... Nội rất muốn gặp thằng T... trước lúc Nội đi xa... con có thể giúp Nội không?

Nghe chuyện của Nội kể, nó ngạc nhiên:

- Sao bây giờ Nội mới nói với con chuyện này!

- Khó nói lắm con ạ! Mẹ của thằng T... và Nội đã cắt máu ăn thề, chuyện này chỉ hai người biết, bây giờ bà ấy mất rồi, nhắc lại làm gì. Nhất là thằng T... hiện là Chủ tịch tỉnh, như vậy là Nội yên tâm. Dù thằng T... không biết Nội là cha của nó, nhưng Nội vẫn thương nó, vẫn nghĩ về nó và tự hào về nó, rất muốn cũng một lần gặp thằng T... con ruột của mình .

Nghe Nội nói như thế, nó gật đầu, hiểu ngọn nguồn câu chuyện, những ánh mắt có vẻ phân vân...

... Bệnh của Nội mấy ngày sau, ngày càng trở nặng, phải thở ô xy liên tục, hơi thở có vẻ mệt nhọc, đầu óc lúc tỉnh, lúc mê. Nhưng khi chút tỉnh táo, Nội lấy tay khẽ nhấc lên như ra hiệu với nó:" Đến chưa, con ?".

... Nó dẫn một người đàn ông to béo, nét mặt phúc hậu, dáng phương phi vào, chỉ chỗ Nội nằm:

- Đấy, ba anh đang rất mong được gặp anh! Anh vào với ba ngay đi.

Người đàn ông vội chạy đến, nắm tay Nội, gọi thảnh thốt:

- Ba ơi, con đây!

Còn một chút hơn tàn, Nội cũng nắm lấy tay thằng con trai mà hơn nửa đời người bây giờ mới gặp. Hình như đầu của Nội cố rướn lên, đôi mắt mờ đục của Nội cố mở to... nhưng tất cả đều bất lực. Đầu không nhấc được nữa, mắt không nhìn được nữa, Nội không nói được lời nào, hai hàng nước mắt cứ từ từ lăn dài hai bên má.

Người đàn ông gục đầu bên Nội, nói rõ từng tiếng có phần nức nở cho Nội nghe rõ:

- Con thương ba lắm, ba ơi!

Nghe vậy, Nội nhắm mắt, nở một nụ cười nhẹ, mãn nguyện...

Nó nhìn thấy thế, thở ra, có vẻ hài lòng.

...Nó đã cố gắng liên lạc với ông T... nói rõ mọi chuyện của Nội với mẹ ông T... Tưởng ông ấy sẽ ngạc nhiên, đến ngay. Ai ngờ !

Ông T... quát với nó trong máy điện thoại:

- Anh định lập kế tống tiền tôi phải không? Tôi không muốn nói chuyện này với anh! Anh có muốn tôi báo công an bắt anh không? Hồi còn sống, mẹ tôi cũng chưa bao giờ nói với tôi chuyện đó! Anh và ông nội của anh đừng có bịa đặt.

- Nhưng dù thế nào...theo cháu, chú cũng nên đến gặp Nội của cháu. Nội của cháu từng lãnh đạo mẹ của chú, mẹ của chú từng làm cần vụ cho Nội hồi trước năm một chín bảy lăm, biết đâu... chú sẽ hiểu ngọn ngành câu chuyện. " Nghĩa tử là nghĩa tận" mà chú. Hoặc giả, nếu như không phải như chuyện Nội nói về mẹ của chú, theo cháu, chú vẫn nên đến thăm. Nội của cháu từng là một cán bộ lãnh đạo Khu uỷ, một lão thành cách mạng có gần bảy mươi năm tuổi đảng. Đó cũng là đạo lý "uống nước nhớ nguồn" của các thế hệ sau với các thế hệ đi trước, nhất là chú, chú đang ở cương vị chủ tịch tỉnh, càng phải thể hiện điều này, trước lúc Nội "đi " xa - Giọng nó cố thuyết phục ông T ... trong máy điện thoại.

- Tôi không đến. Anh nghe rõ đây! Dứt khoát tôi không đến! - Nói xong ông T... cúp máy.

Ông T... cương quyết không đến, thế là ý nguyện cuối cùng cháy bỏng của Nội không thành hiện thực làm nó suy nghĩ rất giằn vặt, đau đớn. Nhìn Nội nằm, cơ thể như đang lịm dần, hơi thở chỉ còn thoi thóp khác nào ngọn đèn còn chút leo lét trước gió... nó thương vô cùng.

Không còn cách nào khác, nó đành nói chuyện này cho cả nhà nghe, và mọi người thống nhất, thuê một người đóng giả ông T... đến thăm Nội...

./.

CHIẾC PHONG BÌ TIỀN

...Hoàng hôn đã sậm màu, cả bãi rác mêng mông vẫn còn một người lúi húi tìm, bới cái gì đó có vẻ rất khổ. Nó nhìn kỹ, hoá ra thằng Tèo.

Sao giờ này Tèo vẫn bớt rác chưa chịu về?

Tèo có hoàn cảnh gia đình quá cực, ở đây ai cũng biết. Gia cảnh gần như không có gì, tận mạt, mẹ của Tèo cũng làm cái nghề đi bới rác, nay ốm, mai đau, bố đi làm thợ xây, bị tai nạn nằm một chỗ, dưới nó còn mấy đứa em. Tèo phải bỏ học, để lo cho em, nên làm nghề này.

Nói về gia đình Tèo như thế, chứ hoàn cảnh gia đình của nó cũng gần như gia đình Tèo, nhưng sức vóc bề ngoài trông nó có vẻ khỏe hơn. Hàng ngày, bới rác tìm phế liệu ở đống rác, do có đôi chút kinh nghiệm lâu năm, nó kiếm được tiền khá hơn Tèo chút ít...

Sở dĩ nó chú ý Tèo, là bởi lúc này đã chiều muộn, trời đông, gió rét thổi hun hút, mưa rây hạt, thấm vào người lạnh tái tê, chân tay tím tái, mọi người về hết, cả đống rác chỉ còn nó với Tèo. Nó lại gần Tèo, hỏi:

- Trời sắp tối, sao mày lại không về?

Thằng Tèo không trả lời, thậm chí như không để ý đến nó vẫn mải mê cầm hai cái que bới tìm ...

Lúc này nó mới để ý, không phải Tèo bới rác tìm phế liệu mà hình như đang tìm một vật gì đấy vì bao đựng phế liệu để cạnh vẫn rỗng không. Nó hỏi lại:

- Mày tìm cái gì thế?

Tèo vẫn không trả lời, cúi xuống bới tìm trong khi nước mắt rơi lã chã. Chắc Tèo đang tìm một vật gì, không cho nó biết. Phải hỏi bằng được, nó kéo Tèo đứng dậy:

- Mày đánh mất cái gì phải không? Nói cho tao nghe đi!

Lúc này Tèo mới mếu máo:

- Em đánh rơi chiếc phong bì đựng tiền, tiền bán phế liệu lúc trưa ở đây. Giờ phải tìm bằng được, chứ sáng mai họ dọn rác, làm sao mà tìm...

- Phong bì tiền ấy có bao nhiêu?

- Có tám mươi ngàn thôi! Nhưng là tiền ... em định cho thằng em nộp học phí.

Nghe Tèo nói vậy, nó mủi lòng. Tám mươi ngàn đồng để lo cho em, làm sao đủ, thế mà Tèo vẫn cố kiếm...

- Để tao tìm giúp mày... - Nó cùng Tèo bương bả, bới móc, tìm phong bì tiền trong đống rác bốc mùi thum thủm, ruồi bay vo ve, nước rỉ ra đặc quánh, đen ngòm ...

Một lúc sau nó reo to:

- Đây rồi! Tao tìm ra cho mày cái phong bì ấy rồi, Tèo ơi!

Tèo sướng quá, chạy lại, cầm phong bì, nhìn kỹ, rồi nói, giọng ngắt quãng:

- Không phải phong bì này anh ạ! Em cho tiền vào phong bì màu vàng cơ mà! Còn đây phong bì to hơn, lại màu trắng... Tiền này của anh phải không? - Tèo hỏi nó.

Nó đành thú nhận:

- Ừ, của tao đấy! Chứ trời sắp tối như thế này, đống rác to như núi, làm sao tao với mày tìm được. Thôi, mày cầm phong bì tiền của tao, trong đó có hơn một trăm ngàn, coi như tao cho mày, mang về cho em mày đóng học phí...

Tèo có vẻ chần chừ:

- Anh cũng khổ như em mà!

- Tao lo được. Mày đừng ngại! - Nó đút phong bì tiền vào túi áo của Tèo, Tèo vẫn có vẻ ngần ngại. Nó vỗ vai Tèo, nói ân cần - Thôi, về đi, mang tiền về để mấy đứa em mày mừng... Đừng ngại nữa, tao thương mày...

Tèo nói lí nhí :

- Em cảm ơn anh - Rồi Tèo chùi nước mắt, đến chỗ để xe đạp chở phế liệu.

Nó nhìn theo...

Chợt ! Nó nói rất to:

- Tèo ơi! Đưa trả tao cái phong bì!

- Sao anh?

- Đưa lại cho tao cái phong bì!

Tèo quay lại, rút chiếc phong bì trong túi ra đưa cho nó:

- Đây anh ! Em trả anh, may em chưa lấy tiền ra...

- Không phải tao lấy tiền - Nó rút trong phong bì một tờ giấy rồi đưa lại chiếc phong bì đó cho thằng Tèo, giải thích - Tao lấy tờ giấy này, còn tiền mày cầm về đi!

- Tờ giấy gì thế anh?

- Mày không phải hỏi! Cầm tiền về đi.

Tèo đành phải nghe lời, quay lại chỗ để xe.

Nó nhìn theo.

Thật may, nó vẫn còn nhớ cái đơn thuốc để trong phong bì. Đơn thuốc ghi số thuốc phải mua chữa bệnh sỏi mật, nó mắc phải, chuẩn bị mổ...

Mai nó sẽ cố kiếm để bù vào số tiền này... ./.

SAI LẦM... Ở ĐÂU?

Qua facebook anh biết chị, rồi nhắn tin qua lại, đưa hình lên thế là quen, tuy chưa gặp nhau nhưng có vẻ đã thân, nói chuyện rất tâm đầu ý hợp rồi hai người gửi ảnh cho nhau.

Anh nhìn những bức ảnh của chị chụp thời còn mười tám, đôi mươi, gửi cho anh, trông chị rất đẹp. Một thanh nữ có khuôn mặt tròn, tóc dài, nụ cười nhẹ, đôi mắt mở to, nhìn ở góc độ nào, cũng như đang nhìn người xem ảnh. Rồi những bức ảnh bây giờ, một người phụ nữ đứng tuổi, khuôn mặt đoan trang, dáng nền nã, lịch thiệp...

Anh cũng gửi cho chị những tấm hình chụp hồi mình còn thanh niên, và cả ảnh chụp anh bây giờ... Chỉ có điều những bức ảnh đó, anh chụp nửa mặt, không cho chị thấy nửa mặt bên kia của mình. Anh không muốn chị thấy một sự không toàn vẹn của khuôn mặt? Hay là sự mặc cảm? Cũng có thể cả hai mà cũng có thể, như anh nghĩ, khoan nói vội điều này, cứ đến gặp chị, xem thái độ, tình cảm của chị như thế nào rồi anh sẽ định liệu.

Chị nhắn tin cho anh, khi nhận được tin nhắn của anh, đi Sài Gòn hứa sẽ ghé qua thăm chị : " Anh xuống ga... em đón. Ghi rõ số toa, đoàn tàu, giờ đến... Em ra đón, anh chú ý, em sẽ choàng một khăn đỏ ở cổ cho anh dễ nhận. Thế nhé! ".

Anh nhắn tin với chị, chứ thực ra chuyện đi Sài Gòn chỉ là cái "cớ" anh dự phòng. Anh tính toán, nếu như gặp được chị, đúng như suy nghĩ, anh sẽ ở lại chơi thêm vài ngày. Còn không phải thế, anh mượn "cớ " đó đi ngay trong ngày. Anh vẫn mặc cảm khuôn mặt không lành lặn của mình. Buồn chứ! Đã mấy người con gái định đến với anh, ban đầu đều tưởng tình yêu đẹp, nhưng cuối cùng đều không thành mà nguyên nhân là anh không dám đi chơi với họ, hoặc những người con gái đó không dám đi chơi với anh khi thiên hạ cứ nhìn vào rồi xì xầm bán tán. chỉ trỏ. Anh mặc cảm, có lúc chủ động chia tay. Cũng có khi anh chưa chủ động, người ta đã âm thầm chia tay với anh, không một lời giã biệt.

... Ngồi trong tòa tầu, anh hồi hộp.

Tiếng bánh tàu lăn, cảnh bên ngoài cửa sổ của toa tầu rất đẹp. Hết đồng lúa chín rực màu vàng, lại đến những con sông có con thuyền trôi lững lờ, rồi màu xanh chỗ đậm, chỗ nhạt của mấy ngọn núi nhấp nhô... nhưng cảnh đẹp đó không làm anh để ý. Anh chỉ nghĩ đến cuộc gặp với chị sắp tới. Trong đầu, bao nhiêu hình ảnh, anh tưởng tượng hiện lên: Gặp anh, mới đầu là ngạc nhiên, rồi thấy những vết sẹo loang lổ một bên mặt của anh, chị ngỡ ngàng. Tiếp theo, ,có khi chị chuyển thái độ. Từ ngỡ ngàng đến nhạt dần, nói chuyện như cho có, mong cuộc gặp mặt kết thúc sớm, như những lần anh với một vài người con gái khác.

Hoặc cũng có thể, chị gặp anh rất mừng, đưa về nhà nhưng không dám dẫn anh đi đâu, chỉ đến tối mới ra đường... như một lần, một bạn gái đã làm. Còn nữa, anh gặp người nhà của chị sẽ như thế nào? Có khi bố, mẹ nói nhỏ với chị, nhân lúc anh không để ý : " Tưởng bạn của con là ai, hóa ra một anh mà mặt mũi trông... gớm ghiếc qúa! Có bao nhiêu người đàn ông con không chọn mà lại chọn anh ta?". Đến ngay trong toa tầu này, anh cố tình đội mũ chụp xuống gần như che hết khuôn mặt, mắt đeo một kính đen to đùng, vẫn như có người chú ý, vẫn như có người chỉ chỏ, bàn tán thì thầm to, nhỏ...

Giá như hôm ấy anh cẩn thận một chút, không lơ đãng một chút... đã không có tai nạn này. Gắng gượng sống, gắng gượng vượt qua tai ương của số phận, không đầu hàng, bây giờ anh đã là ông chủ một xưởng thủ công chuyên làm đồ mỹ nghệ, có chút của ăn, của để, nhưng về đường tình duyên, bao lần không thể vượt qua vì anh thấy trước mặt mình, nửa nét mặt dị dạng là "vật cản" to như quả núi, mà cảm giác sức lực vượt qua đã cạn, ý chí cứ vơi dần y như người ta từ từ nghiêng một ly nước.

Còn lần này!

Anh phập phù hy vọng.

... Đoàn tầu đi vào ga. Tiếng phát thanh viên của nhà ga vang lên trên loa: " Đoàn tàu... đã vào đến ga... đỗ ở đường sắt số hai. Theo quy định, đoàn tàu chỉ dừng lại trong sân ga năm phút. Yêu cầu quý khách có vé xuống ga khẩn trương xuống tàu đi về cửa số một. Trước khi rời toa, đề nghị quý khách kiểm tra lại hành lý, tư trang tránh bỏ quên. ".

Mọi người trong toa lục đục lấy hành lý vội đi xuống. Ngược với mọi người, anh lại không vội, nhìn qua cửa sổ của toa.

Kia rồi, một người phụ nữ, cổ quang một chiếc khăn đỏ đang bương bả đi về phía toa của anh.

Chị ấy đúng như trong ảnh, thậm chí còn đẹp hơn trong ảnh, một phụ nữ đẹp ở tuổi trung niên. Anh có nên xuống không, với khuôn mặt như thế này? Chị ấy gặp anh có ngại ngùng không ? Hay giống như một lần, một người con gái anh gặp trong lần hẹn gặp đầu tiên. Cô ấy rú lên, lấy hay tay ôm mặt, mắt nhắm tịt lại...

Lúc này anh phân vân quá.

"Xuống" hay "không xuống"?

Chị ấy cứ đi tới, đi lui dọc toa tầu, rất tất bật, cố tìm anh, qua những khung cửa sổ của toa tầu . Phía trong, anh đứng nép vào thành toa nhìn ra, thấy hết. Những suy nghĩ đó cứ "trộn" đi "trộn" lại trong đầu, làm cho chân anh như ríu lại, không thể bước thêm.

"Xuống" hay "không xuống"?

Có lẽ sốt ruột, chị quyết định bước lên toa tầu của anh, vào phía trong.

Thấy vậy, anh vội chuyển toa, đi sang toa khác...

" Giá như cô ấy cụt một chân hoặc mất một tay, mình sẽ xuống ngay, không ngại. Đằng này cô ấy đẹp quá mà mình như thế này". Anh vẫn mặc cảm, suy nghĩ và cho rằng, mình không nên gặp cô ấy là đúng.

... Đoàn tàu rú một hồi còi dài, từ từ rời sân ga...

Anh cố nhìn ra.

Dưới sân ga, ngừơi phụ nữ quàng khăn đỏ ấy lủi thủi đi vào phía trong.

...

Hai ngừời phụ nữ, tuổi trung niên đứng trong sân ga đã vắng, chiều muộn.

Một trong hai ngừơi đó cổ quàng khăn đỏ, còn ngừơi phụ nữ kia cụt một tay. Hai ngừời có khuôn mặt hao hao giống nhau. Ngừơi phụ nữ cổ quàn khăn đỏ, nói:

-Em tìm cả toa, rồi tất cả các toa tầu, đúng như anh ấy nhắn tin, mà không thấy anh ấy đâu? Hay là anh ấy ghi nhầm toa, giá như chị cùng đi với em, chị tìm từ dưới đoàn tàu lên, em tìm từ trên xuống, có khi gặp...

Ngừời phụ nữ cụt một tay nói:

-Chị cũng nghĩ đến chuyện đó là trực tiếp đi tìm anh ấy, nhưng ngại... mình cụt một tay thế này, anh ấy gặp mình có ngại không? Khi ngừơi ta đẹp trai, khỏe mạnh, còn mình... lẽ thế chị mới nhờ em đón anh, xem thái độ anh ấy thế nào? Ai ngờ không gặp. Thôi về em ạ. Lại một lần lỡ tàu.

Chị cười buồn.

./.

TIẾNG "CƯỜI" CỦA ANH HỀ NHỎ

Tôi là đạo diễn có nhiều năm kinh nghiệm, dựng nhiều vở kịch cho các đoàn nghệ thuật trong cả nước.

Nói thật, trong nghề, không như trước kia, bây giờ tôi rất dị ứng với những vở diễn hài, cả một số diễn viên hài, diễn vừa dung tục, vừa lố, các mảng miếng lặp lại, chỉ giỏi chọc cười khán giả bằng những động tác bình dân, vô học. Một số ít diễn viên hài đóng hay, giỏi, thật thâm thúy, có lòng tự trọng trên sân khấu như diễn viên hài nổi tiếng Trần Minh từng được khán giả bình chọn là " Anh hề vui nhất nước" có lẽ cũng nhận ra nên gần đây không thấy anh xuất hiện trên sân khấu hay trên ti vi như dạo nào.

Cũng vì nguyên nhân đó, nhiều lần tôi từ chối lời mời vào Ban giám khảo những cuộc thi như "tìm người diễn hài hay nhất", " Đâu là tiếng cười bất ngờ!"... dù thù lao không hề nhỏ.

Nhưng tại sao đài truyền hình tỉnh H... mời tôi làm Trưởng ban giám khảo đêm thi chung kết, được truyền hình trực tiếp: " Tìm người lấy được nước mắt khán giả nhiều nhất!", tôi lại nhận lời? Vì tôi nghĩ rằng, lấy tiếng cười của khán giả thì dễ, nhưng để lấy được nước mắt, một giọt nước mắt "thật"của cảm xúc "thật" trong khán giả, thì người diễn viên đó phải thực tài, có tâm, hiểu đời...

Người đạo diễn như tôi, rất cần những diễn viên như vậy.

Cuộc thi " Tìm người lấy được nước mắt khán giả nhiều nhất!" có ba vòng thi. Sơ khảo, trung khảo và chung kết. Qua ba vòng, từ mấy nghìn thí sinh dự thi, bị loại dần... loại dần... Đến vòng chung kết chỉ còn lại ba thí sinh.

Tôi là trưởng ban giám khảo chấm đêm chung kết, gần như ý kiến tư vấn của tôi sẽ quyết định đến kết quả bỏ phiếu của một trăm khán giả ngồi trong trường quay và cả kết quả bầu chọn qua tin nhắn của người xem ti vi được truyền hình trực tiếp cuộc thi.

Ba thí sinh vào chung khảo cuộc thi, một người là phụ nữ trung niên, người kia là một người thanh niên và một chú bé khoảng mười bốn tuổi. Theo như đánh giá của ban giám khảo vòng ngoài, cũng như nhắn tin của khán giả, cả ba thí sinh này diễn " bi kịch" rất giỏi. Nếu so sánh, " bên tám lạng, bên nửa cân" . Tiểu phẩm của chú bé rất hay: Mẹ bỏ đi, chú bé phải làm đủ thứ nghề như rửa chén, đánh giầy, thậm chí cả vét cống... để nuôi bố đang bị bệnh nặng. Có đêm bụng đói, chú chỉ dám mua một ổ bánh mỳ trơn để ăn, vì còn dành tiền chữa bệnh cho bố. Ổ bánh mỳ đó rơi xuống đất bẩn, chú nhặt lên, ăn trong hàng nước mắt chảy... Tiểu phẩm chú diễn, lấy đi không biết bao nhiêu nước mắt của người xem.

Việc chú bé được vào vòng chung khảo là hoàn toàn xứng đáng.

Vào cuộc thi, tiểu phẩm của người phụ nữ và của người thanh niên, trái với những lời đánh giá ở hai vòng sơ khảo, trung khảo , đến vòng chung kết, hai người này diễn không gây được nhiều hiệu ứng tốt cho người xem. Người phụ nữ và người thanh niên, khi biết kết quả không như ý muốn, nét mặt có vẻ buồn.

Tôi còn buồn hơn.

Mới biết diễn "bi" không dễ, còn một mình chú bé, tôi cũng không hy vọng vì tuổi chú còn quá nhỏ, kinh nghiệm diễn xuất không nhiều. Người phụ nữ trung niên và người thanh niên kia đã có nhiều năm đứng trên sân khấu, còn chẳng ăn ai, huống hồ là chú. Hơn nữa, nỗi "đau" của trẻ con làm sao bằng nỗi "đau"của người lớn...

Chắc cuộc thi sẽ không có người giành giải nhất - Tôi nghĩ thầm.

Và ngay khi chú bé bước ra, thấy nét mặt, hành động, lời nói... tôi nghĩ, mình nghĩ không lầm. Sau khi tự giới thiệu tên tuổi, bản thân, chú bé hỏi chúng tôi:

-Thưa Ban giám khảo cuộc thi, cho con hỏi một câu, được không ạ!

Tôi gật đầu :

-Con hỏi đi!

Chú bé nhìn quanh, rồi hỏi tiếp một câu nữa:

-Có phải cuộc thi này được truyền hình trực tiếp không? Con hỏi vậy vì ba của con đang ngồi xem trước ti vi...

Mọi người trong trường quay cười ồ vì câu hỏi của chú bé, còn tôi hơi bực mình:

-Chú nhắc lại với con, đây là vòng thi chung kết được truyền hình trực tiếp. Con là thí sinh vào vòng chung kết phải rõ thể lệ cuộc thi chứ! Sao lại hỏi câu đó?

Chú bé:

-Dạ! Vì mấy vòng thi trước, ba của con không được xem, giờ mới được xem...

-Ba của con ở đâu mà không được xem? - Tôi hỏi.

-Trước đây ba bị ung thư, nằm ở bệnh viện u bướu, giờ bệnh trở nặng, bác sỹ không thể chữa được, bệnh viện trả về nhà. Biết tối nay con biểu diễn được truyền hình trực tiếp, người hàng xóm thương , cho mượn chiếc ti vi để trước mặt ba, cho ba xem con biểu diễn. Con hỏi lại, cho chắc chắn! – Chú bé giải thích.

Thế là tôi hiểu, cậu bé vào đến vòng chung kết này có bố bị ung thư nặng , chờ chết nhưng cũng cố xem con biểu diễn. Tôi nói, giọng dịu xuống, có chút ân hận:

-Chú biết con diễn, cố lọt vào vòng này để ba vui và có tiền chữa bệnh cho ba. Đúng không?

Chú bé gật đầu.

-Vậy con diễn đi! – Tôi giục và thâm tâm nghĩ rằng chắc sẽ có hình ảnh người cha, giữa cái sống và cái chết được tính từng giờ đang nằm xem trước màn hình, đó sẽ là hình ảnh thật để chú bé có đất diễn, diễn một tiểu phẩm "bi" đầy nước mắt, khiến cho người xem phải cảm động.

Nhưng ngược với suy nghĩ của tôi, chú bé lại diễn một tiểu phẩm hài. Mới đầu tôi và mọi người có đôi chút ngạc nhiên như không hiểu nhưng sau đó lại cười nghiêng, cười ngả vì lối diễn rất tự nhiên của chú. Cả lời nói, cái nheo mắt, tiếng cười, hành động... của chú bé làm mọi người trong trường quay như say đi, vỗ tay liên hồi, cười theo chú...

Tiểu phẩm kết thúc, tiếng cười , tiếng vỗ tay của mọi người vẫn ran lên, chưa dứt. Còn chú bé, nét mặt nhễ nhại mồ hôi, nhảy lên reo to, như quên khán giả ngồi trong trường quay:

-Ba ơi! Mọi người cười rồi!

Đợi cho dứt tiếng vỗ tay, tôi mới hỏi chú bé:

-Giá như đây là cuộc thi người diễn hài hay nhất, thì chú tin, con sẽ đạt giải cao. Nhưng rất tiếc đây là cuộc thi nói về "bi kịch" mà bi kịch là người diễn, diễn làm sao cho người xem xúc động, thậm chí có người khóc . Ngược lại, con diễn, người xem cười, cười thỏa mái, không đúng với tiêu chí của cuộc thi. Vì sao thế ?

Chú bé nhìn tôi, im lăng một lúc, rồi nói nghẹn ngào:

-Ở phòng sơ khảo và trung khảo, con cứ lấy hoàn cảnh gia đình mình ra để diễn. Ba con biết, không đồng ý, nói với con "Con đừng lấy hoàn cảnh gia đình mình ra diễn để người ta khóc, rồi có tâm trạng bi quan. Đó là điều ba không muốn. Có khổ đến mấy cũng phải cười, phải lạc quan mà sống con ạ. Ba bệnh nặng thế này nhưng vẫn muốn xem trực tiếp con diễn trong tiếng cười. Nếu con diễn hài hay, cho mọi người cười, ba rất vui !". Nghe lời ba, con diễn thế... để ba vui... con không muốn ... ba chết... – Chú bé nói xong, hai khoé mắt đã ngần ngặt nước

Cả trường quay lặng đi. Tôi xúc động nhưng cố hỏi:

-Ba con là ai?

-Dạ!... ba con là diễn viên hài...Trần Minh...

./.

BÁC SỸ XÁC NHẬN " TÂM THẦN"

Nhiều lúc ngồi một mình, ông hay tự khen mình, chê đồng nghiệp.

Nhiều thằng bác sỹ, bạn của ông, ngu không để đâu cho hết.

Nghề bác sỹ là nghề" Chữa bệnh cứu người" mà cứ làm tiền trắng trợn, công khai ...làm sao mà không " Chết!". Ông không dại.

Cũng nhờ nghề, ông kiếm được một mỏ "vàng" tha hồ khai thác, Tiền vào như thác lũ, có tiêu đến tận... sắp xuống lỗ cũng không hết. Đã vậy việc kiếm tiền này lại vô cùng kín kẽ, không ai biết, thậm chí còn được gia đình người "bệnh" mang ơn.

Việc kiếm tiền của ông là điều trị bệnh nhân mắc bệnh tâm thần.

Mới đầu, ông cũng không định học nghề này, tiếp xúc với ngừơi điên, thần kinh không ổn định... cũng khổ chứ! Không những thế, đa phần những người bị bệnh này thường là người nghèo do gánh nặng kinh tế, rồi bị đối xử tệ bạc hay bị khinh thường... thế là "tâm thần" làm sao mà lấy tiền!!!

Nhưng tất cả chuyện đó lùi vào quá khứ, bây giờ nghề của ông , hóa ra là nghề "hái ra tiền". Những người bạn đồng nghiệp trong bệnh viện, liên tục gặp nạn. Người thì bị bắt quả tang nhận tiền của người nhà bệnh nhân mới chữa trị, kẻ thì bị đánh ngay tại phòng "hồi sức cấp cứu"vì mải "chát" mà thờ ơ với người bệnh, rồi...thậm chí, có đồng nghiệp bị "nạn" phải ra tòa do Sếp đổ vấy, để chạy tội... " Phơi mặt trước công luận" ". Nhưng bác sỹ điều trị bệnh tâm thần, như ông, chưa bao giờ bị "phốt" phải lên mặt báo, hay " thanh minh, thanh nga" trước thanh tra. Hiện ông chỉ cần ngồi một chỗ, viết vài dòng, thế là có bạc triệu, thậm chí chục triệu, trăm triệu, tiền tỷ trong tay...

Chẳng là...

Bây giờ bọn nhà giàu, có chức "to" kiếm tiền bất minh, số tiền này nổi lên còn hơn bèo tây sau cơn lũ, tiền nhiều khủng khiếp và con cái chúng nó, được thể, ăn chơi khủng khiếp "vung tàn tán". Ăn chơi như đua xe, ngáo đá… chúng cũng gây ra muôn vàn tai nạn cho người nghèo, dân lành. Nhưng khốn nạn, cậy thế bố mẹ có chức, có quyền, có tiền, sau khi gây tai nạn, chúng bỏ mặc, coi như không liên can, măc kệ cho người bị nạn chết hay bị thương nặng... tạo sự bức xúc lớn trong nhân dân, trong những người sống lượng thiện. Báo chí, đài, ti vi,cả báo "mạng" yêu cầu phải xử lý thật nghiêm, đúng luật pháp với những kẻ thừa tiền mà coi thường kỷ cương phép nước. Nhiều kẻ đó có con cái gây ra tai nạn, muốn chạy tội ... bèn tìm đến ông. Họ yêu cầu ông xác nhận, tai nạn xảy ra là do người gây tai nạn đang có bệnh " Thần kinh phân liệt dạng không ý thức được hành động". Nhờ chứng thực của ông, đóng dấu, chữ ký thật rõ, mà lũ gây tội ác ấy thoát tội, vì theo yêu cầu của tòa án : " Đưa bị cáo đi chữa trị, bao giờ khỏi bệnh, sẽ khôi phục điều tra...". Biết bao giờ mới "khỏi bệnh???", " Biết bao giờ mới khôi phục điều tra ???" Khi "con bệnh" đang ăn chơi, nhảy múa ở nước ngoài, bố mẹ nó ngồi rung đùi, tận hưởng những phút giây sung sướng...

Thực tình lần đầu tiên làm việc này ông cũng ngại, vì cảm thấy đây là một việc thất đức, nói trắng ra là "tội ác" nhưng ông nhìn lại, những kẻ nhờ vả ông, chức và quyền vô song, nói với thiên hạ toàn những từ "đao to, búa lớn" về " đạo đức con người xã hội chủ nghĩa", rồi cả phấn đấu "xây dựng một xã hội tốt đẹp, trong đó con người phải thượng tôn pháp luật", " những kẻ vi phạm pháp luật phải trừng trị , bất kể ở chức vị nào, con cái của ai...". Nhưng rồi, chính những kẻ "to mồm" ấy lại phạm vào muôn vàn tội ác từ tham nhũng đến cướp đất của dân, vô học, vô văn hóa trong cách cư xử, giao tiếp.... Rồi nhìn ra xung quanh, ngành nghề của ông, lẽ ra ngoài chuyên môn giỏi thì đạo đức phải đặt lên hàng đầu...Than ôi! Giờ hình ảnh một người bác sỹ tận tâm với nghề, được người bệnh kính trọng, biết ơn trở thành thiểu số, còn đa số... Thế thì, ông không "chứng nhận người bệnh bị tâm thần" để có tiền, ngừơi khác sẽ chứng nhận. Nhất là khi họ đưa ra cả trăm triệu đồng hối lộ, trong khi chỉ cần có hai hàng chữ viết, viết chưa đến ba phút. Một chữ ký, ký chưa đến ba mươi giây. Một con dấu "triện" vào tờ giấy, " triện"chưa đến mười giây. Cũng tưởng chỉ có bọn choai choai, giờ lại đến mấy ông to, bà lớn " dính nạn khủng" như chạy chức, " liên minh ma quỷ" cấu kết thành "nhóm lợi ích ", bắt tay với bọn maphia ngầm... đục khoét tiền nhà nước, giờ bị khởi tố, chuẩn bị ra tòa... cũng chạy đến nhờ ông xác nhận: " Do căng thẳng thần kinh có biểu hiện bị tâm thần không phân biệt được hành động, không ý thức trong việc làm, bị người khác lợi dụng" để được tại ngoại rồi tìm cách trốn ra nước ngoài...

Ông lại có tiền.

Tiền lớn hơn cả ức, vạn. Sướng không thể tả!

Trưa nay ở phòng khách một mình, nhìn bọc tiền "khủng" của cha, mẹ thằng đâm chết người đưa, nhờ ông xác nhận: " Bị tâm thần phân liệt hoang tưởng không ý thức được hành vi nên vô ý phạm tội. Cần đưa đi chữa trị gấp", ông vừa vui, mà cũng vừa hơi ...bực mình. Số tiền này mới hoàn thiện được hai phần ba cái biệt thự ông dự định xây, số tiền còn lại, không biết kiếm ở đâu???

Đang nghĩ như vậy, thì ông phải tiếp một vị khách.

Ngừơi khách đó là một người đàn ông đứng tuổi, dáng sang trọng, ăn nói có vẻ bề trên, quan lớn:

-Tôi biết ông là bác sỹ, Giám đốc bệnh viện tâm thần, ông có thể... nên tôi đến đây gặp, xin lỗi, hơi đường đột!

- Ông gặp tôi có việc chi? - Ông hỏi.

- Chẳng là thế này, thằng con tôi lái xe lúc say rượu, xe lao sang trái với tốc độ chóng mặt, đâm chết hai người đang đứng chờ đèn đỏ...Với bộ luật hình sự, tội này có thể tù dài hạn, tôi nhờ ông xác nhận cháu bị tâm thần , lái xe không có chủ đích, nhằm ra tòa được giảm tội, tù treo...tôi hậu tạ...

Ông giãy nảy:

-Không được! Không được! Tôi không thể làm được việc đó, thất đức, có tội với người đã chết. Con ông làm nên tội thì phải chịu án của pháp luật, đó là một điều đương nhiên - Ông rất cảnh giác, đừng có dại vồ vập ngay, biết đâu mắc bẫy, mà không vòi được tiền "nặng".

Ngừoi đàn ông vẫn nói bình tĩnh:

-Ông nói câu nói đó với ai thì được, đừng nói với tôi. Có phải cách đây gần một tháng ông ký giấy xác nhận cho một thằng thanh niên hung hãn, con nhà ông "to" là bị "tâm thần" khi nó đâm chết một người lương thiện, khi người đó vào can vụ đánh nhau mà nó là đầu trò. Vì giấy xác nhận do ông ký , thằng thanh niên đó không phải ra tòa. Đúng không? - không đợi ông trả lời, người đàn ông đó nói luôn - Bố của thằng thanh niên đó là bạn thân của tôi. Ông ta nói với tôi, chỉ cần đến ông, đưa tiền là ông ký xác nhận con tôi bị "tâm thần", rồi làm việc riêng với tòa án, con tôi sẽ thoát tội tù giam. Tôi đến nhờ ông, mong ông giúp tôi. Tiền tôi không tiếc...

Ông nghe vậy, mừng thầm trong bụng khi nghĩ số tiền đang cần để hoàn thiện biệt thự dự định xây. Dẫu vậy ông không vội mừng ra mặt, mà nói thăm dò :

-Bạn anh nói thế à!

Người đàn ông gật đầu. Ông hỏi tiếp:

-Bạn anh có nói đưa cho tôi bao nhiêu không ?

Ngừơi đàn ông lắc đầu:

-Dại gì anh ấy nói ra, nhưng anh ấy có nói với tôi, để chuyện này êm xuôi, có giấy xác nhận, cần đưa cho anh hai trăm triệu. Số tiền tôi đó tôi để trong túi đây! - ngừơi đàn ông vỗ túi đựng tiền bộp bộp.

Ông nghe thấy vậy, cười:

-Xin lỗi anh nhé! Anh cầm số tiền đó về đi, tôi không thể xác nhận "bị tâm thần " cho thằng con anh đâu?

Người đàn ông nét mặt cam chịu, giọng khẩn khoảng:

-Vậy anh cần bao nhiêu? Cứ nói. Tôi còn thẻ ngân hàng.

- Để xong giấy xác nhận: " Bị tâm thần phân liệt hoang tưởng không ý thức được hành vi nên vô ý phạm tội , cần đưa đi chữa trị gấp" cho con của bạn ông, bạn ông đưa cho tôi, ông biết bao nhiêu không? Gần hai tỷ. Còn chuyện con của ông, muốn yên, muốn có giấy xác nhận, bỏ rẻ, rất nhân đạo, ông phải đưa cho tôi năm trăm triệu.

- Năm trăm triệu!

- Đúng, năm trăm triệu tiền mặt. Ngay ngày mai có giấy xác nhận con ông bị tâm thần khi đang lái xe - Ông nhắc lại, rành rọt.

- Được ! Mày sẽ có năm trăm triệu ngay bây giờ - Người đàn ông thay đổi cách xưng hô, rút trong túi ra một máy ghi âm - Tao là bố của người thanh niên lương thiện lao vào can vụ đánh nhau, bị thằng thanh niên, con ông to hung hãn đâm chết một cách vô cơ, mày làm giấy xác nhận thằng thanh niên ấy bị "tâm thần" để cho nó thoát tội. Tao đã ghi âm hết lời thú tội của mày làm bằng chứng. Còn đây là tiền...

Người đàn ông ấy rút ra một con dao găm to, sắc.

Bổ xuống...!

./.

ĐAU ĐỚN QUÁ!

...Nhân chuẩn bị đại hội, cũng muốn thể hiện sự quan tâm của một lãnh đạo với người dân, ông về thăm và có buổi nói chuyện với bà con xã Đ...

Trước năm 1975 đây là một vùng giáp ranh bị đối phương càn quét, đánh phá ác liệt. Ba của ông hoạt động vùng này, được bà con nuôi nấng, đùm bọc, bảo vệ...

Ở Hội trường của xã, dân tập trung rất đông. Ông nói với bà con:

- Tôi về đây, như về lại quê hương, về với bà con ruột thịt. Uống nước, nhớ nguồn, đảng, chính phủ luôn luôn ghi nhớ sự hy sinh to lớn của đồng bào. Thay mặt trung ương, tôi sẽ cố gắng giải quyết khó khăn của bà con, không quên một ai, nhất là những gia đình có người thân hy sinh cho tổ quốc, cho cuộc sống vẹn toàn như ngày hôm nay. Bà con có điều gì thắc mắc, cứ nói, trong khả năng của tôi, tôi sẽ giải quyết. Nào mời bà con có ý kiến...

Mới đầu dân còn ngại, nhiều người không dám phát biểu. Ông giục:

- Bà con phát biểu đi!

Một cánh tay rụt rè giơ lên, phát biểu về chuyện đất đai đền bù chưa thỏa đáng, ông nói với thư ký ghi ý kiến đó lại, hứa sẽ giải quyết sớm nhất. Lại có ý kiến nói bên cán bộ lãnh đạo xã ăn uống quá nhiều, còn ghi nợ, chưa trả. Ông yêu cầu ngay ngày mai, cán bộ xã phải trả hết nợ "nhậu" cho dân, không được như thế nữa...

Mọi người ngồi bên dưới hoan hô

Lại có ý kiến...ý kiến...ông cố gắng trả lời hết cho bà con yên lòng...

Ông đang cố thể hiện một tác phong của một vị lãnh đạo to, gần dân, sát dân, hiểu dân, không quan liêu...

Bên dưới hội trường có một đám đông tự nhiên ồn ào, có tiếng lao xao...:

- Đưa lên, để bà ấy nói cho ông ấy biết!

- Đã già lại lẩn thẩn, bà ấy biết nói cái gì?

- Không nói, biết khi nào nói. Bà ấy khổ quá. Hay là ai nói giúp, để bà ấy có bảo hiểm y tế...

Ông nghe vậy, liền nói:

- Có chuyện gì thế, bà con?

Một người dân đứng dậy, lấy tay đỡ một bà già đứng lên cùng.

Bà già ấy tóc tai bù xù, áo quần không lành lặn, nét mặt ngây dại, ánh mắt đờ đẫn. Người dân này nói:

- Thưa cấp lãnh đạo! Đây là bà Ba ở thôn... từng đào hầm bí mật nuôi cán bộ trong thời chiến tranh. Bà ấy bị thần kinh không bình thường suốt hơn năm chục năm nay. Bà sống khổ nhất trong xã, nhà cửa trống trơn, không có ai bên cạnh, do chồng chết trong chiến tranh, có mỗi một đứa con, nó cũng chết rồi...

Nghe vậy ông quyết định rất nhân đạo:

- Tôi sẽ cho người đưa bà vào bệnh viện ... Ở đó họ sẽ chăm sóc và chữa bệnh cho bà. Mà tại sao bà lại bị tâm thần nặng như vậy?

- Hồi ấy bà là du kích xã hoạt động bí mật, bên kia cho lính vào càn quét, bà xuống hầm cùng đứa con mới đẻ và một cán bộ của trên. Do hầm bí hơi, đứa con của bà khóc to quá... sợ lộ, để cứu cán bộ, bà bóp mũi thằng bé... Nhờ thế , hầm bí mật không bị lộ, cán bộ kia được cứu sống nhưng con bà chết... Từ đó bà bị tâm thần cho đến tận bây giờ.

Nghe vậy, ông than đau đớn:

- Đau xót quá! – Nhưng ông cũng nói ngay, không dấu sự phẫn nộ - Mà ông cán bộ nào lại hèn hạ đến thế nhỉ! Để cho mẹ giết con, cứu sống mình.

- Đấy là ông Nguyễn Văn T... lãnh đạo "to", hay xuất hiện trên ti vi ấy! - Một người dân cho ông biết.

Nghe vậy, ông giật mình.

Nguyễn Văn T... là ba của ông.

./.

TÌNH THẦY TRÒ

Thân tặng những đồng nghiệp cũ của tôi, nhân ngày 20/11

Về hưu, nhiều người có thể yên tâm về kinh tế, có của ăn, của để, con đàn, cháu đống...không phải lo lắng điều gì cả. Riêng thầy Tâm lại khác, khi về hưu, kinh tế không dư giả, do lấy vợ muộn, vẫn phải lo cho mấy đứa con còn ăn học, tiền có được cứ thiếu trước ,hụt sau... May cho Thầy Tâm là còn sức khoẻ. Không dạy học nữa, việc gì kiếm được tiền, Thầy không từ nan. Thầy Tâm sử dụng chiếc xe Honđa chạy xe ôm để chở khách, chở hàng cũng có lúc được, lúc không, cơm ăn thất thường... Vợ của Thầy Tâm thấy vậy, rất lo:

-Ông đừng chạy xe ôm nữa, đi khuya, về hôm, quá nguy hiểm. Đã vậy làm sao ông giành khách được với xe công nghệ. Họ có hội, đoàn, có thông tin hiện đại, kịp thời, lái xe toàn bọn trẻ, khoẻ... Ông không trụ được đâu!

Vợ nói vậy, Thầy Tâm nghe, nhưng nói bỏ nghề chạy xe ôm ,thấy khó nghĩ. Cả đời, Thầy Tâm chỉ có nghề dạy học, mà lại dạy lịch sử, một bộ môn không thể mở lớp dạy thêm, khi về hưu. Đã vậy, đường kinh doanh," nhẹ" từ như mua đầu phố, bán cuối phố, thậm chí “nhẹ” hơn là làm một tủ bánh mỳ đứng bán cho người qua đường, Thầy Tâm cũng không biết bắt đầu từ đâu? Chở hàng hoặc khách trên chiếc xe máy Honđa, Thầy Tâm thấy việc này hợp với mình. Thầy Tâm có thể chở hàng, dù đó là hàng đóng thùng, vẫn thoả mái lạng lách qua mấy ngõ hẻm. Những ngõ hẻm trong thành phố này Thầy Tâm thuộc như in trong lòng bàn tay, đến đích nhanh nhất. Rồi cách lái xe của Thầy Tâm có kinh nghiệm, chạy an toàn, chưa hề gây tai nạn... cũng có hôm kiếm được hàng, được khách, Thầy Tâm có tiền. Thậm chí, thấy Thầy chở an toàn, nhanh nhẹn khách còn "boa" thêm... Nay vợ khuyên Thầy "bỏ" nghề vì sợ "khổ", Thầy Tâm thấy "đúng" nhưng không lái xe Honđa chở hàng, chở người ... thay vào đó, làm nghề gì?

Thầy Tâm thấy khó nghĩ!!!

... Hôm ấy có một người khách quen thường được Thầy Tâm chở, do một lần người ấy bỏ quên chiếc túi da trên xe, thầy Tâm giữ và trả lại. Người ấy cảm tình và đến đặt vấn đề :

- Thấy bác chạy xe cũng vất vả, em muốn giúp bác, cũng là một lần trả ơn.

Thầy Tâm ngạc nhiên nhìn người khách, không biết họ giúp mình bằng cách nào? Người khách nhìn Thầy rồi nói nhẩn nha, như tâm tình chứ không phải bàn một việc hệ trọng:

-Trông bác hiền lành, tử tế, trọng chữ "tín", chạy xe an toàn, em rất mến. Được bác chở là em thấy yên tâm, chẳng sợ đụng xe cộ, cũng không ngại công an, hàng hoá không sợ mất... Qua mấy lần nói chuyện, biết hoàn cảnh của bác, em muốn tạo thêm việc làm cho bác để bác kiếm thêm chút ít thu nhập. Việc này rất hợp với nghề của bác, chỉ có điều, khi chở hàng nên chú ý quan sát và cẩn thận thêm chút ít... nhất là với quản lý thị trường, phòng thuế, công an...

-Nghề gì, anh? – Thầy Tâm hỏi người khách.

-Cũng chẳng dấu bác, lúc có hàng, em nhờ bác chở từ nơi nhận đến nơi giao, thật an toàn. Mỗi lần chở hàng như thế, không nhiều, độ bốn thùng thuốc lá ngoại không giấy tờ, mỗi lần hàng đến nơi an toàn em sẽ giao cho bác số tiền là... - Người khách ấy, không dấu diếm, nói thẳng.

Với số tiền được trả một lần của công giao hàng, cũng bằng năm, sáu ngày Thầy Tâm chở khách. Chở bốn thùng thuốc lá cũng không phải là khó đối với Thầy. Nhưng đây là hàng "lậu" nếu như họ bắt được, hàng bị tịch thu, tên tuổi bêu riếu trên đài, báo chí, ti vi...Thầy Tâm thấy ngại, nên chần chừ:

-Nói thật với anh, nghề của tôi, trước khi về hưu, là nghề thầy giáo, hơn ba mươi năm trong nghề, tôi chưa để một tiếng xấu nhỏ nào, được học sinh mến. Có nhiều em, nay có chức, có quyền, có tiền, biết hòan cảnh của tôi, muốn giúp mà tôi từ chối, vì lòng tự trọng. Nay lại làm việc này...nhỡ đâu, bị bắt... thì khốn nạn, anh ạ! Còn mặt mũi nào mà nhìn học trò cũ, nhìn đồng nghiệp cũ...

-Tuỳ bác thôi, thực tình là em muốn giúp bác, vì thấy bác thực thà, không gian xảo, lại biết chạy xe. Hơn nữa, bác công nhận với em, chạy xe Honđa chở khách bây giờ quá vất vả, đúng không ? Chi bằng bác nghe em, em giúp bác, bác giúp em - Người khách nói như cố thuyết phục Thầy.

Thầy Tâm vẫn không đồng ý:

-Cảm ơn anh có nhã ý giúp tôi, nhưng tôi không nhận đâu. Tôi sợ lắm! Hơn nữa còn uy tín, còn tên tuổi mình với xã hội, với học trò mình từng dạy...

Người khách nghe vậy, không tỏ ra khó chịu, cũng không nài nỉ nữa mà đưa cho Thầy địa chỉ, cùng số điên thoại;

- Em không ép bác, bác cứ suy nghĩ kỹ đi, nếu thấy được, bác điện thoại cho em theo số này, rồi em sẽ giao việc cho bác...Bây giờ bác cầm cho em ít tiền, gọi là tiền em "biếu "bác, nhân có cuộc gặp gỡ này, cũng là một lần em chịu ơn bác...

Thầy Tâm cương quyết không nhận tiền của người khách nhưng hứa có việc cần, sẽ điện thoại sau...

Vợ khuyên "bỏ" nghề, rồi có khách nhờ Thầy chở hàng "lậu"...cả hai điều ấy, cho đến ngày cận tết, Thầy Tâm không thực hiện. Vẫn sáng sớm hoặc chiều tối nhẫn nại cố tìm khách, mong có đồng ra, đồng vào...đỡ phần nào cho kinh tế gia đình...

Những ngày cận tết, thầy Tâm hy vọng có khách, ai ngờ "ế" đậm...vì tết năm nay, một phần là tết buồn, kinh tế đi xuống, di hoạ của dịch bệnh, lũ lụt quá nặng nề, người mua sắm ít. Điều nữa, người chạy xe ôm ở đâu mà "túa ra" đông thế, đủ thành phần: Công nhân thất nghiệp, sinh viên mới ra trường chưa kiếm được việc làm, mấy cựu giáo chức, cựu cán bộ ...bị mất việc do tinh giảm biên chế. Vì thế, xe của Thầy Tâm không có khách là đương nhiên. Thầy rất lo, không lẽ chỉ trông chờ vào đồng lương hưu chết đói, lo cho vợ con chưa xong, thì làm sao để lo cho bố mẹ ở quê. Đã vậy căn nhà cấp bốn ,qua mấy trận bão vừa qua, mái hỏng rất nhiều, tường long tróc cần sửa chữa.

Tiền đâu!

Thầy Tâm nghĩ đến lời đề nghị của người khách hôm nào: " Hay là... mình thử đi vài chuyến, trước mắt kiếm ít tiền tiêu tết, rồi tính toán sau, chứ thế này, kinh tế gia đình "đi vào ngõ cụt"." Thầy Tâm ngẫm nghĩ nhiều, trăn trở nhiều rồi quyết định điện thoại và hẹn gặp người khách đó.

Gặp người khách,Thầy Tâm nói rõ ý định của mình:

-Tôi đang cần tiền trong những ngày giáp tết, nên có thể giúp anh đi vài chuyến, chứ không đi được nhiều đâu.

Người khách nói có vẻ mừng rỡ:

-Bác nhận lời là em vui rồi. Bác yên tâm, tiền nong em trả sòng phẳng, không để bác thiệt. Mà em cũng không thuê bác đi nhiều đâu. Chỉ cần bác đi một chuyến, hàng về đến nơi an toàn, là em trả tiền ngay.

Nghe người khách nó vậy, Thầy Tâm có vẻ vui, hỏi lại:

-Một chuyến! Vậy đó là hàng gì?Tôi được bao nhiêu tiền? Nếu là “ma tuý” là tôi không chở đâu nhé!

Người khách đó cười:

-Thuê bác chở ma tuý để bác với em cùng chết à, khi bác biết cả địa chỉ, số điện thoại của em. Hàng này không phải ma tuý, nhưng đắt cũng gần gần bằng ma tuý... bác biết là hàng gì không? - Thấy cái nhìn của Thầy Tâm có vẻ thắc mắc, người khách đó tự trả lời - Là rượu ngoại, hai thùng rượu ngoai, mỗi thùng hai mươi tư chai. Bác chở được chứ!

Hai thùng rượu ngoại, mỗi thùng hai mươi tư chai, với Thầy Tâm không vất vả lắm, Thầy từng chở những thùng hàng to, kềnh càng hơn nhiều. Lại nữa, người khách cho biết, mỗi chai rượu ngoại đó có giá một chai là một triệu, tám trăm ngàn đồng. Nếu Thầy Tâm chở về đến nơi thật an toàn như người khách yêu cầu, sẽ được trả công hai trăm ngàn đồng, một chai. Như vậy, quãng đường ngắn, dễ đi, chỉ cần bao bọc cẩn thận,kín kẽ, chịu khó quan sát, tránh né... Thầy sẽ có một khoản tiền không nhỏ, mà chỉ đi có một chuyến. Thầy Tâm đồng ý chở hàng cho người khách. Nhưng sau đó người khách đó lại đặt ra một yêu cầu, “ đây là yêu cầu bắt buộc” có ghi âm, chữ ký:

-Nếu như bác làm hỏng, để mất hoặc để quản lý thị trường, công an, phòng thuế... bắt, tịch thu hàng thì bác phải đền tiền toàn bộ số hàng rượu ngoại trên.

Gần tết, nếu quản lý thị trường, phòng thuế, công an có làm việc, họ sẽ để ý, theo dõi những người chở hàng lậu chuyên nghiệp, rồi ô tô to, thuyền to chở hàng lậu từ điểm xuất phát... chứ thầy tin, họ không để ý đến một người xa lạ, không quen mặt như thầy. Hơn nữa, chỗ lấy hàng không phải ở nơi biên giới, chỉ là trạm trung chuyển giữa thành phố này với thành phố kia, mình nguỵ trang khéo léo, hàng không thể bị bắt.

Nghĩ vậy nên Thầy Tâm đồng ý với những yêu cầu của người khách.

...Chọn thời khắc hơi khuya, đường vắng, trời mưa lạnh... Thầy Tâm nhờ người khiêng hai thùng rượu ngoại ra sau xe Honđa, rồi nguỵ trang, buộc chặt. Xong mọi việc, Thầy khoác áo mưa, đội mũ bảo hiểm, khẩu trang che kín miệng, lên xe đi. Mới ra khỏi thành phố một đoạn đường ngắn thì Thầy Tâm bị mấy người quản lý thị trường phát hiện, họ phóng xe đuổi theo, chiếc chặn trước, chiếc chặn sau. Giữ được chiếc xe Honda chở hai thùng rượu ngoại rồi họ quật Thầy Tâm xuống đất, bẻ quặt hai tay ra đằng sau, bập vào đó là còng số tám làm bằng thép, nét mặt ai cũng hùng hổ, nhìn Thầy như muốn ăn tươi, nuốt sống.

Thầy bị bắt, cả tay, cả chân, cả thân đau điếng, nhưng Thầy không lo mà Thầy lo bốn mươi tám chai rượu ngoại bị tịch thu. Số tiền đền cho người khách là không nhỏ, chưa kể tiền nộp phạt, Thầy Tâm lấy tiều đâu để đóng phạt rồi phải đền cho người khách kia!!! Đó là chưa kể,Thầy Tâm nghe đồn thổi, thằng trưởng phòng quản lý thị trường khu vực này là kẻ "hắc ám", "man rợ". Thằng này chưa từng thân thiện với ai. Ai vào tay nó, chỉ từ " bị thương nặng", đến " chết không cần phát súng ân huệ". Người chở hàng lậu bị bắt, không "nôn" ra tiền, thì đừng mong nó cho đi an toàn, chứ chưa nói là lấy được hàng.

Quả như lời đồn, thằng trưởng phòng quản lý thị trường,dưới ánh đèn, Thầy Tâm thấy nét mặt của nó biểu hiện không thân thiện, bắp tay gân guốc, ánh mắt nhìn Thầy đầy sự đe doạ. Nó quát mấy thằng tay chân vừa bắt, dẫn giải Thầy vào đây:

-Mấy anh ra ngoài kia, để hàng, và người lại đây tôi làm việc! Còn ông già, ngồi đây!

Chắc thằng này muốn "đánh lẻ" một mình, không cho ai biết, nên nó mới "đuổi" mấy người kia. " Anh có đập tôi chết ở đây, tôi cũng không có tiền?" - Thầy Tâm nghĩ. Thằng trưởng phòng quản lý thị trường nhìn Thầy, hỏi một câu không đúng với suy nghĩ của Thầy:

-Ông già thế này mà sao lại đi chở hàng lậu ? Chở hàng lậu thế này bao lần rồi? Ông không sợ bị bắt, bị phạt à!

Nghe thằng trưởng phòng quản lý thị trường hỏi vậy, Thầy Tâm mủi lòng, nói nghẹn ngào. Thầy nói thật, nói tất cả vì sao Thầy phải chở chuyến hàng lậu này. Thầy biết việc làm là phạm pháp, nhưng không còn con đường nào khác. Và Thầy cũng nói nguyên nhân nếu như hàng bị tịch thu, đóng tiền phạt, là đẩy Thầy vào con đường chết.

Thằng trưởng phòng quản lý thị trường, lấy tay đập mạnh vào mặt bàn, quát:

-Ông không nói nữa, tôi hiểu rồi. Ông ngồi im đấy, tôi ra ngoài một lúc rồi vào sẽ giải quyết chuyện của ông. Già rồi còn đi buôn lậu!

Thằng trưởng phòng quản lý thị trường nói xong sai một thằng "đệ"đi vào bê hai thùng rượu ngoại của Thầy đi ra ngoài. " Bọn này bê ra để chia chác với nhau đây! Một lũ khốn nạn". Thầy Tâm thầm than thân, trách phận, lẽ ra không nên "dính"vào chuyện buôn lậu, khi mình không có kinh nghiệm ,nhất là không biết nói láo, giảo hoạt...

Quan trong nhất bây giờ là láy tiền đâu để đền, để nộp phạt! Làm sao bây giờ? Hiện lên trong Thầy hình ảnh vợ khóc, các con trách và cả bộ mặt không còn hiền từ của người khách, khi biết hàng nhờ Thầy chở thuê đã bị bắt, Thầy không có tiền đền...

Cũng phải đến quá khuya, thằng trưởng phòng quản lý thị trường mới bước vào, giọng nó lạnh, sắc, rất nghiêm:

-Ông đứng dậy, đi theo tôi!

Thầy Tâm đứng dậy, nghe theo lệnh của nó, lúi cúi đi, trong lòng đầy lo sợ, không biết thằng này dẫn Thầy đi đâu?

Hai người đi theo hành lang vắng, ra đằng sau nhà. Điều này làm Thầy Tâm ngạc nhiên, sao nó không dẫn mình ra cổng chính mà dẫn ra đây!!!

Thằng trưởng phòng quản lý thị trường như không để ý điều lo lắng của Thầy, vẫn im lặng dẫn Thầy đi.

Đưa Thầy Tâm đến một cổng sau, nhìn trước, sau không có ai, nó mở cổng, đưa Thầy đi tiếp một đoạn nữa, dẫn ra con lộ nhỏ. Lúc này thằng trưởng phòng quản lý thị trường mới cầm tay Thầy Tâm, nói, giọng cảm động:

-Thưa Thầy! Chắc Thầy không nhận ra em, em là Thành, cách đây hai mươi năm, em là học sinh được Thầy ... Thầy cho em xin lỗi, lúc nãy phải đóng kịch cho chúng nó khỏi nghi ngờ, nên em có nói" hỗn" với Thầy.

Hèn chi, lúc mới vào, Thầy Tâm thấy nét mặt của tay trưởng phòng quản lý thị trường trông quen quen, nhưng không nhớ đã gặp ở đâu. Thành nói tiếp:

-Hồi đó, nhà em cũng khổ, đói quá, bố em đang ốm, em nhảy đại vào vườn thực nghiệm nhà trường lấy mấy quả dưa và tiện thể bắt trộm một con gà của gia đình thầy hiệu trưởng. Thầy hiệu trưởng yêu cầu Thầy, vì Thầy là Thầy chủ nhiệm, đuổi học em. Biết chuyện gia đình của em, Thầy không đuổi học còn đưa em ít tiền lo cho bố. Ơn đó em nhớ mãi...

Những chuyện tương tự như thế này, chịu, thầy Tâm không nhớ, vì nhiều lắm, Thầy từng bỏ tiền, bỏ gạo của mình ra nuôi học sinh có hoàn cảnh khó khăn. Thầy Tâm không ngờ chuyện nhỏ như thế này, Thành lại nhớ. Thầy nhìn Thành, nói thật lòng:

-Anh nhắc tôi mới biết, chứ thực ra tôi cũng không biết chuyện đó xảy ra lúc nào. Chuyện đó không quan trọng, quan trọng là lúc này mong anh giúp tôi... - Thầy Tâm ngập ngừng định trình bày...

Thành nói ngay:

-Em lo cho Thầy rồi, Thầy đi đến đằng kia, ở đó có chiếc xe Honđa cùng hai thùng rượu , em cho người buộc chằng cẩn thận. Thầy cho xe theo con đường mòn này, đi hơn năm trăm mét sẽ đến lộ. Đến lộ, thầy cho xe rẽ phải, là về thành phố. Thầy nên đi ngay, khẩn trương, từ đây về đó không xa nữa. Còn đây - Thành rút trong túi ra một gói nhỏ - Thầy cầm cho em ít tiền, gọi là... em không biết nói thế nào, Thầy cầm đừng ngại, em biếu cô và các anh chị trong gia đình.

Thầy Tâm vội từ chối:

-Tôi không cầm tiền của anh đâu. Anh trả lại xe và hàng, là tôi mừng, rất cảm ơn anh. Nhưng, liệu anh trả cho tôi thế này, có bị làm sao không?

Thành lắc đầu:

-Thầy yên tâm, em có cách rồi. Với Thầy, em sẵn sàng làm mọi việc. Thầy đi nghe!

Trong bóng tối nhập nhoà, bóng hai thầy trò như nhập làm một.

./.

QUÂN GIẾT NGƯỜI

Xóm Trại, nơi gia đình của tôi ở, lại thêm một hộ mới. Đó là gia đình bác Kiên từ vùng B... chuyển về.

Gia đình bác Kiên nghèo, tằn tiện chỉ đủ xây một cái nhà nhỏ cuối xóm. Tôi nghe nhiều người lớn kể, trước đây bác Kiên đi bộ đội, chiến đấu chống quân Trung Quốc xâm lược ở biên giới phía Bắc rồi bị thương, bây giờ phục viên làm nghề quay kẹo bông bán dạo. Còn bác gái có vẻ khéo tay, tước lá dừa đan những con vật như cào cào, châu cháu, ếch... để cho bác Kiên bán kèm với kẹo bông. Sáng sáng bác Kiên đạp xe, đằng sau đèo máy quay kẹo bông, cùng mấy con vật đan bằng lá dừa vào thành phố bán, tận tối mịt mới về. Hai bác không có con, nên thương chúng tôi lắm. Có hôm bán không hết kẹo bông, bác Kiên mang về cho chúng tôi. Đứa nào ngoan, bác cho con vật như cào cào, châu chấu... làm bằng lá dừa, gọi là "phần thưởng", rồi có lúc vui , bác hát cho chúng tôi nghe, toàn bài hát đánh nhau. Giọng bác ồ ồ khiến chúng tôi cười vui, vỗ tay...

Những đêm trăng sáng, xóm Trại không có điện, ánh trăng ngập tất cả, chúng tôi chơi trò "cú bắt" đến tận khuya. Chúng tôi đi qua nhà bác Kiên, thấy bác Kiên ngủ trên một cái chõng tre đặt trước nhà, bác gái ngồi cạnh đang quạt để bác Kiên say giấc sau một ngày lao động đi bán kẹo bông mệt nhọc...

Hai bác có vẻ thương nhau ghê!

Rồi một hôm...

Chúng tôi nghe bác Kiên đứng giữa sân, dưới gốc cây dừa, cứ hét váng lên : " ... Quân giết người... quân giết người..." . Bọn trẻ chúng tôi chạy đến, thấy bác gái cùng mấy người lớn nữa, vừa ôm chặt vừa dìu bác Kiên đến chiếc chõng tre để bác nằm xuống.

Bác gái vỗ về:

-Ông đừng hét nữa, ở đây không có "quân giết người" toàn người Việt Nam thôi, có ai giết người đâu...

Nhưng bác Kiên vẫn không chịu. Mắt bác nhìn ai cũng như căm thù, miệng vẫn gào lên:

-Quân giết người... quân giết người... sao chúng mày giết dân ác thế ... tao sẽ trả thù ... trả thù...

Bác Kiên nói một lúc ,mệt quá, mắt nhắm nghiền, thiếp đi.

Bác gái khóc, lấy khăn lau nhẹ lên mặt bác Kiên...

Sao bác Kiên có bệnh lạ như thế?

Sau này chúng tôi mới biết căn nguyên của căn bệnh bác Kiên.

Bác Kiên đi bộ đội lên canh giữ biên giới phía bắc đúng lúc quân Trung Quốc tràn qua xâm lược, trực tiếp chứng kiến quân đội Trung Quốc giết hại đồng bào ta, chúng dùng gậy, xẻng, cuốc ... đập đầu người lớn, trẻ nhỏ, đàn ông, đàn bà... nhìn những xác chết không còn hình hài con người, bác Kiên cùng đồng đội căm thù đánh trả, buộc quân xâm lược Trung Quốc phải rút về nước. Trong một trận đánh, bác bị thương vào đầu. Vết thương chữa lành, nhưng hễ có một vật nặng tác động vào đầu, chắc hình ảnh quân xâm lược Trung Quốc đập đầu dân lành hiện lên, bác lại lên cơn, nói những câu như vừa rồi. Bác chỉ hét to thế thôi, chứ không phá phách, đánh ai. Mọi người vỗ về, an ủi... là bác ngủ một giấc, rồi dậy rất tỉnh táo, coi như không có việc gì xảy ra. Hôm ấy, bác Kiên đứng dưới gốc dừa, một tàu lá khô rơi xuống, trúng đầu bác, thế là bác hét: " Quân giết người!".

Dân cả xóm Trại biết bệnh của bác Kiên, nên chú Trưởng xóm dặn mọi người chú ý, không để vật gì rơi vào đầu bác Kiên, bác ấy lại lên cơn, rất tội nghiệp. Chúng tôi cũng thương, dặn, bác Kiên có đi đâu, dù có đạp xe đạp, cũng phải đội mũ bảo hiểm.

Lũ trẻ bọn tôi góp tiền mua tặng cho bác Kiên một chiếc mũ bảo hiểm. Bác Kiên vui lắm.

... Sáng ấy, cũng như mọi lần, bác đạp xe chở đằng sau chiếc máy quay làm kẹo bông cùng mấy con thú bác gái làm bằng lá dừa vào thành phố bán. Bác bỏ mũ bảo hiển ở nhà , bác giải thích :

-Mấy hôm nay trời mát, đội nó cũng nóng lại vướng, hơn nữa bác đứng chỗ thoáng không sợ cái gì rơi vào đầu đâu - Bác Kiên còn hứa - Sắp trung thu rồi, ngày mai bác không đi bán nữa, ở nhà làm đầu lân cho các con chơi...

Bác gái nói theo:

-Ông đã hứa thì phải thực hiện đừng để chúng nó trông!

- Tôi nhất định làm chứ, phải làm đầu con Lân xóm Trại thật đẹp để còn đi thi giật giải. - Trước khi đạp xe vào thành phố bán kẹo bông, bác Kiên nói như vậy.

Chúng tôi mừng lắm, hy vọng...

Mãi đến tối mịt bác Kiên mới trở về.

Nhưng khác mọi lần, không phải bác ngồi trên chiếc xe đạp có chuông rung leng keng mà nằm bất động trên một chiếc cáng, phía bên trên phủ một tấm vải trắng toát trong chiếc xe cứu thương...

Chuyện gì xảy ra với Kiên thế này?

Tất cả mọi người trong xóm Trại kéo ra.

Bác gái vật vã.

Đau đớn.

Bọn trẻ chúng tôi ngơ ngác, như không tin có chuyện này! Sao lại vô lý thế, vừa sáng nay bác Kiên còn hứa với chúng tôi...

Chúng tôi nghe mấy ngừơi lớn kể, bác Kiên vào thành phố bán kẹo bông, đứng cạnh một vỉa hè có đông người qua lại, đúng lúc đó một đội dân phòng gồm mấy người có đeo băng đỏ trên cánh tay với hàng chữ vàng" Trật tự đô thị" đi dẹp lòng đường cho "thông thoáng". Bác luống cuống chưa kịp đưa chiếc xe đạp lên vỉa hè thì một người trong đội dân phòng có đeo băng đỏ trên cánh tay với hàng chữ vàng "Trật tự đô thị" lấy dùi cui đánh mạnh vào đầu bác, nói lớn:

-Ông già, ai cho ông để xe ở đây, đưa ngay xe lên vỉa hè!

Thế là ... bác Kiên bỏ chiếc xe đạp cho nó ngã chổng kềnh ra đường, hét to: " Quân giết người ...quân giết người... sao chúng mày giết dân... tao sẽ trả thù ... trả thù...".

Bác càng nói, họ càng đánh bác mạnh hơn.Tất cả đám dân phòng ấy bu vào đánh bác, vừa đánh, họ vừa nói:

- Mày nói ai giết người... giết người này... giết người...

Không chống đỡ nổi, bác Kiên ngã vật ra vệ đường. Cả ngừơi co giật.

Khi mọi người đưa bác Kiên đến bệnh viện cấp cứu, nhưng không kịp.

Mấy người chứng kiến sự việc, nói : " Ông ấy đừng có chửi chúng nó là "quân giết người" thì không bị đánh ".

Chúng tôi cầm chiếc mũ bảo hiểm. Giá như...

Rồi còn cái đầu Lân nữa.

Bác Kiên ơi! Sắp trung thu rồi...

./.

MỤC LỤC

www.ingramcontent.com/pod-product-compliance
Lightning Source LLC
LaVergne TN
LVHW090313210926
848480LV00001B/237